ഗ്രീൻ ബുക്സ്
ഹിന്ദുത്വവാദവും ഇസ്ലാമിസവും
ഹമീദ് ചേന്നമംഗലൂർ

അധ്യാപകൻ, എഴുത്തുകാരൻ, സാമൂഹികപ്രവർത്തകൻ.
1948 ജൂണിൽ കോഴിക്കോട് ജില്ലയിലെ ചേന്നമംഗലൂരിൽ ജനനം.
ഇംഗ്ലീഷിൽ മാസ്റ്റർ ബിരുദം. കേരളത്തിലെ വിവിധ ഗവൺമെന്റ്
കോളേജുകളിൽ ഇംഗ്ലീഷ് അധ്യാപകനായും
കോഴിക്കോട്ടെ പ്രീ-എക്സാമിനേഷൻ ട്രെയിനിങ്
സെന്ററിൽ പ്രിൻസിപ്പലായും സേവനമനുഷ്ഠിച്ചിട്ടുണ്ട്.
ജനാധിപത്യം, മതനിരപേക്ഷത എന്നിവയെ
കേന്ദ്രീകൃതമാക്കി ഒട്ടേറെ കൃതികൾ രചിച്ചിട്ടുണ്ട്.
ഇന്ത്യൻ യൂത്ത് അസോസിയേഷന്റെ 'ബെസ്റ്റ് പബ്ലിക്
ഒബ്സർവർ' പുരസ്കാരവും (1986),
കേരള സാഹിത്യ അക്കാദമിയുടെ സി.ബി. കുമാർ
എൻഡോവ്മെന്റ് അവാർഡും (2010),
കേരള ഹ്യൂമനിസ്റ്റ് സെന്റർ പുരസ്കാരം (2012),
പവനൻ സെക്യുലർ അവാർഡ് (2018) എന്നിവ ലഭിച്ചിട്ടുണ്ട്.

ഗ്രീൻ ബുക്സ് പ്രസിദ്ധീകരിച്ച ഗ്രന്ഥകർത്താവിന്റെ ഇതര കൃതികൾ

ഒരു മതനിരപേക്ഷവാദിയുടെ
സ്വതന്ത്രചിന്തകൾ

അധിനിവേശത്തിന്റെ
അറേബ്യൻ മുഖം

പശുവിനെ
രാഷ്ട്രീയ മൃഗമാക്കുമ്പോൾ

ലേഖനം
ഹിന്ദുത്വവാദവും ഇസ്ലാമിസവും

ഹമീദ് ചേന്നമംഗലൂർ

ഗ്രീൻ ബുക്സ്

green books private limited
gb building, civil lane road, ayyanthole,
thrissur- 680 003, kerala, ph: +91 487-2381066, 2381039
website: www.greenbooksindia.com
e-mail: info@greenbooksindia.com

malayalam
hinduthwavadavum islamisavaum
article
hameed chennamangaloor

first published november 2018
copyright reserved

cover design : mansoor cheruppa

branches:
thrissur 0487-2422515
palakkad 0491-2546162
thiruvananthapuram 0471-2335301
calicut 0495 4854662
kannur 0497-2763038

isbn : 978-93-87357-30-3

no part of this publication may be reproduced,
or transmitted in any form or by any means,
without prior written permission of the publisher.

GBPL/1047/2018

മുഖക്കുറി

വർത്തമാനകാലത്തിന്റെ കാലുഷ്യങ്ങളിൽ നിന്നും ആകുലതകളിൽ നിന്നും ഉരുത്തിരിഞ്ഞുവന്ന വിചാരങ്ങളും നിലപാടുകളുമാണ് ഈ പുസ്തകം കാഴ്ച വെയ്ക്കുന്നത്. ഇസ്ലാമിക തീവ്രവാദ ത്തോടുള്ള മൃദുസമീപനമാണ് ഹിന്ദു തീവ്രവാദ ത്തിന് വളമാകുന്നത്. നവോത്ഥാന കാലഘട്ട ത്തിൽ കേരളം സ്വായത്തമാക്കിയ വീക്ഷണ ബഹുസ്വരതയുടെ മരണമണിയാണ് ഇപ്പോൾ മുഴങ്ങിക്കൊണ്ടിരിക്കുന്നത്. ചിന്തകനും മതേതര വാദിയുമായ ഹമീദ് ചേന്നമംഗലൂരിന്റെ ശ്രദ്ധേയ മായ നിലപാടുകൾ വിശദീകരിക്കുന്ന പുസ്തകം.

കൃഷ്ണദാസ്
മാനേജിങ് എഡിറ്റർ

ഉള്ളടക്കം

ഹിന്ദുത്വവാദവും ഇസ്ലാമിസവും 09
കേരള സംസ്കാരത്തിലെ
മുസ്ലീംസ്പർശം 14
പുനരുത്ഥാനമൂല്യങ്ങൾ
കരുത്താർജ്ജിക്കുമ്പോൾ 29
സ്ത്രീസുരക്ഷാകവചം 37
കശാപ്പുരാഷ്ട്രീയം
പിൻവാങ്ങണമെങ്കിൽ 40
അടുപ്പവും അകൽച്ചയും 44
സെക്യുലർ ഇസ്ലാമിന്റെ സന്ദേശം 47
സാംസ്കാരിക
വിഘടനത്തിന്റെ രാഷ്ട്രീയം 50
ഇന്ത്യൻ മതേതരത്വത്തിന്റെ
ദൗർബല്യങ്ങൾ 54
ഒരു വിലാപം ഒരു പാഠം 60
സോക്രട്ടീസിൽനിന്ന്
തസ്ലീമയിലെത്തുമ്പോൾ 63
എന്തുകൊണ്ട് ജമാഅത്തെ
ഇസ്ലാമിക് അസ്പൃശ്യത 66
ഒസാമ: ശീതയുദ്ധത്തിന്റെ ഉത്പന്നം 73
'ഉമ്മാച്ചു'വിലെ മുസ്ലീംജീവിതം 79
മതം മൗലികവാദമാകുമ്പോൾ 84
അസഹിഷ്ണുത:
രാഷ്ട്രീയത്തിലും മതത്തിലും 88
തായാട്ട്: സാംസ്കാരിക
ഫെഡറലിസത്തിന്റെ വക്താവ് 92
കേരളീയ നവോത്ഥാനം: ഗാന്ധിസത്തിന്റെയും
മാർക്സിസത്തിന്റെയും പങ്ക് 99
മതേതര ഭാരതം നിലനിൽക്കണമെങ്കിൽ 106

ഹിന്ദുത്വവാദവും ഇസ്ലാമിസവും

ഒരേ തീവ്രതയുള്ള വിഷദ്രാവകം ഒരു വലിയ കുപ്പിയിലും ഒരു ചെറിയ കുപ്പിയിലുമിരിക്കുന്നു. അവയിൽ വലിയ കുപ്പിയെ ചൂണ്ടി അതിലടങ്ങിയ വിഷം മാരകമാണെന്നും ചെറിയ കുപ്പിയിലേത് മാരകമല്ലെന്നും പറയുക. സത്യവിരുദ്ധമാണ് ഈ പ്രസ്താവന എന്നു പറയേണ്ടതില്ല. ഇന്ത്യയിലെ വർഗീയ, മതമൗലിക, മതതീവ്രവാദ പ്രതിഭാസങ്ങളും ഇമ്മട്ടിൽ വസ്തുതാവിരുദ്ധമായി വിലയിരുത്തുന്നവരുണ്ട്. ഭൂരിപക്ഷ വർഗീയത വിഷനിർഭരവും ന്യൂനപക്ഷ വർഗീയത വിഷരഹിതവുമാണെന്ന നിലപാടത്രേ അത്തരക്കാർക്കുള്ളത്.

രാജ്യത്ത് ഭൂരിപക്ഷ (ഹിന്ദു) വർഗീയത മാത്രമേയുള്ളൂവെന്നും ന്യൂനപക്ഷ (മുസ്ലീം) വർഗീയത എന്ന ഒന്നില്ലെന്നും അവകാശപ്പെടുന്ന വേറൊരു കൂട്ടരുണ്ട്. ന്യൂനപക്ഷ വർഗീയ, മതമൗലിക സംഘടനകളുടെ വക്താക്കളും പ്രയോക്താക്കളുമാണവർ. തങ്ങൾ പ്രതിനിധാനം ചെയ്യുന്ന സംഘടനകളെ 'പിശാചുവത്കരി'ക്കാൻ ശത്രുക്കൾ തങ്ങളുടെ മേൽ അടിസ്ഥാനരഹിതമായി വർഗീയമുദ്ര ചാർത്തുകയാണിന്നെന്ന് ആ ണത്തിൽപ്പെട്ടവർ പ്രചരിപ്പിക്കുന്നു.

മൂന്നാമതൊരു വിഭാഗം ഭൂരിപക്ഷ-ന്യൂനപക്ഷ വർഗീയതകളുടെ സാന്നിധ്യം അംഗീകരിക്കുന്നു. പക്ഷേ, രണ്ടിനെയും ഒരുപോലെ കാണുന്നത് തെറ്റാണെന്നാണ് അവരുടെ പക്ഷം. ഭൂരിപക്ഷവർഗീയതയാണ് ശക്തമെന്നും ഭരണത്തിലേറാൻ സാധിക്കുന്ന (സാധിച്ച) വർഗീയത അതാണെന്നും ചൂണ്ടിക്കാട്ടുന്ന ഈ വിഭാഗം തങ്ങളുടെ വിമർശനശരങ്ങളത്രയും തൊടുക്കുന്നത് ഹൈന്ദവ വർഗീയ, മതതീവ്രവാദ സംഘങ്ങൾക്കു നേരെയാണ്. പാർലമെന്ററി നേട്ടങ്ങൾക്കുവേണ്ടി ന്യൂനപക്ഷ വർഗീയകക്ഷികളെ രഹസ്യമായോ പരസ്യമായോ കൂട്ടുപിടിക്കുന്നതിന് അവർക്ക് മടിയൊട്ടില്ലതാനും.

ഇടത്തും വലത്തുമുള്ള മുഖ്യധാരാ സെക്കുലർ പാർട്ടികൾ പൊതുവെ മൂന്നാംവിഭാഗത്തിൽ ഉൾപ്പെടുന്നവയാണ്. ആ നിലപാടിനോട്

കൈകോർക്കുന്ന ചില എഴുത്തുകാരും ആക്റ്റിവിസ്റ്റുകളും രാജ്യത്തുണ്ട്. ന്യൂനപക്ഷ വർഗീയ, മതമൗലിക പ്രസ്ഥാനങ്ങളോട് മൃദുസമീപനം അനുവർത്തിക്കുന്ന അവർ ഭൂരിപക്ഷവർഗീയതയുടെ രൗദ്രസ്വഭാവവും ഫാസിസ്റ്റ് പ്രവണതയും തുറന്നുകാട്ടുന്നതിൽ മാത്രമാണ് വ്യാപൃതരാകുന്നത്. ഫാഷിസ്റ്റ് പ്രവണതയും രൗദ്രതയും ന്യൂനപക്ഷ വർഗീയ, തീവ്രവാദ ചേരിയിലും പ്രകടമാണെങ്കിലും അത് സാരമാക്കേണ്ടതില്ല എന്നതത്രേ അത്തരക്കാരുടെ പൊതുനിലപാട്. അവരിൽ ചിലരാകട്ടെ മുസ്ലീങ്ങൾ ഇന്ത്യയിൽ അപരവത്കരിക്കപ്പെട്ട വിഭാഗമാണ് എന്ന ചരിത്രവിരുദ്ധവാദമുയർത്തി ന്യൂനപക്ഷവർഗീയതയെ ഭൂരിപക്ഷവർഗീയതയെപ്പോലെ കാണാനാവില്ലെന്നു വിലയിരുത്തുന്നു. നീണ്ട ആറു നൂറ്റാണ്ടുകാലം മുസ്ലീം രാജവംശങ്ങൾ നാടുവാണിടത്ത് മുസ്ലീങ്ങൾ അപരവത്കരിക്കപ്പെട്ടിരിക്കുന്നു എന്ന വാദം എത്രമേൽ അന്തസ്സാരവിഹീനമല്ല!

വർഗീയതയുടെ സ്വഭാവം സംബന്ധിച്ച് വ്യത്യസ്ത കാഴ്ചപ്പാടുകൾ നിലനിൽക്കുന്ന പശ്ചാത്തലത്തിൽ ഭൂരിപക്ഷ മൗലികവാദത്തെ പ്രതിനിധാനം ചെയ്യുന്ന ഹിന്ദുത്വവാദത്തിന്റെയും ന്യൂനപക്ഷ മൗലികവാദത്തെ പ്രതിനിധാനം ചെയ്യുന്ന ഇസ്ലാമിസത്തിന്റെയും പ്രത്യയശാസ്ത്രപരമായ സാദൃശ്യത്തിന്റെ വിശകലനത്തിനു പ്രസക്തിയുണ്ട്. ഹിന്ദുത്വവാദം മാറോടണയ്ക്കുന്ന സംഘടനകൾ രാഷ്ട്രീയ ഹിന്ദുമതവും ഇസ്ലാമിസം നെഞ്ചോട് ചേർക്കുന്ന സംഘടനകൾ രാഷ്ട്രീയ ഇസ്ലാമും പിൻപറ്റുന്നവരാണ്

'ഹിന്ദുത്വ' എന്ന പ്രയോഗം വി.ഡി. സവർക്കറുടെ സംഭാവനയാണ്. പിൽക്കാലത്ത് രാഷ്ട്രീയ സ്വയംസേവക സംഘവും അതിന്റെ സൈദ്ധാന്തികനായ എം.എസ്. ഗോൾവൽക്കറും അതേറ്റെടുത്തു. 'ഹിന്ദുരാഷ്ട്ര'ത്തിന്റെ വക്താവായിരുന്ന സവർക്കർ എന്നപോലെ ഗോൾവൽക്കറും. 1947ൽ ഇന്ത്യൻ രാഷ്ട്രം നിലവിൽ വന്നിട്ടുണ്ടാകാമെങ്കിലും ആ രാഷ്ട്രത്തിൽ പരമാധികാരികൾ ഹിന്ദുക്കളല്ലെന്നും ഹിന്ദു സമാജത്തെ വിമോചിപ്പിച്ച്, ഇന്ത്യൻ രാഷ്ട്രത്തിന്റെ സ്ഥാനത്ത് ഹിന്ദുരാഷ്ട്രം നിലവിൽ വരുത്തേണ്ടതുണ്ട് എന്നുമായിരുന്നു ഗോൾവൽക്കറുടെ കാഴ്ചപ്പാട്.

ആർ.എസ്.എസ്സിന്റെ സൈദ്ധാന്തികഗുരു ഇന്ത്യയെ ഹിന്ദുമതവും ഹിന്ദു സംസ്കാരവുമായി ബന്ധിപ്പിച്ചു. ഹൈന്ദവതയ്ക്ക് പുറത്തുള്ള സർവ്വതിനേയും അദ്ദേഹം അതിനാൽത്തന്നെ അസ്വീകാര്യമായി വിലയിരുത്തി. ഹിന്ദുമതത്തിന്റെയും സംസ്കാരത്തിന്റെയും അടിസ്ഥാനത്തിലുള്ള രാഷ്ട്രമായി (ഹിന്ദു രാഷ്ട്രമായി) ഇന്ത്യയെ പരിവർത്തിപ്പിക്കണമെന്ന ഫണ്ടമെന്റലിസ്റ്റ് ആശയമത്രേ അദ്ദേഹം പൊക്കിപ്പിടിച്ചത്. മറ്റു വാക്കുകളിൽ പറഞ്ഞാൽ, ഹിന്ദുമതത്തെ മാധവ സദാശിവ ഗോൾവൽക്കർ അടിമുടി രാഷ്ട്രീയവത്കരിച്ചു. മുപ്പത്തിമൂന്നു വർഷക്കാലം

ആർ.എസ്.എസ്സിനെ നയിച്ച ഗോൾവൽക്കർ പൊളിറ്റിക്കൽ ഹിന്ദുയിസത്തിന്റെ കടുത്ത പോരാളിയായി നിലകൊണ്ടു.

1925-ലാണ് കെ.ബി. ഹെഡ്ഗെവർ ആർ.എസ്.എസ്. രൂപവത്കരിച്ചത്. അതു കഴിഞ്ഞ് മൂന്നാംവർഷം 1928-ൽ ഈജിപ്തിൽ ഇഖ്വാനുൽ മുസ്‌ലിമൂൻ (മുസ്ലീം ബ്രദർഹുഡ്) എന്ന സംഘടന നിലവിൽ വന്നു. ഹിസനുൽ ബന്നയായിരുന്നു സ്ഥാപകൻ. അവിഭക്ത ഇന്ത്യയിൽ 1941-ൽ അബുൽ അഅ്‌ല മൗദൂദി ജമാഅത്തെ ഇസ്ലാമി എന്ന സംഘടനയ്ക്കും രൂപം നൽകി. രാഷ്ട്രീയ ഇസ്ലാമിന്റെ അഥവാ ഇസ്ലാമിസത്തിന്റെ പ്രതിനിധാനങ്ങളായിരുന്നു മിസ്ലീം ബ്രദർഹുഡ്ഡും ജമാഅത്തെ ഇസ്ലാമിയും. ഇസ്ലാംമതവും രാഷ്ട്രീയവും രണ്ടല്ല എന്ന് സിദ്ധാന്തിച്ച ബന്നയും മൗദൂദിയും അവർക്കു പുറമെ മുസ്ലീം ബ്രദർഹുഡ്ഡിന്റെ സൈദ്ധാന്തികനായിരുന്ന സയ്യിദ് ഖുതുബും വാദിച്ചത് ഇസ്ലാംമതത്തിന്റെ സമ്പൂർണത കുടികൊള്ളുന്നത് ഇസ്ലാമിക രാഷ്ട്രത്തിന്റെ (ഇസ്ലാമിക ഭരണത്തിന്റെ) സംസ്ഥാപനത്തിലാണ് എന്നത്രേ.

ഹിന്ദു രാഷ്ട്രത്തെക്കുറിച്ച് സംസാരിച്ച ഹിന്ദുത്വവാദികളും ഇസ്ലാമിക രാഷ്ട്രത്തെക്കുറിച്ച് സംസാരിച്ച ഇസ്ലാമിസ്റ്റുകളും മതരാഷ്ട്രസങ്കല്പത്തിൽ മാത്രമല്ല സമാനത പ്രകടമാക്കുന്നത്. മതനിരപേക്ഷതയോടും ജനാധിപത്യത്തോടും സംസ്കാരത്തോടുമുള്ള സമീപനത്തിലും അവർ ഒരേ തൂവൽപക്ഷികളാണ്. ഗോൾവൽക്കറുടെ ആർ.എസ്.എസ്. മതനിരപേക്ഷതയും ജനാധിപത്യവും 'അഭാരതീയം' എന്ന നിലയിൽ തള്ളിക്കളഞ്ഞപ്പോൾ മൗദൂദിയും ഖുതുബും 'പാശ്ചാത്യം' എന്ന നിലയിൽ അവ നിരാകരിച്ചു. ഇന്ത്യയിൽ ഇന്നാട്ടിലെ സമസ്ത ജനവിഭാഗങ്ങളുടെയുമല്ല, ഹിന്ദുക്കളുടെ മാത്രം ആധിപത്യമാണ് വേണ്ടതെന്ന് ആർ.എസ്. എസ്. ആചാര്യൻ വ്യക്തമാക്കിയപ്പോൾ, ഇന്ത്യയിൽ മാത്രമല്ല 'അല്ലാഹുവിന്റെ ഭൂമിയിൽ' എല്ലായിടത്തും നിലനിൽക്കേണ്ടത് അല്ലാഹുവിന്റെ ആധിപത്യം (ഇസ്ലാമിന്റെ ആധിപത്യം) ആണെന്നാണ് ജമാഅത്തിനെ ഇസ്ലാമിയുടെ ആചാര്യൻ പറഞ്ഞത്.

'ശുദ്ധ ഹിന്ദു സംസ്കാരം' എന്ന സങ്കല്പം ഉയർത്തിപ്പിടിച്ച ഗോൾവൽക്കർ അഹിന്ദു സംസ്കാരവുമായുള്ള വേഴ്ചകൾ വിലക്കി. 'സാംസ്കാരിക ദേശീയത' (കൾച്ചറൽ നാഷണലിസം) എന്ന സംഘസങ്കല്പം ഈ വിലക്കിന്റെ ഉത്പന്നമാണ്. മൗദൂദിയടക്കമുള്ള ഇസ്ലാമിസ്റ്റുകൾ പൊക്കിപ്പിടിച്ചത് 'ശുദ്ധ ഇസ്ലാമിക സംസ്കാര'മാണ്. അതിനു വെളിയിലുള്ള മതസംസ്കാരങ്ങൾ ഉൾപ്പെടെയുള്ള സകല സംസ്കാരങ്ങളെയും അവർ വർജ്ജ്യമായി കണ്ടു. 'ഇസ്ലാമിക സാംസ്കാരികത' (ഇസ്ലാമിക് കൾച്ചറലിസം) എന്ന ആശയമത്രേ അവർ വിനിമയം ചെയ്തത്. ചരിത്ര യാഥാർത്ഥ്യമായ സാംസ്കാരിക മിശ്രണം (cultural syncretism) എന്ന മതേതര സാംസ്കാരികാവസ്ഥ രണ്ടുകൂട്ടർക്കും അസ്വീകാര്യമായിരുന്നു.

ജനാധിപത്യം, മതനിരപേക്ഷത, സംസ്കാരം എന്നീ വിഷയങ്ങളിൽ മാത്രമല്ല ഹിന്ദുത്വവും ഇസ്ലാമിസവും തമ്മിൽ സാദൃശ്യം നിലനിൽക്കുന്നത്. കമ്യൂണിസത്തോടുള്ള വിരോധത്തിലും ഒരേ തട്ടിൽ നിൽക്കുന്നു രണ്ടു ചിന്താപദ്ധതിയും. ഗോൾവൽക്കറുടെ ശത്രുപട്ടികയിൽ ഇസ്ലാം മതവും ക്രിസ്തുമതവുമെന്നപോലെ കമ്യൂണിസവും കടന്നുവരുന്നു. ഇസ്ലാം അല്ലാത്ത മറ്റൊരു മതവും സത്യമതമല്ലെന്നു ശഠിക്കുന്ന മൗദൂദിയും കമ്യൂണിസത്തെ കൊടുംശത്രുവായാണ് കാണുന്നത്. നീണ്ട 38 വർഷം ജമാഅത്തെ ഇസ്ലാമിയുടെ നേതൃപദവിയിലിരുന്ന അബുൽ അഅ്ല മൗദൂദിയുടെ വാക്കുകളിൽ, 'ഒരു ജർമൻ യഹൂദിയുടെ പ്രതികാര ബുദ്ധിയിൽനിന്ന് പൊട്ടിമുളച്ചതും റഷ്യയിൽ തഴച്ചുവളർന്നതുമായ വിഷച്ചെടിയാണ് കമ്യൂണിസം.'

അപരമതദ്വേഷവും അപരസമുദായവൈരവും അപരസംസ്കാര വിരോധവും ഹിന്ദുത്വവാദത്തിന്റെയും ഇസ്ലാമിസത്തിന്റെയും പ്രത്യയശാസ്ത്രം തുല്യഅളവിൽ പ്രസരിപ്പിക്കുന്നുണ്ട്. ഇന്ത്യ ഭരിക്കേണ്ടത് ഹിന്ദുത്വവാദികളാണ് എന്ന വാദത്തിൽനിന്നു കിനിഞ്ഞിറങ്ങുന്നതിനോളമോ അതിൽ കൂടുതലോ അന്യജനവിഭാഗദ്വേഷവും അസഹിഷ്ണുതയും ലോകം ഭരിക്കേണ്ടത് 'അല്ലാഹു നൽകിയ രാഷ്ട്രീയ-നിയമ വ്യവസ്ഥ' നടപ്പാക്കുന്ന ഇസ്ലാമിസ്റ്റുകളാണ് എന്ന വാദത്തിൽനിന്നും പ്രവഹിക്കുന്നുണ്ട്. അപരനിഷ്കാസനത്വരയിൽ അധിഷ്ഠിതമായ ഈ രണ്ടു പ്രത്യയശാസ്ത്രങ്ങളും അത്യന്തം ഇടുങ്ങിയ മതാത്മക ലോകവീക്ഷണമാണ് അണികൾക്ക് പ്രദാനം ചെയ്യുന്നത്.

വിശാല മാനവികതയുടെയും മതേതര ജനാധിപത്യ സംസ്കാരത്തിന്റെയും എതിർചേരിയിൽ രണവീറോടെ നിൽക്കുന്ന പ്രസ്തുത മതാത്മക ലോകവീക്ഷണങ്ങളാൽ പ്രചോദിതരായാണ് സംഘപരിവാറുകാരും ഇസ്ലാമിസ്റ്റ് പരിവാറുകാരും പ്രവർത്തിക്കുന്നത്. ഹിന്ദുത്വ തീവ്രവാദികൾ മാത്രമല്ല ഇസ്ലാമിസ്റ്റ് തീവ്രവാദികളും ഹിംസയിലും ഫാഷിസ്റ്റ് കൃത്യങ്ങളിലും മുഴുകുന്നുണ്ട്. ഇക്കാര്യം ഒട്ടേറെ അക്രമസംഭവങ്ങളിലൂടെ വെളിപ്പെട്ടതാണ്. കേരളത്തിലാണെങ്കിൽ 2010 ജൂലായ് 4ന് മൂവ്വാറ്റുപുഴയിൽ പ്രൊഫ.ടി.ജെ. ജോസഫിന് നേരെയുണ്ടായ കിരാതമായ ആക്രമണവും ഇപ്പോൾ 2018 ജൂലായ് 2ന് എറണാകുളം മഹാരാജാസ് കോളേജ് വളപ്പിൽ അരങ്ങേറിയ അഭിമന്യുവധവും ന്യൂനപക്ഷ തീവ്രവാദവും ഭൂരിപക്ഷ തീവ്രവാദത്തോളം കഠിനവും കരാളവുമാണെന്നു സംശയാതീതമായി സാക്ഷ്യപ്പെടുത്തുന്നു.

ന്യൂനപക്ഷ മതതീവ്രവാദികളുടെ കത്തിമുനയിൽ അകാലത്ത് പൊലിഞ്ഞുപോയ വട്ടവട സ്വദേശി അഭിമന്യു എന്ന വിദ്യാർത്ഥി നമ്മോട് (മതേതര സമൂഹത്തോട്) പറയുന്നത് ഇതാണ്: വർഗീയതയിലും മത തീവ്രവാദത്തിലും തജ്ജന്യമായ അസഹിഷ്ണുതയിലും അക്രമവാസനയിലും ഭൂരിപക്ഷ സമുദായ-ന്യൂനപക്ഷസമുദായ ഭേദമില്ല. ഇരുഭാഗത്തുമുള്ള വർഗീയ-മതമൗലിക വിഷത്തിന്റെ വീര്യം (പൊട്ടൻസി) ഒന്നു തന്നെയാണ്. രണ്ടിനേയും ഒരുപോലെ പ്രതിരോധിച്ചില്ലെങ്കിൽ രണ്ടും മത്സരിച്ചു വളർന്നുകൊണ്ടേയിരിക്കും. മനുഷ്യരെ സ്നേഹിക്കുന്നവരും മാനവികതയിൽ വിശ്വസിക്കുന്നവരും ഇരുവർഗീയതകളെയും തുല്യ അളവിൽ ചെറുക്കൂ എന്നു മന്ത്രിച്ചുകൊണ്ടാവണം പാവം അഭിമന്യു അന്ത്യശ്വാസം വലിച്ചത്. ∎

കേരളസംസ്കാരത്തിലെ മുസ്ലീംസ്പർശം

കേരളീയ ഇസ്ലാം ഉത്തരേന്ത്യൻ ഇസ്ലാമിൽനിന്നു പ്രകടമാംവിധം വ്യത്യസ്തത പുലർത്തുന്ന ഒരു പ്രതിഭാസമാണ്. അതിനു ചരിത്രപരമായ കാരണങ്ങളുണ്ട്. രണ്ടിടങ്ങളിലും ഇസ്ലാം കടന്നുവന്നതിന്റെ രീതിഭേദത്തിൽനിന്നാണ് ഈ വ്യതിരിക്തത മുളപൊട്ടുന്നത്. വടക്കേ ഇന്ത്യയിൽ എട്ടാം നൂറ്റാണ്ടിന്റെ ആരംഭംതൊട്ട് മുസ്ലീം ആക്രമണകാരികളുടെ പടയോട്ടങ്ങളുണ്ടായി. എ.ഡി. 712-ൽ മുഹമ്മദ് ബിൻ കാസിമും മൂന്നു നൂറ്റാണ്ടിനുശേഷം മഹമൂദ് ഗസ്നിയും അതു കഴിഞ്ഞ് മുഹമ്മദ് ഘോറിയുമൊക്കെ നടത്തിയ സൈനിക ഇടപെടലുകൾ ഉദാഹരണങ്ങളാണ്. പതിനൊന്നാം നൂറ്റാണ്ടിന്റെ ആദ്യപാദത്തിൽ പതിനേഴുതവണ ഉത്തരഭാരതത്തിൽ പടയോട്ടം നടത്തുകയും ക്ഷേത്രധനം ഉൾപ്പെടെയുള്ള സമ്പത്ത് കൊള്ളയടിക്കുകയും പതിനായിരങ്ങളെ തടവുകാരായിപ്പിടിച്ച് അഫ്ഗാനിസ്ഥാനിലെ തന്റെ സാമ്രാജ്യത്തിലേക്കു കടത്തുകയും ചെയ്ത മഹ്മൂദിലൂടെയാണ് വടക്കേ ഇന്ത്യ ഇസ്ലാമിനെ അറിയുന്നത്. മറ്റു വാക്കുകളിൽ പറഞ്ഞാൽ, മധ്യശതകങ്ങളിലെ ഉത്തരേന്ത്യക്കാരെ സംബന്ധിച്ചിടത്തോളം ഇസ്ലാം എന്നത് ആക്രമണകാരികളുടെ മതമായിരുന്നു.

കേരളത്തിലേക്കു ഇസ്ലാം കടന്നുവന്നത് തികച്ചും വ്യത്യസ്തമായ രീതിയിലാണ്. കുരുമുളകും ഏലവും ചുക്കും ഉൾപ്പെടെയുള്ള സുഗന്ധദ്രവ്യങ്ങൾ തേടി അറേബ്യയിൽനിന്നുവന്ന കച്ചവടക്കാരിൽനിന്നാണ് കേരളം ഇസ്ലാമിനെ പരിചയപ്പെടുന്നത്. ഇസ്ലാം ആവിർഭവിക്കുന്നതിനു മുൻപുതന്നെ (കേരളത്തിന്റെ, വിശേഷിച്ച് മലബാറിന്റെ തീരദേശങ്ങളുമായി അറബിവ്യാപാരികൾ ബന്ധപ്പെട്ടിരുന്നു. ഏഴാംനൂറ്റാണ്ടിൽ ഇസ്ലാം നിലവിൽവന്നശേഷം വ്യാപാരാവശ്യാർത്ഥം മലബാറിൽ വന്ന അറബികൾ മുഖേനയാണ് ഇവിടെ ഇസ്ലാം അല്പാല്പം വേരൂന്നാൻ തുടങ്ങുന്നത്. ശറഫ് ഇബിൻ മാലിക്, മാലിക് ഇബിൻ ദീനാർ, മാലിക് ഇബിൻ ഹബീബ് തുടങ്ങിയ ഇസ്ലാംമത പ്രചാരകർ കൊടുങ്ങല്ലൂരിൽ വരികയും

അവിടെ മുസ്ലീം ദേവാലയം പണിയുകയും ചെയ്തതായി ശെയ്ഖ് സൈനുദ്ദീൻ മഖ്ദൂം തന്റെ 'തുഹ്ഫത്തുൽ മുജാഹിദീൻ' എന്ന കൃതി(1583)യിൽ ചൂണ്ടിക്കാട്ടുന്നുണ്ട്. എന്തായാലും ഒരു കാര്യം ഉറപ്പിച്ചു പറയാം: ആക്രമണകാരികളായ മുസ്ലീം പടത്തലവന്മാരിലൂടെയല്ല കേരളത്തിൽ ഇസ്ലാം കാലുകുത്തിയത്. കേരളീയർ പരിചയപ്പെട്ട ഇസ്ലാം അക്ഷരാർത്ഥത്തിൽ കച്ചവടക്കാരുടെ മതമായിരുന്നു. അതുകൊണ്ടുതന്നെ ഉത്തരേന്ത്യൻ ഇസ്ലാമിൽനിന്നു വ്യത്യസ്തമായി അതിന്റെ മുഖം ഏറെ സൗമ്യമായിരുന്നു.

മലയാളത്തിലെ ഇസ്ലാമിനെയും ഉത്തരഭാരതത്തിലെ ഇസ്ലാമിനെയും വേർതിരിച്ചുനിർത്തുന്നതിൽ പങ്കുവഹിച്ച മറ്റൊരു ഘടകം ഭരണാധിപത്യവുമായി ബന്ധപ്പെട്ടതാണ്. പതിമൂന്നാംനൂറ്റാണ്ടോടുകൂടി വടക്കേ ഇന്ത്യയിൽ മുസ്ലീം രാജവംശങ്ങൾ ഉയർന്നുവരികയും ആധിപത്യം ഉറപ്പിക്കുകയും ചെയ്യാൻ തുടങ്ങി. പതിനാറാംനൂറ്റാണ്ടിന്റെ ആദ്യത്തിൽ ബാബർ മുഗൾസാമ്രാജ്യത്തിന് അടിത്തറ പാകിയതോടെ അതിന്റെ വ്യാപ്തിയും സ്വാധീനതയും വർധിച്ചു. പത്തൊൻപതാംനൂറ്റാണ്ടിന്റെ മദ്ധ്യംവരെ ഭരണത്തിന്റെ മതം എന്ന നില ഉത്തരേന്ത്യയിൽ ഇസ്ലാമിനുണ്ടായിരുന്നു. കേരളത്തിൽ സ്ഥിതി വ്യത്യസ്തമാണ്. കണ്ണൂരിൽ മുസ്ലീങ്ങളുടെ അറയ്ക്കൽ രാജവംശം നിലനിന്നിരുന്നു എന്നത് ശരിയാണെങ്കിലും ഭരണത്തിന്റെ മതം എന്ന പ്രഭാവം കേരളത്തിൽ ഇസ്ലാമിനുണ്ടായിരുന്നില്ല. ഭരണത്തിന്റെ (രാഷ്ട്രീയത്തിന്റ) മതം എന്നതിലുപരി വ്യാപാരത്തിന്റെ മതം എന്ന നിലയിൽ വർത്തിച്ച ഇസ്ലാം ഇവിടെ രാഷ്ട്രീയസംഘർഷത്തിന്റെ തലത്തിലേക്കു നീങ്ങിയില്ല. പതിനാറാംനൂറ്റാണ്ടിൽ പോർച്ചുഗീസുകാരും മുസ്ലീങ്ങളും തമ്മിലുണ്ടായ സംഘർഷങ്ങൾക്കു പിന്നിൽപ്പോലും മതാത്മകരാഷ്ട്രീയമല്ല, വ്യാപാരതാത്പര്യങ്ങളാണ് പ്രവർത്തിച്ചത്. മധ്യശതകങ്ങളിൽ രാഷ്ട്രീയാധികാര മോഹങ്ങൾ ഇല്ലാതെ നിലനിന്നതിനാൽ കേരളത്തിലെ ഇസ്ലാം ഇവിടത്തെ ഹിന്ദുസമുദായവുമായി രാഷ്ട്രീയ സംഘർഷങ്ങളിൽ വ്യാപൃതമാകുന്ന സ്ഥിതിവിശേഷം പൊതുവിൽ സംജാതമായില്ല. പതിനെട്ടാം നൂറ്റാണ്ടിന്റെ ഉത്തരാർദ്ധത്തിൽ മൈസൂർ സുൽത്താന്മാർ നടത്തിയ പടയോട്ടങ്ങൾ നേരിയ തോതിൽ സമുദായ സംഘർഷത്തിനിടവരുത്തിയെങ്കിലും ഹിന്ദുമുസ്ലീം സൗഭ്രാത്രം തന്നെയായിരുന്നു മധ്യകാലകേരളത്തിന്റെ മുഖമുദ്ര.

എടുത്തുപറയേണ്ട മൂന്നാമത്തെ ഘടകം കേരളത്തിലെ മുസ്ലീങ്ങളുടെ ഏറെക്കുറെ പൂർണമായ തദ്ദേശീയത്വമാണ്. മധ്യകാലഘട്ടത്തിൽ അറേബ്യ, തുർക്കി, പേർഷ്യ, അഫ്ഗാനിസ്ഥാൻ തുടങ്ങിയ വിദേശ രാജ്യങ്ങളിൽനിന്നു വന്നവരുടെ ഒരു സന്തതിപരമ്പര അവഗണിക്കാനാവാത്ത തോതിൽ വടക്കേ ഇന്ത്യയിലെ മുസ്ലീങ്ങൾക്കിടയിലുണ്ട്. വിദേശ

പൂർവികരുടെ പിന്മുറക്കാരായ ഇവരത്രേ ഉത്തരേന്ത്യൻ മുസ്ലീങ്ങൾക്കിടയിലെ വരേണ്യവിഭാഗം. അവരിൽ അറബികളായ പൂർവികരുടെ പിന്മുറക്കാർ സയ്യിദ്, ശെയ്ഖ് എന്നീ ജാതിപ്പേരുകളിലും മുഗൾ (മംഗോൾ) പൂർവികരുടെ പിന്മുറക്കാർ മുഗൾ എന്ന വംശപ്പേരിലും അഫ്ഗാൻപൂർവികരുടെ പിന്മുറക്കാർ പത്താൻ എന്ന വംശപ്പേരിലും അറിയപ്പെടുന്നു. കേരളത്തിൽ അറബി പൂർവികരുടെ പിന്മുറ അവകാശപ്പെടുന്ന തങ്ങൾ എന്ന ഒരു മൈക്രോസ്കോപ്പികവിഭാഗമുണ്ടെങ്കിലും, ഇവിടെയുള്ള മുസ്ലീങ്ങളിൽ 99 ശതമാനവും ഇന്നാട്ടിലെ വിവിധ ഹൈന്ദവജാതികളിൽനിന്ന് പല ഘട്ടങ്ങളിൽ മതംമാറിവന്നവരുടെ സന്തതി പരമ്പരകളാണ്.

കേരളത്തിലെ ഒരേയൊരു മുസ്ലീംരാജവംശമായ കണ്ണൂരിലെ അറയ്ക്കൽ ആദിരാജാക്കന്മാരുടെ ഭൂതകാലത്തിലേക്കു തിരിഞ്ഞുനോക്കുമ്പോഴും ഹിന്ദുക്കളിൽനിന്നു മതപരിവർത്തനം ചെയ്തവരാണ് ആ രാജവംശം സ്ഥാപിച്ചതെന്നു കാണാനാവും. അറയ്ക്കൽ രേഖകൾ ഡോ. കെ.കെ.എൻ.കുറുപ്പ് തന്റെ 'ദി ആലിരാജാസ് ഓഫ് കാനനൂർ' എന്ന കൃതിയിൽ ഇക്കാര്യം വെളിപ്പെടുത്തുന്നുണ്ട്. ചേരമാൻ പെരുമാളുടെ സഹോദരി ശ്രീദേവി ധർമ്മപട്ടണത്ത്: (ധർമടത്ത്) താമസിച്ചിരുന്നവർ അവരുടെ മകൻ മഹാബലിയാണ് 'അമ്മാവൻ മക്കത്തു പോയശേഷം അധികാരമേറ്റതെന്നും അറയ്ക്കൽ രേഖയിൽ പറയുന്നു. മഹാബലി പിന്നീട് ഇസ്ലാമിലേക്ക് പരിവർത്തനം ചെയ്യുകയും മുഹമ്മദലി എന്ന പേർ സ്വീകരിക്കുകയും ചെയ്തു. ആദ്യത്തെ മുസ്ലീം രാജാവെന്ന നിലയ്ക്ക് അദ്ദേഹം ആദി രാജ എന്ന പേരിൽ അറിയപ്പെടാനും ഇടയായി.

ഇതോടുചേർത്തു വായിക്കേണ്ട മറ്റൊരു കാര്യം കേരളത്തിലെ (മലബാറിലെ) ഹിന്ദുരാജാക്കന്മാർ മുസ്ലീങ്ങളോട് അനുവർത്തിച്ച സൗഹാർദ്ദ പൂർണ്ണമായ സമീപനമാണ്. ശെയ്ഖ് സൈനുദ്ദീൻ എഴുതുന്നു: 'ഹിന്ദുക്കളായ ഭരണാധികാരികളും അവരുടെ സൈനികരും മുസ്ലീങ്ങളോട് ഏറെ സഹിഷ്ണുതയോടെയാണ് പെരുമാറിയത്. മുസ്ലീങ്ങളുടെ വ്യാപാരം അഭിവൃദ്ധിപ്പെടാൻ അതാണ് കാരണം.' (Tuhfatal Mujahidin, Trans: S. Muhammed Husayn Nainar, P. 45).

തികഞ്ഞ ഭക്തരായിരുന്ന ഈ ഹിന്ദുഭരണകർത്താക്കൾ മുസ്ലീങ്ങളുടെ മതപരമായ ചടങ്ങുകൾ വിഘ്നമേതുമില്ലാതെ നടത്തിക്കൊണ്ടുപോരാനുള്ള സാഹചര്യങ്ങൾ സൃഷ്ടിക്കുന്നതിൽ പ്രത്യേകം ശ്രദ്ധിച്ചിരുന്നു എന്ന് സൈനുദ്ദീൻ തുടർന്നു വ്യക്തമാക്കുന്നുണ്ട്. ഈ രാജാക്കന്മാരുടെ പ്രജകളായിരുന്ന മുസ്ലീങ്ങൾ മൊത്തം ജനസംഖ്യയുടെ പത്തു ശതമാനം പോലും വരുമായിരുന്നില്ല. എന്നിട്ടും ഹിന്ദു ഭരണാധികാരികൾ മുസ്ലീങ്ങളോട് വിവേചനം കാണിക്കുകയോ വിപ്രതിപത്തി പ്രകടിപ്പിക്കുകയോ ചെയ്തില്ലെന്നു മാത്രമല്ല, അവർക്കു സവിശേഷമായ

ആദരവും പരിഗണനയും നല്കുകയും ചെയ്തു. "മുസ്ലീങ്ങൾക്കു വെള്ളിയാഴ്ച ദിവസങ്ങളിൽ ജുമുഅ: പ്രാർത്ഥന നിർവഹിക്കാനും ഈദ് (പെരുന്നാൾ) ആഘോഷിക്കാനും ഭരണാധികാരികൾ സൗകര്യമൊരുക്കി. പള്ളികളിൽ ബാങ്ക് വിളിക്കുന്ന മുഅസ്സിനുകൾക്കും പ്രാർത്ഥന നയിക്കുന്ന ഖാസിമാർക്കും പ്രതിഫലം നൽകിയതും ഹിന്ദുരാജാക്കന്മാരാണ്." (ibid, pp.45-46).

കേവലവും നിരുപാധികവുമായ സഹിഷ്ണുതയിൽനിന്നാവണമെന്നില്ല ഹിന്ദുഭരണകർത്താക്കളുടെ അനുഭാവപൂർണ്ണമായ നിലപാടു നാമ്പെടുത്തത്. സാഹചര്യങ്ങൾ അത് ആവശ്യപ്പെട്ടിരിക്കാം. പുറംലോകവുമായി വ്യാപാരത്തിലേർപ്പെട്ട മുസ്ലീങ്ങൾ കേരളത്തിന്റെ വാണിജ്യപരമായ അഭിവൃദ്ധിയെ സംബന്ധിച്ചിടത്തോളം ഒരു അവശ്യഘടകമാണെന്ന സ്ഥിതിവിശേഷം അക്കാലത്തുണ്ടായിരുന്നു. തന്മൂലം അവരുമായുള്ള ബന്ധം സൗഹാർദ്ദാധിഷ്ഠിതവും സുഭദ്രവുമാക്കാൻ രാജാക്കന്മാർ പല ആനുകൂല്യങ്ങളും അവർക്കു നൽകിയതാവാം. ഡോ. എം.ജി.എസ്. നാരായണൻ തന്റെ "കൾച്ചറൽ സിംബയോസിസ്" എന്ന കൃതിയിൽ നിരീക്ഷിക്കുന്നതുപോലെ അറബികളുടെ ശിക്ഷണത്തിൽ നാവികസേന സജ്ജമാക്കുന്നതിനു വേണ്ടി ഓരോ മുക്കുവ കുടുംബത്തിൽനിന്നും ഒന്നോ രണ്ടോ പേർ മുസ്ലീം ആവണമെന്ന് സാമൂതിരി രാജാവ് നിർദ്ദേശിച്ചിരുന്നതായി പറയപ്പെടുന്നുണ്ട്.

ഇതെല്ലാം വിരൽ ചൂണ്ടുന്നത് മധ്യശതകങ്ങളിൽ കേരളത്തിൽ ഹിന്ദു-മുസ്ലീം പാരസ്പര്യം ശക്തമായ അളവിൽ നിലനിന്നിരുന്നു എന്ന വസ്തുതയിലേക്കാണ്. കച്ചവടക്കാരുടെ മതം എന്ന നിലയ്ക്ക് കേരളക്കരയിൽ രംഗപ്രവേശം ചെയ്ത ഇസ്ലാം നാട്ടുകാരുടെയും നാടുവാഴികളുടെയും രാജാക്കന്മാരുടെയും പ്രീതിയും ആദരവും അനായാസം ആർജ്ജിച്ചു. സമൂഹത്തിന്റെ മേൽത്തട്ടിലും കീഴ്ത്തട്ടിലുമുള്ള ഒരു വിഭാഗം ആ മതത്തിലേക്ക് അനുക്രമം കടന്നുചെല്ലാതിരുന്നുമില്ല. എന്നാൽ എടുത്തുപറയേണ്ട ഒരു സവിശേഷതയുണ്ട്. ഹൈന്ദവപാരമ്പര്യങ്ങളിൽനിന്ന് ഇസ്ലാമിലേക്ക് മതം മാറിയവർ തങ്ങളുടെ പൂർവ്വമത വിശ്വാസങ്ങൾ ഒരു വലിയ പരിധിവരെ ഉപേക്ഷിച്ചുവെങ്കിലും പഴയ സാമൂഹികാചാരങ്ങൾ പലതും അവർ കൈവെടിഞ്ഞിരുന്നില്ല എന്നതാണത്. കണ്ണൂരിലും പരിസരങ്ങളിലും മുസ്ലീങ്ങൾക്കിടയിൽ ഇപ്പോഴും നിലനിൽക്കുന്ന മരുമക്കത്തായം ഒരുദാഹരണമാണ്. നായന്മാർ പിന്തുടർന്നുപോന്ന മരുമക്കത്തായരീതിയാണ് ആ പ്രദേശങ്ങളിലെ മുസ്ലീങ്ങളും പിന്തുടർന്നത്. മുസ്ലീങ്ങൾ നടത്തുന്ന ആണ്ടുനേർച്ചകളിലും മറ്റും ഹൈന്ദവാചാരങ്ങളുടെ ശക്തമായ സ്വാധീനത കാണാം.

എട്ടാം നൂറ്റാണ്ടുതൊട്ട് പതിനഞ്ചാം നൂറ്റാണ്ടിന്റെ അന്ത്യം വരെ പോറലേൽക്കാതെ നിലനിന്ന ഹിന്ദു-മുസ്ലീം പാരസ്പര്യം മുസ്ലീം

സമൂഹത്തിന്റെ ഏറക്കുറെ സംഘർഷരഹിതമായ വികാസത്തിനു വഴിയൊരുക്കി. അറബ് മേഖലയുമായുള്ള വ്യാപാരം കേരളത്തിന്റെ സാമ്പത്തികവളർച്ചയ്ക്കും മുന്നേറ്റത്തിനും അനുഗുണമായിരുന്നു. അതിനാൽത്തന്നെ ഹിന്ദുഭരണകർത്താക്കൾ അതിന് നിർലോപം പിന്തുണ നൽകി. പക്ഷേ, പതിനഞ്ചാം നൂറ്റാണ്ടിന്റെ അന്ത്യത്തിൽ വാസ്കോഡഗാമയുടെ നേതൃത്വത്തിൽ പോർച്ചുഗീസുകാർ കോഴിക്കോട്ടു കപ്പലിറങ്ങിയതോടെ സ്ഥിതിഗതികളിൽ മാറ്റം വരാൻ തുടങ്ങി. അതുവരെ വ്യാപാരരംഗത്ത് മുസ്ലീങ്ങൾക്ക് എതിർശക്തികളില്ലായിരുന്നു. വാണിജ്യതാത്പര്യങ്ങളുമായി രംഗപ്രവേശം ചെയ്ത പോർച്ചുഗീസുകാരും തുടർന്നുവന്ന മറ്റു യൂറോപ്യൻ ശക്തികളും മുസ്ലീങ്ങളുടെ വ്യാപാരക്കുത്തക തകർത്തു. പോർച്ചുഗീസുകാരുമായുള്ള വാണിജ്യപ്പോരിൽ മുസ്ലീങ്ങൾക്കു പലപ്പോഴും ഏറ്റുവാങ്ങേണ്ടിവന്നത് പരാജയമാണ്.

പക്ഷേ, പോർച്ചുഗീസുകാർക്കെതിരെ മുസ്ലീങ്ങൾ ശക്തമായ പ്രതിരോധം തീർക്കാതിരുന്നില്ല. സാമൂതിരിയുടെ കീഴിൽ നാവികമേധാവികളായി പ്രവർത്തിച്ചിരുന്ന കുഞ്ഞാലിമരയ്ക്കാർമാരുടെ ചരിത്രം സുവിദിതമാണ്. പതിനാറാം ശതകത്തിൽ നാലു കുഞ്ഞാലിമരയ്ക്കാർമാർ സാമൂതിരി രാജാവിനു കീഴിൽ പോർച്ചുഗീസ് പട്ടാളത്തിനെതിരെ പട നയിച്ചു. കോട്ടയ്ക്കൽ കുഞ്ഞാലിമരയ്ക്കാർമാർ പോർച്ചുഗീസ് മേധാവിത്വത്തിനെതിരെ ധീരമായ ചെറുത്തുനില്പു നടത്തി. “ഫക്കീഹ് അഹമ്മദ് മരയ്ക്കാറും അയാളുടെ അനുജൻ കുഞ്ഞാലി മരയ്ക്കാറും അമ്മാവൻ മുഹമ്മദ് മരയ്ക്കാറും കൊച്ചിയിലെ സമ്പന്നരായ വ്യാപാരികളായിരുന്നു. അതേ കുടുംബത്തിലെ മമ്മാലി മരയ്ക്കാറായിരുന്നു കൊച്ചിയിലെ ഏറ്റവും സമ്പന്നനായ വ്യക്തി. വിദേശശക്തികളിൽനിന്നു രാജ്യത്തെ രക്ഷിക്കാനുള്ള തീവ്രാഭിലാഷത്താൽ പ്രചോദിതരായി കുഞ്ഞാലിമാർ തങ്ങളുടെ തഴയ്ക്കുന്ന വ്യാപാരവും സമാധാനപൂർണമായ ജീവിതവും ഉപേക്ഷിച്ച് തങ്ങളുടെ അനുയായികളോടൊപ്പം 1524-ൽ പൊന്നാനിയിലേക്കു മാറിത്താമസിച്ചു. ഇബ്രാഹിം മരയ്ക്കാർ തന്റെ കപ്പലുകളും ആയുധങ്ങളുമായി കോഴിക്കോട്ടേക്കുപോയി. പോർച്ചുഗീസുകാർക്കെതിരെ യുദ്ധം ചെയ്യാൻ തന്റെ സൈനികസേവനം അയാൾ സാമൂതിരിക്കു ഉറപ്പുനൽകുകയും സാമൂതിരി അത് സ്വീകരിക്കുകയും ചെയ്തു. സാമൂതിരിയുടെ പിന്തുണയോടെ പോർച്ചുഗീസ് പടയ്ക്കെതിരെയുള്ള പോരാട്ടത്തിനു കുഞ്ഞാലി മരയ്ക്കാർമാർ നേതൃത്വം നല്കി.” (Prof. K.M. Bahauddin, Kerala Muslims, p.48).

പോർച്ചുഗീസുകാരിൽനിന്നു ഡച്ചുകാരും അവരിൽനിന്ന് ഇംഗ്ലീഷുകാരും കേരളത്തിലെ വ്യാപാരമേഖല കൈയടക്കി. ആയുധശേഷിയിലും യുദ്ധതന്ത്രത്തിലും മുൻനിന്ന ഈ പാശ്ചാത്യശക്തികളുടെ മുൻപിൽ മുസ്ലീം സമൂഹം സാരമായി തകർന്നിരുന്നു. അതുമാത്രമല്ല

പാശ്ചാത്യരുടെ ഇടപെടൽമൂലം സംഭവിച്ചത്, തങ്ങളുടെ വാണിജ്യ-രാഷ്ട്രീയതാത്പര്യങ്ങൾ പരിരക്ഷിക്കുന്നതിന് യൂറോപ്യന്മാർ ഭിന്നിപ്പിക്കൽ നയം സമർത്ഥമായി നടപ്പാക്കി. രാജാക്കന്മാരെ തമ്മിൽത്തമ്മിലും സമുദായങ്ങളെ തമ്മിൽത്തമ്മിലും അവർ പോരടിപ്പിച്ചു. ഈ തന്ത്രത്തിന്റെ ഏറ്റവും വിനാശകരമായ ഫലം അതുവരെ ഹിന്ദുക്കൾക്കും മുസ്ലീങ്ങൾക്കുമിടയിൽ നിലനിന്ന മൈത്രിയും പരസ്പരവിശ്വാസവും നഷ്ടപ്പെട്ടു എന്നതായിരുന്നു.

ശതകങ്ങൾ നീണ്ട ഈ ചരിത്ര പ്രക്രിയയ്ക്കിടയിൽ മറ്റു സമുദായങ്ങൾ എന്നപോലെ മുസ്ലീം സമുദായവും കേരളീയ സംസ്കാരത്തിൽ തങ്ങളുടേതായ പാദമുദ്രകൾ പതിപ്പിക്കുകയും അതിനെ പരിപോഷിപ്പിക്കുന്നതിൽ ഭാഗഭാക്കാവുകയും ചെയ്തിട്ടുണ്ട്. ഇന്നത്തെ തലമുറയ്ക്ക് പരിചിതമല്ലെങ്കിലും കേരളത്തിലെ മുസ്ലീങ്ങൾ (മാപ്പിളമാർ) നൂറ്റാണ്ടുകളോളം എഴുത്തുഭാഷയായി ഉപയോഗിച്ച അറബിമലയാളം കേരളത്തിന്റെ സംസ്കാരചരിത്രം പഠിക്കുന്നവർക്ക് കാണാതിരിക്കാൻ സാധിക്കില്ല. അറബികൾ ചെന്ന ദിക്കുകളിലെല്ലാം പ്രാദേശികഭാഷ തങ്ങളുടെ ലിപിയിൽ എഴുതുന്ന സമ്പ്രദായം അവർ നടപ്പാക്കിയിരുന്നു. മലബാറിൽ കച്ചവടത്തിനുവന്ന അവർ നാട്ടുകാരായ സ്ത്രീകളെ വിവാഹം ചെയ്ത് ഇവിടെ താമസമുറപ്പിച്ചപ്പോൾ അവരുമായി ആശയവിനിമയത്തിനുള്ള ഉപാധി എന്ന നിലയ്ക്കാവണം, അറബിമലയാളം രൂപം കൊണ്ടത്. എട്ടാം നൂറ്റാണ്ടിൽ മുഹമ്മദ് ബിൻ കാസിം സിന്ധ് ആക്രമിച്ചതിനുശേഷം അറബിസിന്ധി എന്ന എഴുത്തുഭാഷ ഉണ്ടായതായി ക്കാണാം. അറബികൾ ഇടപഴകിയ മറ്റു പ്രദേശങ്ങളിൽ അറബി പഞ്ചാബി, അറബി തമിഴ്, അറബി സിംഹള തുടങ്ങിയ ഭാഷകളും ഉരുത്തിരിഞ്ഞിരുന്നു. ഏതായാലും മലയാളം അറബി ലിപിയിൽ എഴുതുന്ന അറബിമലയാളം കേരളത്തിലെ മുസ്ലീങ്ങൾക്കിടയിൽ വികസിക്കുകയും ആ ഭാഷയിൽ കുറെയേറെ കൃതികൾ രചിക്കപ്പെടുകയും ചെയ്തു എന്നത് ചരിത്ര വസ്തുതയാണ്. അഞ്ഞൂറിൽപ്പരം കൃതികൾ അറബി മലയാളത്തിൽ ഉണ്ടായിട്ടുണ്ടെന്നാണ് 'മഹത്തായ മാപ്പിള സാഹിത്യപാരമ്പര്യം' എന്ന കൃതിയിൽ സി.എൻ. അഹമ്മദ് മൗലവി അഭിപ്രായപ്പെടുന്നത്.

അറബിമലയാളത്തെക്കുറിച്ച് പി.കെ.മുഹമ്മദ് കുഞ്ഞി പറയുന്നതു കൂടി ശ്രദ്ധിക്കാം: "മലയാളവുമായി അറബിക്കുണ്ടായ സംസർഗത്തിന്റെ ഫലമായി അറബിമലയാളം ഉണ്ടായി. അതിനു പ്രാമുഖ്യം സിദ്ധിച്ചു. ഉറുദു, സംസ്കൃതം, പേർഷ്യൻ, തമിഴ്, കന്നട, തുളു തുടങ്ങിയ ഭാഷകളിൽ നിന്നു കടംവാങ്ങിയ നിരവധി പദങ്ങൾ അറബിമലയാളത്തിൽ പ്രയോഗിക്കുന്നുണ്ട്. ഒൻപതോ പത്തോ നൂറ്റാണ്ടിലാണീ പുതിയ ലിപി ഉണ്ടായതെന്നു വിശ്വസിക്കപ്പെടുന്നു. മലബാർ പ്രദേശത്താണിത്

പ്രധാനമായും പ്രചാരത്തിലിരുന്നത്. ഇതുപയോഗിച്ചിരുന്നവരിൽ ഭൂരി ഭാഗവും മാപ്പിളമാരായിരുന്നു. അതുകൊണ്ടിത് മാപ്പിളമലയാളം എന്ന പേരിൽ അറിയപ്പെട്ടു. ഇത് അറബിയിയിൽ മലയാളം എഴുതലാണ്. അറബിഭാഷയിലെ ചില പ്രത്യേക ശബ്ദത്തിനനുരൂപമായി ചില അക്ഷരങ്ങളും അടയാളങ്ങളും ചേർത്തിട്ടുണ്ടെന്നതുമാത്രമാണ് അറബിമലയാളത്തെ സംബന്ധിച്ചുള്ള ഏറ്റവും യുക്തിപൂർവമായ സമീപനം." (പി.കെ. മുഹമ്മദ് കുഞ്ഞി, മുസ്ലീങ്ങളും കേരള സംസ്കാരവും, പു. 2010–11)

അറബിമലയാളത്തിലെ ഗദ്യരചനകൾ തുടക്കത്തിൽ ഖുർ–ആൻ പരിഭാഷകളിലും പ്രവാചകമൊഴികളുടെ വ്യാഖ്യാനങ്ങളിലും ഒതുങ്ങി നിന്നു. 1867–ൽ അറയ്ക്കൽ രാജകുടുംബത്തിലെ മായിൻകുട്ടി ഇളയയാണ് ഖുർ–ആൻ അറബിമലയാളത്തിലേക്ക് ആദ്യമായി വിവർത്തനം ചെയ്തത്. കഥകളും കവിതകളും അറബിമലയാളത്തിൽ പുറത്തുവന്നിട്ടുണ്ട്. തുഞ്ചത്തെഴുത്തച്ഛന്റെ സമകാലികനായിരുന്ന ഖാസി മുഹമ്മദിന്റെ 'മൊഹിയുദ്ദീൻ മാല' പ്രസിദ്ധമാണ്. പോർച്ചുഗീസുകാരുടെ ആക്രമണങ്ങളും തുടർന്നുണ്ടായ സാമ്പത്തികത്തകർച്ചയും നിലനിന്ന കാലത്താണ് ഇരുവരും ജീവിച്ചത്. ആ സാമൂഹികസാഹചര്യങ്ങളിൽ ജനങ്ങളെ ഭക്തി മാർഗ്ഗത്തിലേക്ക് ആനയിക്കുക എന്ന ഉദ്ദേശ്യത്തോടെയാണ് എഴുത്തച്ഛന്റെ അധ്യാത്മരാമായണവും ഖാസി മുഹമ്മദിന്റെ മൊഹിയുദ്ദീൻ മാലയും വിരചിതമായത്. പട്ടിണിയും പരിവട്ടവും നിലനിന്ന ആ കാലയളവിൽ അധ്യാത്മരാമായണം ഹിന്ദുക്കൾക്കും മൊഹിയുദ്ദീൻമാല മുസ്ലീങ്ങൾക്കും ആശ്വാസം പകർന്നതായി കരുതപ്പെടുന്നു.

കഥകൾക്കും കവിതകൾക്കും പാട്ടുകൾക്കും പുറമേ വൈദ്യശാസ്ത്ര സംബന്ധമായ കൃതികളും നിഘണ്ടുക്കളും അറബിമലയാളത്തിൽ പ്രത്യക്ഷപ്പെട്ടിട്ടുണ്ട്. കൊങ്ങണം വീട്ടിൽ അഹമ്മദ് എന്ന ബാവ മുസലിയാർ രചിച്ച 'വലിയ വൈദ്യസാരം', 'പരോപകാരം', 'ഒറ്റമൂലികൾ' എന്നിവയും കാരയ്ക്കൽ മമ്മദ് വൈദ്യരുടെ 'വിഷവൈദ്യവും' ഉദാഹരണങ്ങളിൽ ചിലതാണ്. നിഘണ്ടുക്കൾ തയ്യാറാക്കിയവരിൽ വടക്കൻപറവൂർ അബ്ദുൽ ഖാദർ മുസലിയാരും പി.വി. മുഹമ്മദ് ഹാജിയും സയ്യിദ് മുഹമ്മദ് ഷാ തങ്ങളും ഉൾപ്പെടുന്നു.

അറബിമലയാളത്തിൽ ഒരു പത്രവും പ്രസിദ്ധീകരിക്കപ്പെട്ടിട്ടുണ്ട്. സനാ ഉല്ലാ മക്തി തങ്ങളായിരുന്നു പത്രം തുടങ്ങിയത്. 'തുഹഫത്തുൽ അഖ്യാർ വ ഹിദായത്തുൽ അശ്റാർ' (അനുഗൃഹീതർക്കും സന്മാർഗി കൾക്കുമുള്ള സമ്മാനം) എന്നായിരുന്നു പത്രത്തിന്റെ പേര്. പത്തൊമ്പതാം നൂറ്റാണ്ടിന്റെ അവസാനത്തിലാണ് ഈ പത്രം പുറത്തുവന്നത്.

മക്തി തങ്ങൾ രണ്ടു ആനുകാലികങ്ങളും പ്രസിദ്ധപ്പെടുത്തി. 1899ൽ കൊച്ചിയിൽനിന്നു പ്രസിദ്ധീകരിക്കപ്പെട്ട 'സത്യപ്രകാശം' എന്ന വാരികയും 'പരോപകാരി' എന്ന മാസികയുമായിരുന്നു അവ. ഇവയ്ക്കുപുറമെ വേറെ ചില പ്രസിദ്ധീകരണങ്ങളും അറബിമലയാളത്തിൽ ഇറങ്ങിയിട്ടുണ്ട്. വക്കം അബ്ദുൽ ഖാദർ മൗലവിയുടെ 'അൽ ഇസ്ലാം', കെ.എം. മൗലവിയുടെ 'നിസാവുൽ ഇസ്ലാം', സെയ്താലിക്കുട്ടി മാസ്റ്ററുടെ 'സലാവുൽ ഇഖ്വാൻ', മൊയ്തുമൗലവിയുടെ 'അൽ ഇസ്ലാഹ്', പാങ്ങിൽ അഹമ്മദ്കുട്ടി മുസലിയാരുടെ 'അൽ ബയാൻ', ഇ.കെ. മൗലവിയുടെ 'അൽ ഇത്തിഹാദ്' എന്നിവ അവയിൽപ്പെടുന്നു.

മാപ്പിളപ്പാട്ടുകൾ എന്നറിയപ്പെടുന്ന കാവ്യശാഖയുടെ തുടക്കവും അറബിമലയാളവുമായി ബന്ധപ്പെട്ടിരിക്കുന്നു. 'കേരളസാഹിത്യ ചരിത്ര'ത്തിൽ ഉള്ളൂർ എസ്. പരമേശ്വരയ്യർ അഭിപ്രായപ്പെടുന്നത്, മാപ്പിളപ്പാട്ടുകളിൽ പ്രാചീനങ്ങളായവയ്ക്ക് അറുന്നൂറ് കൊല്ലത്തെയെങ്കിലും പഴക്കം കാണുമെന്നാണ്. ആ നിലയ്ക്ക് നോക്കുമ്പോൾ അവ ആദ്യം രചിക്കപ്പെട്ടത് അറബിമലയാളത്തിലാവണം. കേരളത്തിലെ കൊയ്ത്തുപാട്ടിനോടും ഞാറ്റുപാട്ടിനോടും പാണർപ്പാട്ടിനോടും പുള്ളുവർപ്പാട്ടിനോടുമൊക്കെ സാദൃശ്യമുള്ള മാപ്പിള പാട്ടുകൾ ആദ്യകാലത്ത് ഉണ്ടായിട്ടുണ്ട്. അവയുടെ സംഗീതാത്മകത ഉള്ളൂരിനെപ്പോലുള്ളവർ അംഗീകരിക്കുകയും ചെയ്തിരിക്കുന്നു. മാപ്പിളരചനകൾക്ക് അറബിപദങ്ങളുടെ സംക്രമണംമൂലം ശബ്ദശുദ്ധി കുറയുമെങ്കിലും അവയ്ക്ക് സംഗീതാത്മകത ഒട്ടും കുറവല്ലെന്നാണ് ഉള്ളൂർ നിരീക്ഷിക്കുന്നത്.

മാപ്പിളപ്പാട്ടുകൾ എന്ന കാവ്യശാഖയ്ക്കു കീഴിൽ വരുന്ന കൃതികളിൽ കണ്ടുകിട്ടിയവയിൽ ഏറ്റവും പഴക്കംചെന്നത് 1607ൽ ഖാസി മുഹമ്മദ് രചിച്ച 'മൊഹിയുദ്ദീൻ മാല'യാണ്. മോയിൻകുട്ടി വൈദ്യരുടെ (1857–1891) 'ബദറുൽ മുനീർ-ഹുസ്നുൽ ജമാൽ' എന്ന കൃതി ഈ ശാഖയിലെ ഏറ്റവും പ്രശസ്തമായ കാവ്യമായി പരക്കെ അംഗീകരിക്കപ്പെട്ടിട്ടുണ്ട്. ഖ്വാജാ മുഈനുദ്ദീന്റെ പേർഷ്യൻ കൃതിയെ അവലംബിച്ച് എഴുതപ്പെട്ടതത്രെ ബദറുൽ മുനീർ-ഹുസ്നുൽ ജമാൽ. സംസ്കൃതഭാഷയും സാഹിത്യവുമായി ബന്ധമുണ്ടായിരുന്ന വൈദ്യരെ ചെറുശ്ശേരിയുടെയും ഉണ്ണായിവാര്യരുടെയും കുഞ്ചൻനമ്പ്യാരുടെയുമൊക്കെ രചനകൾ സ്വാധീനിച്ചിരുന്നതായി അഭിപ്രായപ്പെടുന്നവരുണ്ട്.

മോയിൻകുട്ടി വൈദ്യർക്കു പുറമെ മാപ്പിളപ്പാട്ടുശാഖയിൽ ആദ്യകാലത്തുണ്ടായിരുന്ന പ്രശസ്ത കവികൾ ചേറ്റുവ പരീക്കുട്ടി, ശുജായി മൊയ്തു മുസലിയാർ, മച്ചിങ്ങലകത്ത് മൊയ്തീൻ മുല്ല, പുലിക്കോട്ടിൽ ഹൈദർ തുടങ്ങിയവരാണ്. 'ചന്ദിര സുന്ദരി' രചിച്ച പി.കെ. ഹലീമയും

'ബദർ കിസ' രചിച്ച കുണ്ടിൽ കുഞ്ഞാമിനയും 'ഫാത്തിമ ബീവിയുടെ ഒഫാത്ത് മാല' രചിച്ച പി.കെ. ഹലീമയും ഈ രംഗത്ത് ഖ്യാതി നേടിയ കവയിത്രികളാണ്.

മുസ്ലീം സാംസ്കാരികസ്പർശമുള്ള കേരളീയ നാടോടി ഗാനങ്ങൾ എന്നു വിശേഷിപ്പിക്കാവുന്ന മാപ്പിളപ്പാട്ടുകളിൽ നാട്ടിലെ ആചാരങ്ങളെ പ്രതിഫലിപ്പിക്കുന്ന പ്രത്യേകശാഖകൾ രൂപപ്പെട്ടിരുന്നു. പി.കെ. മുഹമ്മദ് കുഞ്ഞി വെളിവാക്കുന്നതുപോലെ, കല്യാണപ്പാട്ട്, താലോലപ്പാട്ട്, മൈലാഞ്ചിപ്പാട്ട് വെറ്റിലപ്പാട്ട്, കുപ്പിപ്പാട്ട്, നരിപ്പാട്ട്, കപ്പപ്പാട്ട്, അപ്പപ്പാട്ട്, അമ്മായിപ്പാട്ട്, മാങ്ങപ്പാട്ട്, തേങ്ങാപ്പാട്ട് എന്നിവ ആ ഗണത്തിൽപ്പെടുന്നവയാണ്. സന്ദേശകാവ്യങ്ങളെ അനുകരിച്ച് എഴുതപ്പെട്ട കത്തുപാട്ടുകളുടേതായ ഒരു ശാഖയും മാപ്പിളപ്പാട്ടിലുണ്ട്. അവഗണിക്കാനാവാത്ത ഈ സാഹിത്യശാഖയെ മലയാളസാഹിത്യത്തിന്റെ ഭാഗമായിത്തന്നെയാണ് ഉള്ളൂർ തൊട്ട് ശൂരനാട് കുഞ്ഞൻപിള്ളവരെയുള്ളവർ വിലയിരുത്തിയിട്ടുള്ളത്. കുഞ്ഞൻപിള്ളയുടെ വാക്കുകളിൽ, "മുസ്ലീം സഹോദരങ്ങൾ പ്രത്യേകമായി പരിപോഷിപ്പിച്ച ജനസാഹിത്യശാഖ കേരളീയർക്കെല്ലാം അഭിമാനത്തിനു വക നൽകുന്ന സമ്പത്താണ്. അറബിമലയാളമെന്നോ മാപ്പിളമലയാളമെന്നോ ഒക്കെ അത്തരം ഭാഷാംശത്തെ വിശേഷിപ്പിക്കാമെങ്കിലും അതും മലയാളം തന്നെ; മലയാളികളുടെ സ്വന്തം തന്നെ." (ഉദ്ധാരണം: പി.കെ. മുഹമ്മദ് കുഞ്ഞി, മുസ്ലീങ്ങളും കേരളസംസ്കാരവും, പു. 227).

മധ്യശതകങ്ങളിൽ അറബികൾ വ്യാപാരവുമായി ബന്ധപ്പെട്ട് കേരളത്തിൽ വരികയും നാട്ടുകാരായ സ്ത്രീകളെ കല്യാണം കഴിച്ച് ഇവിടെ താമസമാക്കുകയും ചെയ്തിരുന്നു എന്നു മുമ്പ് സൂചിപ്പിച്ചിട്ടുണ്ട്. ഈ അറബിമലയാളി ബന്ധം മലയാളഭാഷയിലേക്ക് അറബിപദങ്ങൾ കടന്നുവരുന്നതിന് ഇടവരുത്തി. അറബികൾക്ക് പേർഷ്യയുമായി ബന്ധമുണ്ടായിരുന്നതിനാൽ പേർഷ്യൻ വാക്കുകളും മലയാളത്തിലേക്കു കടന്നു വരുകയുണ്ടായി. വാമൊഴിയും വരമൊഴിയിലുമൊക്കെ അത്തരം പദങ്ങൾ ഉൾച്ചേർന്നിട്ടുണ്ട്. ദീർഘകാലത്തെ ഉപയോഗം കാരണം അവയ്ക്കൊക്കെ മലയാളിത്തം വന്നുഭവിക്കുകയും ചെയ്തു. ചുരുങ്ങിയത് രണ്ടായിരം അറബി-പേർഷ്യൻ പദങ്ങൾ മലയാളഭാഷയിൽ അലിഞ്ഞുചേർന്നിട്ടുണ്ടെന്നാണ് അഭിജ്ഞമതം. ഇന്ന് അവ വൈദേശികച്ചുവയുള്ള വാക്കുകളായോ മുസ്ലീങ്ങളുടെ മാത്രമായ പ്രയോഗങ്ങളായോ മാറ്റിനിർത്തപ്പെടുന്നില്ല. അസ്സൽ, അത്തർ, അവീൻ, ഇങ്കിലാബ്, ഉറുമി, ഉറുമാൽ, കസ്യത്ത്, കസബ, കവാത്ത്, ഖമീസ്, കത്ത് (ഖത്ത്), കസർത്ത്, കശാപ്പ്, കാലി, ഗുദാം, ഗുമസ്തൻ, ഗുണ്ട, ചലാൻ, ജപ്തി, ജാസ്തി, ജാമ്യം, ജിലേബി, ബിരിയാണി, ബാക്കി, ബേജാർ, തബല, മസാല, മാമൂൽ,

മേസ്തിരി, സവാരി, സർവത്ത്, സർക്കാർ, സുൽത്താൻ, സമൂസ, ഹാജർ, ഹുണ്ടിക, ഹുസൂർ തുടങ്ങിയവ ചില ഉദാഹരണങ്ങൾ മാത്രം.

അറബിമലയാളത്തിനും മാപ്പിളപ്പാട്ടിനും അപ്പുറത്തേക്ക് വികസിക്കാൻ മുസ്ലീങ്ങൾ അറച്ചുനിന്ന ഒരു ദശാസന്ധി കേരളത്തിലുണ്ട്. പാശ്ചാത്യകൊളോണിയൽ ശക്തികളുടെ രംഗപ്രവേശത്തോടെ വാണിജ്യപരമായി (സാമ്പത്തികമായി) പുറകോട്ടുപോയ മുസ്ലീം ഉപരിവർഗം കാലത്തോടൊപ്പം മുന്നേറുന്നതിൽ അമാന്തം കാണിച്ചു. പത്തൊമ്പതാം നൂറ്റാണ്ടിലാണ് കേരളത്തിൽ ആധുനികവിദ്യാഭ്യാസത്തെ പ്രതിനിധാനം ചെയ്യുന്ന സ്കൂളുകൾ പാശ്ചാത്യമിഷണറിമാരുടെയും തിരുവിതാംകൂറിലും കൊച്ചിയിലും മലബാറിലും അന്നു ഭരണരംഗത്തുണ്ടായിരുന്നവരുടെയും മുൻകൈയിൽ സ്ഥാപിതമാകാൻ തുടങ്ങിയത്.

പോർച്ചുഗീസുകാർക്കും ഡച്ചുകാർക്കും ശേഷം വന്ന ഇംഗ്ലീഷുകാർ കേരളത്തിൽ വരുന്നതിനുമുൻപേ ഇവിടെ തദ്ദേശീയവിദ്യാഭ്യാസ സമ്പ്രദായം നിലവിലുണ്ടായിരുന്നു. എഴുത്തച്ഛന്മാരോ ആശാന്മാരോ വിദ്യാർത്ഥികളെ അക്ഷരം പഠിപ്പിച്ച ഈ പാഠശാലകളിലേക്ക് മുസ്ലീംരക്ഷിതാക്കൾ തങ്ങളുടെ കുട്ടികളെ വിട്ടിരുന്നില്ല. പകരം തങ്ങൾ സ്ഥാപിച്ച ഓത്തുപള്ളി(മദ്രസ)കളിലായിരുന്നു അവർ കുട്ടികളെ അയച്ചത്. മുസ്ലീമിതര സമുദായത്തിൽപ്പെട്ടവർ മാതൃഭാഷയും ഗണിതവും അഭ്യസിച്ചപ്പോൾ മുസ്ലീം വിദ്യാർത്ഥികൾക്കു മദ്രസയിൽനിന്നു ലഭിച്ചത് തങ്ങളുടെ മതത്തെക്കുറിച്ചുള്ള ഉപരിപ്ലവജ്ഞാനവും അറബി-മലയാളം എഴുതാനും വായിക്കാനുമുള്ള കഴിവും മാത്രമാണ്.

തിരുവിതാംകൂറിന്റെ ഭാഗമായ തിരുവനന്തപുരത്ത് 1834-ലും കൊച്ചി രാജ്യത്തിന്റെ ഭാഗമായ തൃശ്ശൂരിൽ 1837-ലും ആദ്യത്തെ സ്കൂൾ (ആധുനിക വിദ്യാലയം) നിലവിൽവന്നു. പിൽക്കാലത്ത് അവയുടെ എണ്ണം കൂടി. മുസ്ലീങ്ങൾ അവയെ ആശ്രയിച്ചില്ല. പത്തൊമ്പതാംശതകത്തിന്റെ ഉത്തരാർദ്ധത്തിൽ മലബാറിലും ആധുനികവിദ്യാഭ്യാസത്തിനു തുടക്കം കുറിക്കപ്പെട്ടു. ഇംഗ്ലീഷും മലയാളവും ഗണിതവും പഠിപ്പിച്ച അത്തരം സ്കൂളുകളിൽനിന്നു മുസ്ലീങ്ങൾ വിട്ടുനിൽക്കുകയാണ് ചെയ്തത്. അവരുടെ വിദ്യാഭ്യാസം അർത്ഥമറിയാതെ ഖുർ-ആൻ ഓതുന്നതിലും അറബി-മലയാളം അഭ്യസിക്കുന്നതിലും ഒതുങ്ങി. മാതൃഭാഷയായ മലയാളത്തെ (അതിന്റെ ലിപിയെ) 'ആര്യനെഴുത്ത്' എന്നും ഇംഗ്ലീഷിനെ 'നരകഭാഷ' എന്നും അവഹേളിച്ച് അവർ പടിക്കു പുറത്തു നിർത്തി. ഈഴവർ ഉൾപ്പെടെയുള്ള ഹൈന്ദവ വിഭാഗങ്ങളും ക്രൈസ്തവരും പുതിയ വിദ്യാഭ്യാസത്തെ സ്വാഗതം ചെയ്യുകയും കാലത്തോടൊപ്പം മുന്നേറാൻ ശ്രമിക്കുകയും ചെയ്തപ്പോൾ മുസ്ലീങ്ങൾ പഴമയെ പുൽകുന്നതിലാണ് വ്യാപൃതരായത്.

ഇതിനു പല കാരണങ്ങൾ ചൂണ്ടിക്കാണിക്കപ്പെടാറുണ്ട്. മുസ്ലീങ്ങളുടെ ഭാഗത്തുനിന്നുണ്ടായ ഈ അപചയത്തെ കൊളോണിയൽ ശക്തികളോടും അവരുടെ സംസ്കാരത്തോടും മുസ്ലീങ്ങൾ പുലർത്തിയ വിരോധത്തിന്റെയും അമർഷത്തിന്റെയും പ്രതിഫലനമായാണ് ഒരു വിഭാഗം വിലയിരുത്തുന്നത്. വിദേശികളുടെ അടിമത്തത്തോട് മുസ്ലീങ്ങൾ പ്രകടിപ്പിച്ച രൂക്ഷമായ എതിർപ്പിൽനിന്നാണ് ബ്രിട്ടീഷുകാർ നടപ്പാക്കിയ വിദ്യാഭ്യാസത്തെ തിരസ്കരിക്കുന്ന പ്രവണത മുസ്ലീങ്ങളിൽ ഉണ്ടായതെന്ന് അത്തരക്കാർ വിശദീകരിക്കുന്നു.

ഇതിൽ സത്യത്തിന്റെ അംശം നന്നേ കുറവാണ്. മുസ്ലീങ്ങൾ തങ്ങളുടെ മതത്തോടു സ്വീകരിച്ച സമീപനമാണ് ഈ വിദ്യാഭ്യാസവിരോധത്തിനു പിന്നിൽ പ്രവർത്തിച്ചത് എന്നു കരുതുന്നതാവും കൂടുതൽ യുക്തിസഹം. ഇസ്ലാം മതത്തോളം ശ്രേഷ്ഠമായ മറ്റൊരു മതമോ മുസ്ലീം സമുദായത്തോളം മഹത്തരമായ മറ്റൊരു സമുദായമോ ഇല്ലെന്ന വിചാരവും വികാരവും മുസ്ലീങ്ങളെ പൊതുവിൽ കീഴ്പ്പെടുത്തിപ്പോന്നിട്ടുണ്ട്. പതിനാറാം നൂറ്റാണ്ടിൽ ശെയ്ഖ് സൈനുദ്ദീൻ മഖ്ദൂം എഴുതിയ 'തുഹ്ഫ്ത്തുൽ മുജാഹിദീനി'ൽപോലും ഈ വിചാരധാര തുളുമ്പി നിൽക്കുന്നതുകാണാം. തന്റെ പുസ്തകത്തിന്റെ ആമുഖത്തിൽ സൈനുദ്ദീൻ എഴുതിയതു നോക്കൂ: "ഇസ്ലാമിന് മറ്റെല്ലാ മതത്തേക്കാളും കൂടുതൽ മഹത്ത്വവും പദവിയും നൽകുകയും അതിന്റെ അനുയായികളെ ശ്രേഷ്ഠതയിലേക്ക് ഉയർത്തുകയും ചെയ്ത അല്ലാഹുവിനു സ്തുതി."

ഇസ്ലാമിനെക്കുറിച്ചുള്ള ഈ പരമശ്രേഷ്ഠതാബോധം തുടർന്നുള്ള കാലത്ത് ഇല്ലാതാകുന്നില്ല. പത്തൊമ്പതാം ശതകത്തിന്റെ ആരംഭത്തിൽ മുസ്ലീം സമുദായത്തിൽ സ്വാധീനത ചെലുത്തിയ വെളിയങ്കോട്ടെ ഉമർ ഖാസിയും മമ്പുറത്തെ സയ്യിദ് അലവി തങ്ങളും തൊട്ട് 1921-ലെ മലബാർ കലാപത്തിനു നേതൃത്വം നൽകിയവർ ഉൾപ്പെടെയുള്ള മുസ്ലീം സാമ്പ്രദായിക ബുദ്ധിജീവികൾ ഈ ചിന്താധാരയ്ക്ക് കുറഞ്ഞോ കൂടിയോ ഉള്ള അളവിൽ വശംവദരായിരുന്നു. തങ്ങളുടെ മതമാണ് പരമസത്യമെന്നും തങ്ങളുടെ സമുദായമാണ് പരശ്രേഷ്ഠമെന്നും വല്ലവരും സങ്കല്പിച്ചാൽ, പിന്നെ അപരമത സംസ്കാരങ്ങളുടെയോ അപര ദർശനങ്ങളുടെയോ നിജസ്ഥിതി അറിയാനോ അവയെ താരതമ്യപഠനത്തിനു വിധേയമാക്കാനോ അവയിൽ നിന്നും സ്വീകരിക്കാവുന്ന രചനാത്മക വശങ്ങളെക്കുറിച്ച് പഠിക്കാനോ അത്തരക്കാർ പോവില്ല. ഇത് കേരളത്തിലെ മാത്രമല്ല, ഇന്ത്യയിലെ ഇതര ഭാഗങ്ങളിലെയും ഒരു വലിയ പരിധിവരെ ലോകത്തിലെ മറ്റു രാജ്യങ്ങളിലെയും മുസ്ലീങ്ങളിൽ ഗണ്യമായ ഒരു വിഭാഗത്തെ ബാധിച്ച ഒരു തരം മനോഗ്രന്ഥി(complex)യാണ്.

ഇത് അവരിൽ സൃഷ്ടിക്കുന്നത് യാഥാർത്ഥ്യങ്ങളുമായി പൊരുത്ത മില്ലാത്ത ഒരു വ്യാജശ്രേഷ്ഠതാബോധ(super ority complex)മത്രേ. ഒട്ടും ആശാസ്യമല്ലാത്ത ഈ ബോധമാണ് പത്തൊമ്പതാം നൂറ്റാണ്ടിൽ കേരളത്തിൽ തുടക്കം കുറിക്കപ്പെട്ട ആധുനികവിദ്യാഭ്യാസത്തിനു നേരെ വൈമുഖ്യം പുലർത്താൻ മുസ്ലീം സമുദായത്തെ പ്രേരിപ്പിച്ചത് എന്നു വിലയിരുത്തുന്നതാവും ശരി.

ആരോഗ്യകരമല്ലാത്ത ഈ ശ്രേഷ്ഠതാബോധം പതിനാറാം ശതകത്തിലെ സൈനുദ്ദീൻ മഖ്ദൂം തൊട്ട് വർത്തമാനകാലത്തെ സാമ്പ്രദായിക മുസ്ലീം ബുദ്ധിജീവികളെവരെ ഗാഢമായി പിടികൂടിയിട്ടുണ്ട് എന്നത് അത്യുക്തിയാവില്ല. 'മറ്റെല്ലാ മതങ്ങളെക്കാളും കൂടുതൽ മഹത്ത്വവും പദവിയും' അല്ലാഹു നൽകിയ മതമാണ് ഇസ്ലാം എന്നതിൽ അമിതാഭിമാനം കൊള്ളുന്ന സൈനുദ്ദീൻ ഇസ്ലാമിതരമതങ്ങളുടെ (ഹിന്ദുമതത്തിന്റെയോ ക്രിസ്തുമതത്തിന്റെയോ) ദർശനത്തെക്കുറിച്ച് ആഴത്തിൽ പഠനം നടത്തിയതിന് അദ്ദേഹത്തിന്റെ വരികളിൽ യാതൊരു തെളിവുമില്ല. മതങ്ങളുടെ താരതമ്യപഠനം നടത്തിയിട്ടു വേണം ഏതെങ്കിലും ഒരു മതം അപരമതങ്ങളേക്കാൾ ശ്രേഷ്ഠമോ അധമമോ എന്നു തീരുമാനിക്കാൻ. അത്തരം ശ്രമം 'തുഹ്ഫതുൽ മുജാഹിദീ'ന്റെ കർത്താവ് നടത്തിയിട്ടില്ലെന്ന് അദ്ദേഹത്തിന്റെ പുസ്തകം തെളിയിക്കുന്നുണ്ട്.

പതിനാറ്, പതിനേഴ്, പതിനെട്ട് നൂറ്റാണ്ടുകളിൽ നിന്നു മുന്നോട്ടു വരുകയും വർത്തമാനകാലത്ത് എത്തി നിൽക്കുകയും ചെയ്യുമ്പോഴും ഏറെയൊന്നും വ്യത്യസ്തമല്ല സ്ഥിതി. കേരളത്തിൽ ഇന്നു മുഖ്യധാരാ മുസ്ലീം മതസംഘടനകളുടെ തലപ്പത്തിരിക്കുന്ന ആരുംതന്നെ ഇസ്ലാമിതരമതങ്ങളെ സവിസ്തരവും ഗാഢവുമായ പഠനത്തിനു വിധേയമാക്കി എന്നു സാക്ഷ്യപ്പെടുത്തുന്ന ഒരു കൃതിപോലും ലഭ്യമല്ല എന്നതാണ്. ഔറംഗസീബിനു ശേഷം മുഗൾസാമ്രാജ്യം ശിഥിലമാകാൻ തുടങ്ങുകയും ഉത്തരേന്ത്യയിൽ മുസ്ലീം രാജഭരണത്തിന്റെ മരണമണി മുഴങ്ങുകയും ചെയ്തപ്പോൾ 'ഇസ്ലാം അപകടത്തിൽ' എന്ന മുന്നറിയിപ്പുമായി രംഗത്ത് വന്ന ഷാ വലിയുല്ല ഇസ്ലാമിനെക്കുറിച്ച് പ്രകടിപ്പിച്ച അഭിപ്രായത്തിൽ ഒതുങ്ങിക്കഴിയുകയാണ് കേരളത്തിലടക്കമുള്ള മിക്ക മുസ്ലീം മതപണ്ഡിതരും ചെയ്തത്. ഇസ്ലാം ഒഴികെയുള്ള മറ്റെല്ലാ മതങ്ങളിലും വിവിധ കാലയളവുകളിൽ പലരും കൈകടത്തിയിട്ടുണ്ടെന്നും അവയുടെ വിശുദ്ധി നഷ്ടപ്പെട്ടിട്ടുണ്ടെന്നും ഇസ്ലാം മാത്രമാണ് കൈകടത്തലുകൾക്ക് വിധേയമാകാത്ത ഏക പരിശുദ്ധമതം എന്നുമായിരുന്നു ഷാ വലിയുല്ലയുടെ വാദം. ഇരുപത്തിയൊന്നാം നൂറ്റാണ്ടിൽ ജീവിക്കുന്ന നമ്മുടെ മുഖ്യധാരാ മുസ്ലീം മതപണ്ഡിതരും ആ വാദം നെഞ്ചേറ്റുന്നു. അപരമത

ദർശനങ്ങളെ അവയുടെ ഉള്ളറകളിലേക്കിറങ്ങിച്ചെന്നു പഠിക്കാൻ അവർ ആരും ഇന്നേവരെ താത്പര്യം കാണിച്ചിട്ടില്ല. എല്ലാ സത്യങ്ങളും തങ്ങളുടെ കൈവശമുണ്ടെന്നും തങ്ങളുടെ കൈവശമേ ഉള്ളൂവെന്നുമാണ് അവരുടെ ഭാവം.

ഇക്കാര്യത്തിൽ ഇന്ത്യയിൽ ശ്രദ്ധേയമായ അപവാദം മുഗൾരാജകുമാരനായിരുന്ന ദാരാഷിക്കോയാണ്. ഷാജഹാന്റെ മൂത്ത മകനായിരുന്ന ഷിക്കോ ഇസ്ലാമിനെക്കുറിച്ചെന്നപോലെ ഹൈന്ദവദർശനത്തെക്കുറിച്ചും സുവിശദപഠനം നടത്തി. വേദോപനിഷത്തുകളിൽ അവഗാഹം നേടുകമാത്രമല്ല, ഇസ്ലാമിക-ഹൈന്ദവദർശനങ്ങളിലെ പൊരുത്തങ്ങൾ അദ്ദേഹം ഗ്രഹിക്കുകയും ചെയ്തു. മുൻപ് മുസ്ലീം സൂഫിവര്യന്മാർ അദ്വൈതത്തിലെ 'അഹം ബ്രഹ്മാസ്മി', 'തത്ത്വമസി' എന്നീ ആശയത്തെ 'അനൽ ഹഖ്', (ഞാനാണ് സത്യം) എന്ന പരികല്പനയിലൂടെ ഉൾക്കൊണ്ടിരുന്നു. അതിനെ കൂടുതൽ ഉയരത്തിലേക്കു കൊണ്ടുപോവാൻ ശ്രമിച്ച് ദാരാ ഷിക്കോയാണ് ഉപനിഷത്തുകൾ പേർഷ്യൻ ഭാഷയിലേക്ക് പരിഭാഷപ്പെടുത്താൻ മുൻകൈ എടുത്തത്. മതദർശനങ്ങളുടെ വൈജാത്യങ്ങൾക്കുപകരം അവയുടെ സാജാത്യം കണ്ടെടുക്കുകയായിരുന്നു അദ്ദേഹം. ഷിക്കോ ചെയ്തതുപോലെ മതങ്ങളിൽ അന്തർലീനമായ പാരസ്പര്യം തിരിച്ചറിയുകയും അതുവഴി ശക്തിപ്പെടാവുന്ന സാംസ്കാരിക സമന്വയത്തിന്റെ മേഖല തുറന്നുകാട്ടുകയും ചെയ്യാൻ കേരളത്തിൽ സാമ്പ്രദായിക മുസ്ലീം മതപണ്ഡിതവർഗത്തിനു സാധിച്ചിട്ടില്ലെന്നത് മറച്ചുവയ്ക്കേണ്ടതില്ലാത്ത വസ്തുതയാണ്.

എന്നാൽ മുസ്ലീങ്ങൾക്കിടയിലെ ജൈവബുദ്ധിജീവികൾ എന്നു വിശേഷിപ്പിക്കാവുന്ന ചിലർ മതദുരഭിമാനത്തെയും യാഥാസ്ഥിതികത്വത്തെയും തിരസ്കരിക്കാനും സാമൂഹിക- സാംസ്ഥാരിക-വൈജ്ഞാനിക തലങ്ങളിലെ പുത്തനുണർവുകളിലേക്കു സമുദായത്തെ കൈപിടിച്ചുയർത്താനും ശ്രമിച്ചിട്ടുണ്ട്. സാർവദേശീയതലത്തിൽ അറിയപ്പെട്ട ജമാലുദ്ദീൻ അഫ്ഗാൻ (അഫ്ഗാനിസ്ഥാൻ), ശെയ്ഖ് മുഹമ്മദ് അബ്ദു (ഈജിപ്ത്) തുടങ്ങിയ മതപരിഷ്കർത്താക്കളുടെ ചിന്തകളിൽനിന്ന് ഊർജ്ജമുൾക്കൊണ്ട്, നവകാലഘട്ടത്തോട് സാർത്ഥകമായി പ്രതികരിക്കാൻ കേരളത്തിലും ചിലർ മുന്നോട്ടുവന്നു. പത്തൊമ്പതാം നൂറ്റാണ്ടിന്റെ ഉത്തരാർദ്ധത്തിൽ അഫ്ഗാനിയും മുഹമ്മദ് അബ്ദുവും മറ്റും ഉയർത്തിപ്പിടിച്ച വിചാരങ്ങളുടെ ചുവടുപിടിച്ച് മതാന്ധതയ്ക്കും പ്രതിലോമ ചിന്തകൾക്കുമെതിരെ മലയാളക്കരയിൽ ശബ്ദിക്കുകയും പ്രവർത്തിക്കുകയും ചെയ്തവരിൽ പ്രമുഖരായിരുന്നു സനാഉല്ലാ മക്തി തങ്ങളും (1847-1912) വക്കം അബ്ദുൾ ഖാദർ മൗലവിയും (1873 -1932) രാജ്യത്തിനകത്തും പുറത്തും സംഭവിച്ചുകൊണ്ടിരിക്കുന്ന

പരിവർത്തനങ്ങൾക്കനുസരിച്ച് സ്വയം മാറാനും ആധുനികസംസ്കാര ത്തോടു സമരസപ്പെടാനും മുസ്ലീങ്ങളെ ഉദ്ബോധിപ്പിക്കുകയെന്ന ദൗത്യ മാണ് ഈ ജൈവബുദ്ധിജീവികൾ പൊതുവിൽ നിർവഹിച്ചത്.

മേൽച്ചൊന്ന പരിഷ്കർത്താക്കളുടെ ചിന്തകൾ ഇരുപതാം നൂറ്റാ ണ്ടിന്റെ പൂർവാർദ്ധത്തിൽത്തന്നെ ഒരു ചെറിയ വിഭാഗം മുസ്ലീങ്ങളെ ലിബറൽ കാഴ്ചപ്പാടിലേക്കു നയിച്ചു. ദേശീയപ്രസ്ഥാനത്തിലും സ്വാതന്ത്ര്യ സമരത്തിലും ആകൃഷ്ടരായവരും മതേതരപാർട്ടികളിൽ ഭാഗഭാക്കാകുന്നവരും സോഷ്യലിസ്റ്റ്-കമ്മ്യൂണിസ്റ്റ് ധാരയോടൊപ്പം ചേരുന്നവരും സാമുദായത്തിലുണ്ടായി മൺമറഞ്ഞ മുഹമ്മദ് അബ്ദു റഹ്മാൻ സാഹിബും ഇ. മൊയ്തു മൗലവിയും എൻ.പി. അബുവും ഇ.കെ. ഇമ്പിച്ചിബാവയും വൈക്കം മുഹമ്മദ് ബഷീറും തൊട്ട് വർത്ത മാനകാലത്ത് മതേതരസംസ്കാരത്തിന്റെ പോഷണം മാനവികതയുടെ നിലനില്പിന് അനുപേക്ഷണീയ മാണെന്നു മനസ്സിലാക്കുന്ന പതിനാ യിരങ്ങൾവരെയുള്ളവർ അതിന്റെ ഭാഗമത്രേ.

ഇപ്പറഞ്ഞ വിഭാഗം കേരളീയസംസ്കാരത്തെയും പൈതൃകത്തെയും വീക്ഷിക്കുന്നത് മതേതരമായാണ്. സാംസ്കാരികപൈതൃകത്തെ മത ങ്ങളുടേയോ ജാതികളുടേയോ കള്ളികളിൽ വെട്ടിമുറിച്ചുനിർത്തുന്നത് ശരിയോ ശാസ്ത്രീയമോ അല്ലെന്ന് അവർ കരുതുന്നു. എഴുത്തച്ഛന്റെ അധ്യാത്മരാമായണം കേരളത്തിലെ ഹിന്ദുക്കളുടെ സാംസ്കാരിക പൈതൃകത്തിന്റെ മാത്രമല്ല, മുസ്ലീങ്ങൾ ഉൾപ്പെടെയുള്ള അഹിന്ദു ക്കളുടെകൂടി സാംസ്കാരികപൈതൃകത്തിന്റെ ഭാഗമാണെന്നു വിലയി രുത്താൻ അവർ മടിക്കുന്നില്ല. അതുപോലെ ഖാസി മുഹമ്മദിന്റെ മൊഹിയുദ്ദീൻ മാല കേരളത്തിലെ മുസ്ലീങ്ങളുടെ മാത്രമല്ല, ഹിന്ദുക്കള ടക്കമുള്ള അമുസ്ലീങ്ങളുടെകൂടി സാംസ്കാരിക പൈതൃകത്തിന്റെ അംശമാണെന്നാണ് അവരുടെ പക്ഷം.

പത്രപ്രവർത്തനമണ്ഡലത്തിലെ കേരളീയപൈതൃകത്തിലേക്കു തിരിഞ്ഞുനോക്കുന്നവർക്ക് സ്വദേശാഭിമാനി രാമകൃഷ്ണപിള്ളയെയും വക്കം അബ്ദുൽ ഖാദർ മൗലവിയെയും ഒരേ പൈതൃകത്തിന്റെ അവിച്ഛിന്ന ഭാഗങ്ങളായി മാത്രമേ ദർശിക്കാനാവൂ. ജനങ്ങൾക്കെതിരെ യുള്ള അനീതി തുറന്നു കാണിക്കുന്നതിനു തന്റെ പത്രം മടിക്കുക യില്ല എന്നായിരുന്നു പത്രത്തിന്റെ സ്ഥാപകനായ മൗലവി പ്രഖ്യാപി ച്ചത്. ആ ദൗത്യം വിജയകരമായി നിറവേറ്റുകയാണ് പത്രത്തിന്റെ എഡിറ്റർ രാമകൃഷ്ണപിള്ള ചെയ്തത്. വക്കം മൗലവിയും രാമകൃഷ്ണ പിള്ളയും പ്രതിനിധാനംചെയ്യുന്ന പത്രപ്രവർത്തക പൈതൃകം പരസ്പരം വർജ്യമല്ല എന്നർത്ഥം.

മതദർശനങ്ങളുടെയും സാഹിത്യത്തിന്റെയും പത്രപ്രവർത്തനത്തിന്റെയും കാര്യത്തിൽ മാത്രമല്ല, വിവിധ കലാരൂപങ്ങളുടെ കാര്യത്തിലും ഇതുതന്നെയാണ് സ്ഥിതി. ഓട്ടൻതുള്ളൽ ഹിന്ദുവിന്റെ മാത്രം പൈതൃകത്തിന്റെ ഭാഗമല്ലാത്തതുപോലെ ഒപ്പന മുസ്ലീമിന്റെ മാത്രം പൈതൃകത്തിന്റെ ഭാഗവുമല്ല. ശാസ്ത്രത്തെ മത(ജാതി)സമുദായങ്ങളുമായി ബന്ധപ്പെടുത്തി കാണുന്നത് എത്രത്തോളം യുക്തിഹീനമാണോ അത്രത്തോളം തന്നെ യുക്തിഹീനമാണ് കലാസാഹിത്യാദികളെ മത(ജാതി) സങ്കുചിതത്വങ്ങളിലേക്കു ചുരുക്കിക്കെട്ടുന്നത്.

മുകളിൽ സൂചിപ്പിച്ച പരിപ്രേക്ഷ്യത്തിൽ നിന്നുകൊണ്ട് വീക്ഷിക്കുമ്പോൾ, പൈതൃകത്തിൽ മുസ്ലീംസ്പർശമോ ഹിന്ദുസ്പർശമോ ക്രൈസ്തവസ്പർശമോ കണ്ടെത്തി, അവയെ പരസ്പരവർജ്യം എന്ന നിലയിൽ വേർതിരിച്ചു നിർത്തുന്നത് യാഥാർത്ഥ്യനിഷ്ഠമോ അഭിലഷണീയമോ അല്ല എന്നിടത്താണ് നാം എത്തിച്ചേരുന്നത്. സംസ്കാരങ്ങൾ തുരുത്തുകളിൽ ഒതുങ്ങാൻ കൂട്ടാക്കാത്തവയാണ്. അവ ചരിത്ര പ്രവാഹത്തോടൊപ്പം പരന്നൊഴുകുന്നു. ആ പ്രക്രിയയ്ക്കിടയിൽ അവ കൂടിക്കലരുന്നു. അങ്ങനെയാണ് മത-ജാതി-വംശ-വർണഘടകങ്ങളെ നിഷ്പ്രഭമാക്കുന്ന മാനവിക സംസ്കാരവും പൈതൃകവും രൂപപ്പെടുന്നത്. ആ പ്രക്രിയയ്ക്ക് തടയിടാമെന്നു വ്യാമോഹിക്കുന്ന ശക്തികൾ തീർച്ചയായും സമൂഹത്തിലുണ്ട്. അവരാണ് 'ശുദ്ധസംസ്കാര വാദികൾ.' ശുദ്ധ ഇസ്ലാമിക സംസ്കാരവും പൈതൃകവുമുണ്ടെന്ന് ഒരു വിഭാഗം കരുതുമ്പോൾ ശുദ്ധ ഹൈന്ദവസംസ്കാരവും പൈതൃകവുമുണ്ടെന്നു മറുവിഭാഗം വിശ്വസിക്കുന്നു. വംശവിശുദ്ധിപോലെ മറ്റൊരു മിത്തുമാത്രമാണ് പൈതൃകവിശുദ്ധി. കലർപ്പാണ് പൈതൃകത്തിന്റെ ശക്തി. പലതും കൂടിക്കലർന്നുണ്ടായതാണ് കേരളീയപൈതൃകം. അതിനെ നമുക്ക് ആ നിലയ്ക്ക് വീക്ഷിക്കുകയും വിലയിരുത്തുകയും ചെയ്യാം. ∎

പുനരുത്ഥാന മൂല്യങ്ങൾ
കരുത്താർജ്ജിക്കുമ്പോൾ

ആയത്തുള്ള ഖൊമേനി ചരിത്രത്തിൽ നിന്നു പിൻവാങ്ങിയിട്ട് രണ്ടു ദശകത്തിലേറെ കഴിഞ്ഞു. പക്ഷേ, വിയോജന ശബ്ദത്തോട് ആ മത പുരോഹിതൻ പ്രകടിപ്പിച്ച ഭ്രാന്തമായ അസഹിഷ്ണുത ചരിത്രത്തിൽ തുടരുക തന്നെയാണ്. ഒരു നോവലിന്റെ പേരിൽ സൽമാൻ റുഷ്ദി ക്കെതിരെ വധ ഫത്വ പുറപ്പെടുവിച്ച ഖൊമേനീയൻ ഉന്മാദത്തെ ശരിവ യ്ക്കുന്നവർ അന്നു ഇറാനിലും താദൃശ രാഷ്ട്രങ്ങളിലും മാത്രമല്ല, ഇങ്ങ് കേരളക്കരയിലുമുണ്ടായിരുന്നു. മതനിന്ദയെന്നു തങ്ങൾ വിലയിരുത്തു ന്ന കുറ്റം ചെയ്തവർ അർഹിക്കുന്ന കുറഞ്ഞ ശിക്ഷ വധമാണെന്നതി നോട് പൊരുത്തപ്പെടുന്ന മാനസികാവസ്ഥ ചിലരെങ്കിലും ഇവിടേയും പങ്കുവെച്ചു.

പുറംമോടിയിൽ ആധുനികത പ്രകടമാകുമ്പോഴും വീക്ഷണതല ത്തിൽ പ്രാഗ് ആധുനികത (Pre Modernism) നിലനിൽക്കുന്നു എന്നതിന്റെ അനിഷേധ്യ സൂചകമായിരുന്നു ആ മാനസികാവസ്ഥ. മതവുമായി ബന്ധപ്പെട്ട വിഷയങ്ങളിൽ സാമ്പ്രദായിക നിലപാടുകൾക്കപ്പുറത്തേക്ക് നീളുന്ന ഏതു സ്വരവും ഏത് വിചാരവും തല്ലിക്കെടുത്തിയേ തീരൂ എന്ന പിഴച്ച സമീപനം പിന്നെപ്പിന്നെ കൂടുതൽ കർക്കശമായിത്തീരുന്നതാണ് നാം കണ്ടത്. റുഷ്ദി സംഭവം സൃഷ്ടിച്ച സംഭ്രമം കെട്ടടങ്ങുന്നതിനു മുൻപേ മറ്റൊരു നാട്ടിൽ കൊലവിളിയുണ്ടായി. ബംഗ്ലാദേശിലെ തസ്ലീമാ നസ്‌റീനെതിരെത്തന്നെ.

ശെയ്ഖ് മുജീബുറഹ്മാന്റെ നാട്ടിൽ 'ലജ്ജ' എന്ന നോവലിന്റെ പേരിൽ തസ്ലീമ ക്രൂരമായി വേട്ടയാടപ്പെട്ടപ്പോൾ, ആ എഴുത്തുകാരി അർഹിക്കുന്ന ശിക്ഷ തന്നെ അത് എന്നു മനസ്സാ കരുതുന്ന ഒരു വിഭാഗം നമ്മുടെ സംസ്ഥാനത്തുമുണ്ടായിരുന്നു. ബ്രിട്ടീഷ് പൗരനായ റുഷ്ദി യിലെന്നപോലെ ബംഗ്ലാദേശി നോവലിസ്റ്റിലും "ഇസ്ലാം വിരുദ്ധത'യും 'മുസ്ലീം വിരോധവു'മൊക്കെ അവർ കണ്ടെത്തി. ബംഗ്ലാദേശിലെ ഭൂരി പക്ഷ വർഗീയവാദികൾ (മുസ്ലീം വർഗീയവാദികൾ) അന്നാട്ടിലെ

ന്യൂനപക്ഷമായ ഹിന്ദുക്കൾക്ക് നേരെ നടത്തിയ ഹിംസയും കയ്യേറ്റവു മാണ് 'ലജ്ജ'യുടെ കേന്ദ്രപ്രമേയമെന്ന വസ്തുതപോലും അവർ കണക്കിലെടുത്തില്ല.

തിയോ വാൻഗോഗിന്റെ വധമാണ് മൂന്നാമത്തെ സംഭവം. തങ്ങളുടെ മത കാഴ്ചപ്പാടുകൾക്കു വിരുദ്ധമായ പ്രമേയമുൾക്കൊള്ളുന്ന ഒരു ചല ച്ചിത്രവുമായി ബന്ധപ്പെട്ടു പ്രവർത്തിച്ചു എന്നതായിരുന്നു മതാന്ധതയുടെ കോമരങ്ങൾ വാൻഗോഗിൽ കണ്ടെത്തിയ 'കുറ്റം'. ആ കൊലയെ ശരി വയ്ക്കുന്ന മാനസികാവസ്ഥ പുലർത്തിയ ചിലരെങ്കിലും നമ്മുടെ കേരള ത്തിലും അക്കാലത്തുണ്ടായി.

ഏറ്റവും ഒടുവിൽ ഇക്കഴിഞ്ഞ ജനുവരി 4ന് പാക്കിസ്ഥാനിൽ പഞ്ചാബ് പ്രവിശ്യാ ഗവർണർ സൽമാൻ തസീർ സ്വന്തം സുരക്ഷാ ഭടനാൽ കൊല ചെയ്യപ്പെട്ടു. മതനിന്ദയുടെ പേരിൽ വധശിക്ഷയ്ക്ക് വിധിക്കപ്പെട്ട ആസിയാ ബീബി എന്ന കർഷകത്തൊഴിലാളിയായ ക്രൈസ്തവ സ്ത്രീക്കുവേണ്ടി രംഗത്തു വന്നു എന്നതും രാജ്യത്ത് നിലവിലുള്ള മത നിന്ദാനിയമം പരിഷ്കരിക്കേണ്ട കാലം വൈകിയിരിക്കുന്നു എന്ന് അഭിപ്രായപ്പെട്ടതുമായിരുന്നു തസീർ ചെയ്ത 'അപരാധം'. ലിബറൽ ചിന്താഗതിക്കാരനായ പഞ്ചാബ് ഗവർണർ മതനിന്ദാ നിയമത്തിലെ മനുഷ്യത്വവിരുദ്ധത ചൂണ്ടിക്കാട്ടിയതിന് അദ്ദേഹത്തെ വെടിവെച്ചു കൊന്ന മുംതാസ് ഖാദിരി എന്ന മനോന്മാദിയെ പാക്കിസ്ഥാനിലെ ഫണ്ടമെന്റലിസ്റ്റുകൾ വീരനായകനായി കൊണ്ടാടുന്നതിനും ലോകം സാക്ഷിയായി. സുരക്ഷാഭടൻ ഗവർണറെ കൊലപ്പെടുത്തിയതും കൊലയാളിയെ മഹത്വവൽക്കരിച്ചതും അത്യന്തം ഗർഹണീയമായി രുന്നിട്ടും ആ നിലയ്ക്ക് സംഭവത്തെ വീക്ഷിക്കുകയല്ല സൽമാൻ തസീ റിനു 'അർഹിക്കുന്ന ശിക്ഷ' ലഭിച്ചു എന്നതിൽ അകമേ ആനന്ദിക്കുക യാണ് ചിലരെങ്കിലും ഇവിടെയും ചെയ്തത്.

മുകളിൽ പറഞ്ഞതും 1988നു ശേഷം നടന്നതുമായ നാല് സംഭവ ങ്ങളോടും കേരളത്തിലെ ഒരു വിഭാഗം ആളുകൾ പ്രതികരിച്ച രീതിയിൽ നിന്നും ഒരു കാര്യം വ്യക്തമാണ്. നവോത്ഥാന മൂല്യങ്ങളല്ല, പുനരുത്ഥാന മൂല്യ(Revivalist Values)ങ്ങളാണ് അവരെ ഭരിക്കുന്നത്. കഴിഞ്ഞ രണ്ടു പതിറ്റാണ്ടുകാലത്തിനിടയ്ക്ക് പുനരുത്ഥാന കൂട്ടായ്മകളും അവ പ്രതി നിധാനം ചെയ്യുന്ന പ്രതിലോമപരമായ ആശയലോകവും സംസ്ഥാനത്ത് അവഗണിക്കാനാവാത്ത വിധം സ്വാധീനം നേടിയിരിക്കുന്നു എന്നത് അസ്വാസ്ഥ്യജനകമായ ഒരു വസ്തുതയായി നമ്മുടെ മുൻപിലുണ്ട്.

ആറു മാസങ്ങൾക്കപ്പുറം, 2010 ജൂലായിൽ മതേതര കേരളത്തെ ഞെട്ടിച്ച താലിബാൻ ശൈലിയിലുള്ള കൈവെട്ട് സംഭവം, യഥാർത്ഥ ത്തിൽ റിവൈവലിസ്റ്റുകൾ ആർജ്ജിച്ചുകൊണ്ടിരിക്കുന്ന കരുത്തിന്റെ

പ്രതിഫലനമായിരുന്നു. മതത്തേയും പ്രവാചകനേയും തങ്ങളുടെ സ്വകാര്യ സ്വത്താക്കി മാറ്റുക എന്ന മതജന്മിത്വപരമായ ധാർഷ്ട്യം പ്രകടിപ്പിക്കുക മാത്രമല്ല കൈവെട്ടുകാർ ചെയ്തത്. ഇസ്ലാമിനേയും അതിന്റെ പ്രവാചകനേയും തങ്ങൾ ഏതു രൂപത്തിൽ നോക്കിക്കാണുന്നുവോ ആ രൂപത്തിൽ മാത്രമേ മറ്റുള്ളവരും നോക്കിക്കാണാവൂ എന്ന തത്ത്വം പേശീബലത്തിലൂടെ അടിച്ചേൽപിക്കുക കൂടിയായിരുന്നു അവർ.

തൊടുപുഴ ന്യൂമാൻ കോളേജ് അധ്യാപകൻ തയ്യാറാക്കിയ ചോദ്യക്കടലാസിൽ മതനിന്ദ ആരോപിക്കാവതല്ലെന്നു ഇതിനകം പലരും വ്യക്തമാക്കിയിട്ടുണ്ട്. അതുകൊണ്ട് അക്കാര്യം ഈ കുറിപ്പിൽ വിശദീകരിക്കാനുദ്ദേശിക്കുന്നില്ല. ഇവിടെ ഉന്നയിക്കുന്നത് മറ്റൊരു പ്രശ്നമാണ്. വിവാദ ചോദ്യപേപ്പറിൽ മതനിന്ദയുടെ അംശമുണ്ടെന്നു വല്ലവർക്കും തോന്നി എന്നിരിക്കട്ടെ. എങ്കിൽ ഒരു ജനാധിപത്യ വ്യവസ്ഥിതിയിൽ അവർ ചെയ്യേണ്ടത് എന്താണ്? നാട്ടിൽ നിയമ വ്യവസ്ഥയുണ്ട്; ശക്തമായ നീതിന്യായ സംവിധാനമുണ്ട്; മതനിന്ദയ്ക്കെതിരായ നിയമവുമുണ്ട്. ആ നിയമത്തിന്റെ പിൻബലത്തിൽ മതനിന്ദ നടത്തിയവർക്കെതിരെ അവർക്ക് കോടതിയെ സമീപിക്കാമായിരുന്നു.

തങ്ങളുടെ പരാതിക്ക് വ്യവസ്ഥാപിത മാർഗത്തിലൂടെ പരിഹാരം തേടാൻ ശ്രമിക്കുന്നതിനു പകരം ബന്ധപ്പെട്ടവർ നിയമം സ്വയം കയ്യിലെടുക്കുകയാണ് ചെയ്തത്. നീതീകരണലേശമില്ലാത്ത ആ കൃത്യം അവരുടെ വിചാരരീതിയെക്കുറിച്ച് രണ്ട് സൂചനകൾ നൽകുന്നു. ഒന്ന്, നാട്ടിലെ നിയമവ്യവസ്ഥ തങ്ങൾക്ക് പുല്ലാണ് എന്ന മനോഭാവമാണ് അവർക്കുള്ളത്. രണ്ട്, മറുചിന്തകളോ മറുവാദങ്ങളോ മറുശബ്ദമോ അംഗീകരിക്കാനോ പൊറുപ്പിക്കാനോ അവർ തയ്യാറല്ല. മതത്തെക്കുറിച്ചും പ്രവാചകനെക്കുറിച്ചുമൊക്കെ തങ്ങൾ ചിരകാലമായി ഉയർത്തിപ്പിടിക്കുന്ന വിചാരമേതോ അതുതന്നെ എല്ലാവരും അംഗീകരിച്ചുകൊള്ളണം. എതിർസ്വരം അരുത്; വിയോജനം പാടില്ല.

ഏറ്റവും മൂല്യവത്തായ ജനാധിപത്യാവകാശം എന്നു പറയുന്നത് വിയോജിക്കാനുള്ള അവകാശമാണ്. ജനാധിപത്യം മാത്രമല്ല, വർത്തമാന ലോകത്തിലെ തീക്ഷ്ണ യാഥാർത്ഥ്യമായ മൾട്ടികൾച്ചറലിസം ആരോഗ്യകരമായി നിലനിൽക്കാനും വിയോജന സ്വാതന്ത്ര്യം കൂടിയേ തീരൂ. ആചാരതലത്തിൽ മാത്രമല്ല ആശയതലത്തിലും വ്യതിരിക്തത പുലർത്താനുള്ള സ്വാതന്ത്ര്യം വേണം. ചിന്തയിലും ഭാവത്തിലും കർമത്തിലും അനുഷ്ഠാനത്തിലുമെന്നുവേണ്ട സാമൂഹിക ജീവിതത്തിന്റെ സമസ്ത തലങ്ങളിലും ബഹുരൂപതാ സ്വാതന്ത്ര്യം അനുവദിക്കപ്പെടുന്ന അവസ്ഥാവിശേഷമത്രേ ജനാധിപത്യവും മൾട്ടി കൾച്ചറലിസവും ആവശ്യപ്പെടുന്നത്. ചിന്തയിലും അഭിപ്രായത്തിലും ആചാരാനുഷ്ഠാനങ്ങളിലും

ഏകരൂപത വേണമെന്നത് ഫാഷിസത്തിന്റെ രീതിയാണ്; മോണോകൾച്ചറലിസത്തിന്റെ രീതിയാണ്.

അധ്യാപകന്റെ കൈ വെട്ടിയവർ ആ കുത്സിത രീതിയാണ് പിന്തുടർന്നത് - ഫാഷിസത്തിന്റേയും മോണോകൾച്ചറലിസത്തിന്റേയും രീതി. ഒരേയൊരു ചിന്ത, ഒരേയൊരു വീക്ഷണം, ഒരേയൊരു അഭിപ്രായം. ഇസ്ലാമിന്റേയും അത് പ്രക്ഷേപിക്കുന്ന ദൈവത്തിന്റേയും അതിന്റെ പ്രവാചകന്റെയും കാര്യത്തിൽ ഒരേയൊരു വീക്ഷണം മാത്രമേ പാടുള്ളൂ; അത് മാത്രമാണ് ശരി; അത് മറ്റുള്ളവർ അംഗീകരിച്ചേ മതിയാവൂ. എതിർവീക്ഷണങ്ങൾ തെറ്റും അതിനാൽ തന്നെ ശിക്ഷാർഹവുമാണ്. ഇരുപത്തിമൂന്ന് വർഷങ്ങൾക്കു മുൻപ് ആയത്തുള്ള ഖൊമേനി സൽമാൻ റുഷ്ദിയെ കണ്ടേടത്തുവച്ച് കൊല്ലാനുള്ള മതവിധിയിറക്കിയപ്പോൾ അദ്ദേഹം പുലർത്തിയ മതജന്മിത്വപരമായ നിലപാടിന്റെ നേർതുടർച്ച തന്നെയാണിത്.

വിചാരങ്ങളിലും വീക്ഷണങ്ങളിലും മാത്രമല്ല, ആചാരങ്ങളിലും വൈയക്തിക ശീലങ്ങളിലും ഏകരൂപത അടിച്ചേൽപിക്കാൻ ശ്രമിക്കുന്നു പുനരുത്ഥാനവാദികൾ. കാസർകോട്ടെ റയാന ഖാസി എന്ന യുവതിക്കുണ്ടായ ദുരനുഭവം അതിലേക്കത്രേ കൈ ചൂണ്ടുന്നത്. തികച്ചും മാന്യമായി ചുരിദാർ ധരിക്കുന്ന, ചിലപ്പോൾ പാന്റ്സും ഷർട്ടുമിടുന്ന റയാനയോട് മതോന്മാദത്തിനു വശംവദരായവർ പർദ ധരിക്കാൻ ആവശ്യപ്പെടുക മാത്രമല്ല ചെയ്തത്. തങ്ങളുടെ 'ഉത്തരവ് പ്രാവർത്തികമാക്കുന്നില്ലെങ്കിൽ വധിക്കുമെന്ന ഭീഷണിയും അവർ മുഴക്കി. മതഫാഷിസത്തിന്റെ രൗദ്രരൂപം എന്നു വിശേഷിപ്പിക്കാവുന്ന താലിബാൻ എന്ന സംഘടന 1997ൽ നടപ്പിൽ വരുത്തിയ 'പർദാരാജ്' കേരളത്തിലെ മുസ്ലീം സ്ത്രീ സമൂഹത്തിൽ പ്രാവർത്തികമാക്കാൻ സാധിക്കുമോ എന്നാണവർ നോക്കുന്നത്. പർദ ധരിക്കാനോ ധരിക്കാതിരിക്കാനോ ഉള്ള സ്വാതന്ത്ര്യം സ്ത്രീകൾക്കു വിട്ടുകൊടുക്കണമെന്ന പ്രാഥമികതത്ത്വം അംഗീകരിക്കാൻ പോലും മോണോകൾച്ചറലിസത്തിന്റെ രീതിശാസ്ത്രം പിന്തുടരുന്ന പുനരുത്ഥാന വാദികൾക്ക് സാധിക്കുന്നില്ല.

കേരളത്തിലടക്കം ലോകത്തിന്റെ വിവിധ ഭാഗങ്ങളിൽ നവോത്ഥാനം കടന്നുവരുന്നത് വിശ്വാസ - വിചാര - ആചാര തലങ്ങളിലുള്ള വൈവിധ്യത്തിൽ അടിവര ചാർത്തിക്കൊണ്ടാണ്. പത്തൊമ്പതാം ശതകത്തിന്റെ അന്ത്യത്തിൽ അരുവിപ്പുറത്ത് താൻ പ്രതിഷ്ഠിച്ച ശിവൻ ഈഴവശിവനാണെന്നു ശ്രീനാരായണഗുരു പ്രഖ്യാപിച്ചപ്പോൾ, അതുവരെ മേധാവിവർഗത്തിന്റെ ചിന്തകളിൽ ഇല്ലാതിരുന്ന ഒരു പുതിയ ശിവനെ സൃഷ്ടിക്കുകയായിരുന്നു അദ്ദേഹം. 1888-ഓടെ രണ്ടു ശിവന്മാരുണ്ടായി- ഈഴവശിവനും ഈഴവേതരശിവനും. മറ്റു വാക്കുകളിൽ പറഞ്ഞാൽ, മതചിന്തയിൽ ഒരു പുതിയ ധാരയ്ക്ക് അന്നു തുടക്കം കുറിക്കപ്പെട്ടു.

ആഢ്യദൈവത്തിനപ്പുറത്ത് ഒരു ജനകീയദൈവം പിറവിയെടുക്കുകയായിരുന്നു 1888ൽ. സമൂഹത്തിൽ ആധിപത്യം വഹിച്ചുപോരുന്ന ചിന്തകൾക്ക് (മതങ്ങൾക്ക്, ദർശനങ്ങൾക്ക്) മാത്രമല്ല, അല്ലാത്തവയ്ക്കും സമൂഹത്തിൽ ഇടം വേണമെന്ന വീക്ഷണമത്രേ ഈഴവശിവൻ എന്ന പരികല്പനയിലൂടെ അന്നു മൂർത്തരൂപം കൈവരിച്ചത്.

എല്ലാ ദേശങ്ങളിലും എല്ലാ സമുദായങ്ങളിലും മേധാവിത്വ ചിന്തകളെയും മേധാവിത്വ ശീലങ്ങളേയും നവോത്ഥാനം ചോദ്യം ചെയ്തു. മറ്റു സമുദായങ്ങൾക്കിടയിലെന്ന പോലെ കേരളത്തിലെ മുസ്ലീം സമുദായത്തിനകത്തും അത്തരം ചോദ്യം ചെയ്യലുകൾ സംഭവിച്ചിട്ടുണ്ട്. വിദ്യാഭ്യാസം എന്നത് അറബി ലിപിയിൽ എഴുതപ്പെട്ട പുസ്തകങ്ങൾ വായിക്കാനുള്ള പരിജ്ഞാനം മാത്രമല്ലെന്നു പ്രഖ്യാപിച്ചു കൊണ്ടായിരുന്നു അതിന്റെ ആരംഭം. തുടർന്നു മാതൃഭാഷയുടെ മഹത്വവും ലോകഭാഷ എന്ന നിലയിൽ ഇംഗ്ലീഷിനുള്ള പ്രാധാന്യവും ആധുനിക ശാസ്ത്ര വിജ്ഞാനത്തിന്റെ പ്രസക്തിയും നവോത്ഥാനവാദികൾ സമുദായ മധ്യത്തിൽ അനാവരണം ചെയ്തു. മൂഢവിശ്വാസങ്ങൾക്കെതിരെ അവബോധ തലത്തിൽ ശക്തമായ പോരാട്ടം സംഘടിപ്പിക്കപ്പെട്ടു. സ്ത്രീകളുടെ വസ്തുവത്കൃതാധിഷ്ഠിത അസ്തിത്വത്തിനെതിരെയും അവരനുഭവിക്കുന്ന അവകാശനിഷേധങ്ങൾക്കെതിരെയും പതുക്കെപ്പതുക്കെ ഉണർവുകൾ പ്രത്യക്ഷപ്പെട്ടു. 1970 ൽ 'ഇസ്ലാം ആന്റ് മോഡേൺ ഏയ്ജ് സൊസൈറ്റി' രൂപവൽക്കരിക്കപ്പെട്ടതും 1980കളുടെ മധ്യത്തിൽ ലിംഗ സമത്വ നിഷേധപരമായ മുസ്ലീം വ്യക്തിനിയമങ്ങൾ വിമർശനാത്മക വിലയിരുത്തലുകൾക്ക് വിധേയമാക്കപ്പെട്ടതും അത്തരം ഉണർവുകളുടെ പ്രതിഫലനങ്ങളായിരുന്നു.

ഇപ്പറഞ്ഞ ഉണർവുകൾ മുസ്ലീം സമുദായത്തിൽ ദീർഘകാലമായി ആധിപത്യം പുലർത്തിപ്പോരുന്ന ചിന്താധാരകളെ നിശിതമായി ചോദ്യം ചെയ്തു. തീർച്ചയായും ഒരു ചെറിയ ന്യൂനപക്ഷം മാത്രമാണ് അത്തരം ചോദ്യം ചെയ്യലിനു തയ്യാറായത്. മറുചേരിയിലുള്ള തൽസ്ഥിതിവാദികളാണെങ്കിൽ സാമുദായികമെന്നപോലെ രാഷ്ട്രീയമായും സംഘടിതരായിരുന്നു. അതുകൊണ്ടുതന്നെ നവോത്ഥാന മൂല്യങ്ങളോടും മതനിരപേക്ഷതയോടും പ്രതിജ്ഞാബദ്ധത പുലർത്തുന്ന രാഷ്ട്രീയ പാർട്ടികളുടെ കലവറയില്ലാത്ത പിന്തുണയുണ്ടെങ്കിൽ മാത്രമേ മതയാഥാസ്ഥിതികത്വത്തിനും മതപുനരുത്ഥാനത്തിനുമെതിരെ പരിവർത്തന പക്ഷത്ത് നിലയുറപ്പിച്ച ന്യൂനപക്ഷത്തിനു മുന്നേറാൻ സാധിക്കുമായിരുന്നുള്ളൂ.

നാലുപതിറ്റാണ്ടു മുൻപ് തലപൊക്കിയ 'ഇസ്ലാം ആന്റ് മോഡേൺ ഏയ്ജ് സൊസൈറ്റി'ക്ക് അധികകാലം മുന്നോട്ടുപോവാൻ സാധിച്ചില്ല.

സൊസൈറ്റിക്ക് പിന്നിൽ അണിനിരന്ന ലിബറൽ ചിന്താഗതിക്കാരോട് ഐക്യദാർഢ്യം പ്രകടിപ്പിക്കാനോ അവരെ ഏതെങ്കിലും തരത്തിൽ പിന്താങ്ങാനോ ഒരു മതേതര പാർട്ടിയും മുന്നോട്ടു വന്നില്ല എന്നത് തന്നെ കാരണം. എല്ലാ അർത്ഥത്തിലും ഒറ്റപ്പെടുകയായിരുന്നു പ്രശസ്ത എഴുത്തുകാരൻ എൻ.പി. മുഹമ്മദ് ഉൾപ്പെടെയുള്ളവർ നേതൃത്വം നൽകിയ മോഡേൺ ഏയ്ജ് സൊസൈറ്റി.

എൺപതുകളുടെ മധ്യത്തിൽ വീണ്ടുമുണ്ടായി ഒരുണർവ്. ദേശീയ തലത്തിൽ തന്നെയുണ്ടായ ഉണർവിന്റെ ഭാഗമായിരുന്നു അത്. പക്ഷേ, അറുപതുകളിൽ നിന്നു വ്യത്യസ്തമായി എൺപതുകളിൽ ഒരു രാഷ്ട്രീയ കക്ഷി - സി.പി.ഐ.എം - കേരളത്തിൽ മുസ്ലീം സമുദായത്തിലെ പിന്തിരിപ്പൻ വിഭാഗത്തിനെതിരെ ശക്തമായ നിലപാടുമായി മുന്നോട്ടു വന്നു. മുസ്ലീം വ്യക്തിനിയമത്തിലെ സ്ത്രീ വിരുദ്ധാംശങ്ങൾ നീക്കം ചെയ്യേണ്ടതുണ്ടെന്ന്, മുസ്ലീം ഉൽപതിഷ്ണു വിഭാഗത്തെപ്പോലെ ആ പാർട്ടിയും ആവശ്യപ്പെട്ടു. ആ ദിശയിൽ ഊർജ്ജസ്വലമായ പ്രചാരണ പരിപാടികൾക്ക് പാർട്ടി നേതൃത്വം നൽകുകയും ചെയ്തു. സംസ്ഥാനത്ത് മുസ്ലീം മതമൗലിക - യാഥാസ്ഥിതിക - വർഗീയ പ്രസ്ഥാനങ്ങൾ ഏറ്റവും ശക്തമായി വെല്ലുവിളിക്കപ്പെടുകയും തുറന്നുകാട്ടപ്പെടുകയും ചെയ്ത കാലയളവായിരുന്നു എൺപതുകളുടെ രണ്ടാം പാദം.

ആ മുന്നേറ്റത്തിനും ദീർഘായുസ്സുണ്ടായില്ല. ഒരു ഘട്ടത്തിൽ മുസ്ലീം സമുദായത്തിലെ മതാന്ധതയ്ക്കും വിജ്ഞാന വിരോധത്തിനും പരിവർത്തന വിമുഖതയ്ക്കുമെതിരെ ഉറച്ച നിലപാടെടുത്ത പാർട്ടി തന്നെ നാലഞ്ചു വർഷം കൊണ്ട് പിൻവലിഞ്ഞു. നവോത്ഥാന മൂല്യങ്ങളുടെ പോഷണമോ സാമൂഹിക ഉണർവുകളുടെ പ്രോത്സാഹനമോ ഇലക്ഷൻ ബൂത്തുകളിൽ പ്രയോജനം ചെയ്യുകയില്ല എന്ന ഉപയോഗമാത്രപരവും എന്നാൽ അടിസ്ഥാനമില്ലാത്തതുമായ ധാരണയുടെ ഫലമായിരുന്നു ഈ പിൻവലിയൽ. പാർട്ടികളുടേയും പ്രസ്ഥാനങ്ങളുടേയും ദൃഷ്ടി അധിക്ഷേപകരമാംവിധം ഹ്രസ്വകാലാധിഷ്ഠിതവും ഹ്രസ്വദൂരാധിഷ്ഠിതവുമാകുമ്പോഴാണ് ഇത്തരം പിൻവാങ്ങലുകൾ സംഭവിക്കുന്നത്. സമൂഹത്തിന്റെ പുരോഗമനാത്മക പരിവർത്തനത്തിനും നവോത്ഥാന മൂല്യങ്ങളുടെ ദാർഢ്യത്തിനും വിധേയമായി മാത്രം മതി തെരഞ്ഞെടുപ്പ് വിജയം എന്നുറപ്പിക്കാൻ ഇടതുപക്ഷ മതേതര പാർട്ടികൾ തയ്യാറാവാത്തിടത്തോളം കാലം മതജന്മിത്വവും അതിന്റെ ഭാഗമായ പുനരുത്ഥാന മൂല്യങ്ങളും പിടിമുറുക്കുന്ന അവസ്ഥ നാട്ടിൽ തുടരുകതന്നെ ചെയ്യും.

പുനരുത്ഥാനവാദികൾ കരുത്താർജ്ജിക്കാനും ലിബറൽ വിഭാഗം ക്ഷയിക്കാനും ഇടവരുത്തുന്നതിൽ മുഖ്യധാരാ മതേതര പാർട്ടികൾ വഹിച്ച (വഹിക്കുന്ന) പങ്ക് പരാമർശിക്കുമ്പോൾ തന്നെ ഈ മേഖലയിൽ മലയാളത്തിലെ മുഖ്യധാരാ പത്രങ്ങൾ സ്വീകരിച്ച (സ്വീകരിക്കുന്ന)

നിലപാടും പരിശോധിക്കപ്പെടേണ്ടതുണ്ട്. 'ദ ഹിന്ദു' ഉൾപ്പെടെയുള്ള ഇംഗ്ലീഷ് പത്രങ്ങൾ പാകിസ്ഥാനിലെ പുരോഗമനവാദിയായ പഞ്ചാബ് ഗവർണറെ കൊലപ്പെടുത്തിയ സംഭവത്തെക്കുറിച്ച് മുഖപ്രസംഗങ്ങളിലൂടെയും എഡിറ്റർ പേജ് ലേഖനങ്ങളിലൂടെയും ശക്തമായ ഭാഷയിൽ പ്രതികരിക്കുകയുണ്ടായി. ആ നിഷ്ഠൂരകൃത്യത്തേയും അതിനെ മഹത്വവൽക്കരിച്ച കെട്ട മനസ്സിനേയും ആ പത്രങ്ങൾ നിശിതമായി വിമർശിച്ചു. മലയാളത്തിലെ മുഖ്യധാരാ മതേതര പത്രങ്ങളോ? അവ പാകിസ്ഥാനിലെ പ്രാകൃതത്വം കണ്ടില്ലെന്നു നടിക്കുകയാണ് ചെയ്തത്. ആ പത്രങ്ങൾ സംഭവം റിപ്പോർട്ട് ചെയ്തില്ല എന്നല്ല പറയുന്നത്. മതോന്മാദികളുടെ ഫാഷിസ്റ്റ് മനസ്സിനെതിരെ ശബ്ദിക്കാനോ മതവിഷയങ്ങളിൽ മനുഷ്യത്വപൂർണ്ണമായ നിലപാടുകൾ സ്വീകരിക്കുന്ന ഉദാരവാദികൾ അഭിമുഖീകരിക്കുന്ന വെല്ലുവിളികളും ദുരന്തങ്ങളും അടയാളപ്പെടുത്താനോ ആ പത്രങ്ങളൊന്നും മുന്നോട്ടു വന്നില്ല.

പാക് സംഭവങ്ങളോട് മാത്രമല്ല മാധ്യമങ്ങൾ ഇമ്മട്ടിൽ ഉദാസീനത കാണിച്ചത്. പോയവർഷം മധ്യത്തിൽ കേരളത്തിൽ ചോദ്യപേപ്പർ വിവാദം ഉയർന്നപ്പോഴും കാസർകോട്ട് മുസ്ലീം യുവതിക്ക് പർദ്ദയണിയാത്തതിന്റെ പേരിൽ വധഭീഷണി ഉണ്ടായപ്പോഴും ആ സംഭവങ്ങളെ അവയർഹിക്കുന്ന ഗൗരവത്തിൽ സമീപിക്കാനോ അവയ്ക്ക് പിന്നിൽ പ്രവർത്തിക്കുന്ന ശക്തികൾക്ക് പ്രചോദനം നൽകുന്ന പ്രത്യയശാസ്ത്ര ഭൂമികയെ വിമർശനാത്മകമായി വിലയിരുത്താനോ മലയാളത്തിലെ പ്രമുഖ പത്രങ്ങൾ തയ്യാറായില്ല. ഈ ദുശ്ശക്തികളുടെ ലോകവീക്ഷണം രുഗ്ണമാണെന്നും ആ വീക്ഷണവും ആ ശക്തികളും ചെറുത്തു തോൽപിക്കപ്പെടേണ്ടതുണ്ടെന്നും തുറന്നും തറപ്പിച്ചും പറയാൻ അവ മുന്നോട്ടു വരണമായിരുന്നു. ദൗർഭാഗ്യകരമെന്നു പറയണം, അതുണ്ടായില്ല.

പാർട്ടികളും പത്രങ്ങളും അനുവർത്തിക്കുന്ന അക്ഷന്തവ്യമായ ഈ ഉദാസീനത ആരെയാണ് സഹായിക്കുന്നത്? ഏതു മൂല്യവ്യവസ്ഥയ്ക്കാണ് അത് ഗുണം ചെയ്യുന്നത്? ഈ ചോദ്യങ്ങൾക്കുള്ള ഉത്തരം സമകാലിക കേരളത്തിന്റെ മുൻപിൽ നിവർന്നു കിടപ്പുണ്ട്. മതനിന്ദ ആരോപിച്ച് വല്ലവരേയും അംഗഭംഗം വരുത്തുകയോ കൊല്ലുക തന്നെയോ ചെയ്താലും അതൊന്നും അത്ര വലിയ പ്രശ്നമല്ല എന്നു ചിന്തിക്കുന്ന വിഭാഗങ്ങൾക്ക് മേൽച്ചൊന്ന ഉദാസീനത സഹായകമായി ഭവിക്കുന്നു. ആ വിഭാഗങ്ങൾ നെഞ്ചേറ്റി നടക്കുന്ന പുനരുത്ഥാന മൂല്യവ്യവസ്ഥയ്ക്ക് പൊതുസമ്മതി നേടിക്കൊടുക്കാനും അത് പ്രയോജനപ്പെടുന്നു.

പുനരുത്ഥാന മൂല്യങ്ങൾ ശക്തിപ്പെടുകയും അവയ്ക്ക് സാമൂഹിക സമ്മതി ലഭിക്കുകയും ചെയ്യുക എന്നതിനർത്ഥം വിയോജിക്കാനും

വീക്ഷണ വൈവിധ്യം പുലർത്താനുമുള്ള അവകാശങ്ങൾ- ജനാധിപത്യത്തിന്റേയും മൾട്ടികൾച്ചറലിസത്തിന്റേയും ജീവവായുവത്രേ ഈ അവകാശങ്ങൾ - നഷ്ടപ്പെടുക എന്നാണ്. നവോത്ഥാന ഘട്ടത്തിൽ കേരളം സ്വായത്തമാക്കിയ വീക്ഷണ ബഹുസ്വരതയുടെ മരണമണിയാകും പിന്നീട് മുഴങ്ങുന്നത്. നവോത്ഥാനത്തേയും പുനരുത്ഥാനത്തേയും വേർതിരിച്ചറിയാനും തൂമ്പായെ തൂമ്പായെന്നു വിളിക്കാനും മതേതര പാർട്ടികളും പത്രങ്ങളും മുന്നോട്ടു വരേണ്ടതുണ്ട്. അവയ്ക്ക് പൊതു സമൂഹത്തോടുള്ള പ്രാഥമിക ബാധ്യതയാണത്. ദൃഷ്ടി ഇലക്ഷൻ ബൂത്തിലും സർക്കുലേഷൻ ഗ്രാഫിലും മാത്രമായി ഒതുങ്ങാതിരിക്കാൻ ഇരുകൂട്ടരും ശ്രദ്ധിച്ചാലേ കാര്യം നടക്കൂ.

ഇന്ത്യയിൽ വിയോജനാവകാശത്തിനും അഭിപ്രായപ്രകടനത്തിനും എതിരു നിൽക്കുന്ന ഒരു നിയമ വകുപ്പുണ്ട്. അതിന്റെ പിൻബലത്തിലാണ് ജനങ്ങളുടെ ചിന്താ സ്വാതന്ത്ര്യത്തിനും ആവിഷ്കാര സ്വാതന്ത്ര്യത്തിനും മതാധികാരികൾ ഉൾപ്പെടെയുള്ളവർ കൂച്ചുവിലങ്ങിടുന്നത്. ഇന്ത്യൻ പീനൽ കോഡിലെ 295 A വകുപ്പത്രേ ആ വില്ലൻ. മതവികാരം വ്രണപ്പെടുത്തി എന്നാരോപിച്ച് ഏതു സ്വതന്ത്ര ചിന്തകനേയും ശിക്ഷിക്കാൻ പ്രസ്തുത വകുപ്പാണ് തൽപ്പരകക്ഷികൾ പ്രയോജനപ്പെടുത്തിപ്പോരുന്നത്. അഥവാ ആ നിയമ വകുപ്പാണ് നമ്മുടെ നാട്ടിൽ ചിന്താ സ്വാതന്ത്ര്യത്തിന്റെ ശിരസ്സിനു മുകളിൽ തൂങ്ങി നിൽക്കുന്ന ഡെമോക്ലസിന്റെ ഖഡ്ഗം.

ഇക്കഴിഞ്ഞ ഫെബ്രുവരി 8ന് ഹൈദരാബാദിൽ പതിനേഴാമത് കോമൺവെൽത്ത് നിയമ സമ്മേളനത്തിൽ സംസാരിച്ച ബ്രിട്ടീഷ് ബാരിസ്റ്റർ ലെസ്റ്റർ പ്രഭു ഈ നിയമ വകുപ്പിന്റെ ജനാധിപത്യ വിരുദ്ധതയിലേക്കും വിചാര സ്വാതന്ത്ര്യ നിഷേധപരതയിലേക്കും വിരൽ ചൂണ്ടുകയുണ്ടായി. (ദ ഹിന്ദു, 08. 02. 2011) ബ്രിട്ടീഷുകാർ നടപ്പാക്കിയ ഈ നിയമം യൂറോപ്പിലെ മധ്യകാല ക്രൈസ്തവ പൗരോഹിത്യ നിയമത്തിന്റെ അംശങ്ങളാണുൾക്കൊള്ളുന്നത്. ജനാധിപത്യവും മൾട്ടികൾച്ചറലിസവും അംഗീകരിക്കുന്ന ഒരു രാഷ്ട്രത്തിനും പൊറുപ്പിക്കാവതല്ല ആ നിയമം. നവോത്ഥാന മൂല്യങ്ങൾ തിരിച്ചു പിടിക്കേണ്ടതിന്റെ ആവശ്യകതയെക്കുറിച്ച് ചർച്ചകളും സംവാദങ്ങളും സംഘടിപ്പിക്കുന്ന രാഷ്ട്രീയ പാർട്ടികൾ ഈ കരിനിയമം പിൻവലിക്കണമെന്ന് ആവശ്യപ്പെട്ടുകൊണ്ട് ഒരു ദേശീയ പ്രക്ഷോഭത്തിനു തയ്യാറാകുമോ? പുനരുത്ഥാന മൂല്യങ്ങൾക്കെതിരെ, നവോത്ഥാനത്തിന്റേയും മൾട്ടികൾച്ചറലിസത്തിന്റേയും മൂല്യങ്ങൾക്കു വേണ്ടി അവർ അവശ്യംനടത്തേണ്ട ഒരു പ്രക്ഷോഭമാണത്. അപ്പോഴും ചോദ്യം ബാക്കി നിൽക്കുന്നു; പൂച്ചയ്ക്ക് ആര് മണി കെട്ടും?

(2011)

■

സ്ത്രീ സുരക്ഷാകവചം

ഇംഗ്ലീഷിൽ ട്രിപ്പിൾ തലാഖ് എന്നും ഹിന്ദിയിൽ തീൻ തലാഖ് എന്നും മലയാളത്തിൽ മുത്തലാഖ് എന്നും പറയുന്ന വിവാഹമോചനരീതി മുസ്ലീങ്ങളുടെ വേദഗ്രന്ഥമായ ഖുർ-ആനിൽ ഒരിടത്തും പരാമർശിക്കപ്പെടുന്നില്ല. 'മുസ്ലീം ലോകത്തിലെ കുടുംബനിയമപരിഷ്കാരം' എന്ന ഗവേഷണ ഗ്രന്ഥത്തിന്റെ രചയിതാവും ദേശീയ ന്യൂനപക്ഷ കമ്മീഷന്റെ മുൻ അധ്യക്ഷനുമായ പ്രൊഫ. താഹിർ മഹ്മൂദ് ചൂണ്ടിക്കാട്ടിയതുപോലെ, 'ട്രിപ്പിൾ'എന്ന വാക്കിനുസമാനമായ പദംപോലും ഖുർ-ആനിൽ ഇല്ല. മുസ്ലീം കുടുംബ നിയമവ്യവസ്ഥയിൽ പിൽക്കാലത്ത് കൂട്ടിച്ചേർക്കപ്പെട്ടതാണ് ആ പദവും മുത്തലാഖ് എന്ന ആശയവും.

പുരുഷൻ നടത്തുന്ന ഏകപക്ഷീയ തത്ക്ഷണ വിവാഹമോചനമാണ് മുത്തലാഖ്. ആ വിവാഹമോചന രീതിയെ അനുകൂലിക്കുന്ന ഇസ്ലാമിക പണ്ഡിതർപോലും അത് ക്രമവിരുദ്ധ പുത്തനാചാരം (ബിദ് അത്ത്) ആണെന്നു സമ്മതിക്കുന്നുണ്ട്. ആ സമ്പ്രദായം മതശാസ്ത്രദൃഷ്ട്യാ ചീത്തയെങ്കിലും നിയമദൃഷ്ട്യാ ചീത്തയല്ലാത്തതാണെന്നാണവരുടെ നിലപാട്. മതശാസ്ത്രം തിന്മയായി കാണുന്നത് നിയമശാസ്ത്രം നന്മയായി കാണുന്നതിലെ യുക്തിരാഹിത്യം പണ്ഡിതർ കണക്കിലെടുത്തിരുന്നെങ്കിൽ മുത്തലാഖ് എന്ന നീചാചാരത്തിനു വേരോട്ടം ലഭിക്കുമായിരുന്നില്ല.

പാക്കിസ്ഥാൻ ഉൾപ്പെടെ പതിനേഴ് മുസ്ലീംഭൂരിപക്ഷ രാഷ്ട്രങ്ങളിൽ നിരോധിച്ച മുത്തലാഖ് ഇന്ത്യയിലും നിരോധിക്കണമെന്ന മുറവിളിക്ക് പതിറ്റാണ്ടുകളുടെ പഴക്കമുണ്ട്.

അഖിലേന്ത്യാ മുസ്ലീം വ്യക്തിനിയമബോർഡാകട്ടെ നിയമപരിഷ്കാര വിഷയത്തിൽ യാഥാസ്ഥിതിക നിലപാടാണ് തുടക്കംതൊട്ടേ സ്വീകരിച്ചത്. 2004 ജൂലായിൽ കാൻപൂരിൽ നടന്ന ബോർഡിന്റെ നിർവാഹക സമിതിയോഗം തത്ക്ഷണ മുത്തലാഖ് ഇസ്ലാമിക വിരുദ്ധമാണെന്ന് പ്രഖ്യാപിക്കുമെന്ന് പ്രതീക്ഷിക്കപ്പെട്ടിരുന്നു. അത് പക്ഷേ, ഉണ്ടായില്ല. പകരം 2005 മേയിൽ ബോർഡ് 'ഒരു മാതൃകാ നിക്കാഹ് നാമ' പുറത്തിറക്കി. ആ രേഖയിൽ മുത്തലാഖിനെതിരെ ആകെയുണ്ടായിരുന്നത്,

'സാധ്യമായേടത്തോളം ഒറ്റയടിക്ക് മൂന്നുതലാഖ് ചൊല്ലി വിവാഹമോചനം നടത്തുന്ന രീതി ഭർത്താവ് ഒഴിവാക്കണം' എന്ന തികച്ചും ദുർബലമായ ഒരു ഉപദേശം മാത്രമായിരുന്നു.

ബോർഡിന്റെ ഉപദേശത്തിനുശേഷവും മുത്തലാഖ് നിർബാധം തുടർന്നു. മിക്ക സ്ത്രീകളും തങ്ങളുടെ ദുർവിധിയെ പഴിച്ച് സൈറാ ബാനു, ഇസ്രത്ത് ജഹാൻ, ഗുൽഷൻ പർവീൻ, അഫ്രിൻ റഹ്മാൻ, ആതിയ സാബരി എന്നീ അഞ്ച് വനിതകൾ നീതിതേടി കോടതിയെ സമീപിക്കാൻ മുന്നോട്ടുവന്നു. അവരുടേതുൾപ്പെടെ ഏഴ് ഹർജികൾ പരിഗണിച്ച സുപ്രീംകോടതിയുടെ അഞ്ചംഗ ഭരണഘടനാ ബെഞ്ച് 2017 ഓഗസ്റ്റ് 22-ന് മുത്തലാഖ് നിയമവിരുദ്ധവും ഭരണഘടനാവിരുദ്ധവും ആണെന്നും വിധിയെഴുതുകയും ആറുമാസത്തിനകം നിയമം കൊണ്ടുവരാൻ കേന്ദ്രത്തോട് നിർദ്ദേശിക്കുകയും ചെയ്തു. തദടിസ്ഥാനത്തിലത്രേ ഇപ്പോൾ സർക്കാർ മുത്തലാഖ് ക്രിമിനൽ കുറ്റമാക്കുന്ന 'മുസ്ലീം വനിത (വിവാഹവകാശ സംരക്ഷണ) ബിൽ 2017' പാർലിമെന്റിൽ അവതരിപ്പിച്ചത്.

ഒരുലക്ഷത്തിലേറെ അംഗങ്ങളും പതിമൂന്ന് സംസ്ഥാനങ്ങളിൽ സാന്നിധ്യവും ഉള്ള രാജ്യത്തെ ഏറ്റവും വലിയ മുസ്ലീം വനിതാ സംഘടനയായ ഭാരതീയ മുസ്ലീം മഹിളാ ആന്ദോളനും അഖിലേന്ത്യാ മുസ്ലീം വനിതാ വ്യക്തിനിയമ ബോർഡും യു.പി.യി.ലെ ഷിയാ വഖഫ് ബോർഡും മുത്തലാക്ക് ബില്ലിനെ സ്വാഗതം ചെയ്തിട്ടുണ്ട്. അതേസമയം, അഖിലേന്ത്യാ മുസ്ലീം വ്യക്തിനിയമ ബോർഡ് മുസ്ലീം ലീഗ്, മജ് ലിസെ, ഇത്തിഹാദുൽ മുസ്ലിമീൻ എസ്.ഡി.പി.ഐ. തുടങ്ങിയ മുസ്ലീം യാഥാസ്ഥിതിക സംഘടനകൾ ബില്ലിന്റെ വിമർശകരാണ്.

വിമർശകരുടെ വാദങ്ങളിൽ ഒന്ന് സിവിൽ വിഷയമായ വിവാഹമോചനത്തെ ക്രിമിനൽ കുറ്റമാക്കുന്നത് ശരിയല്ല എന്നത്രേ. ഈ വാദക്കാർ രണ്ടു കാര്യങ്ങൾ കാണാതിരിക്കുന്നു. രണ്ടാം ഖലീഫയായിരുന്ന ഉമർ മുത്തലാഖ് നടത്തിയ പുരുഷന്റെ നടപടി ക്രിമിനൽ കുറ്റമായി വിലയിരുത്തുകയും അയാൾക്ക് ദണ്ഡനശിക്ഷ നൽകുകയും ചെയ്തിട്ടുണ്ട് എന്നതാണ് ഒരു കാര്യം. മുത്തലാഖ് ബില്ല് (2017) വിവാഹമോചനത്തെ യാഥാർത്ഥ്യത്തിൽ ക്രിമിനൽ കുറ്റമായി പരിഗണിക്കുന്നില്ല എന്നതാണ് രണ്ടാമത്തെ കാര്യം. 2002ലെ ഷമീം ആറ കേസിൽ സുപ്രീംകോടതി ചൂണ്ടിക്കാട്ടിയ, ഖുർ ആനിക ചട്ടപ്രകാരമുള്ള (നിർദിഷ്ട ഇടവേളയ്ക്കും അനുരഞ്ജനശ്രമങ്ങൾക്കും ശേഷമുള്ള) വിവാഹമോചനം ശരിയും സാധുവും ആണ്. ഖുർ ആനിക ചട്ടങ്ങൾക്ക് വിരുദ്ധമായ മുത്തലാഖ് എന്നാൽ തത്ക്ഷണ വിവാഹമോചനമാണ് ശരിയല്ലാത്തതും ശിക്ഷാർഹവും. അതും സിവിൽ വിഷയമല്ലേ എന്നു ചോദിക്കാം. സിവിൽ വിഷയമായ ബാങ്കിംഗ് നിയമത്തിൽ വരുന്നതാണ് ചെക്ക് കൈമാറ്റം. പക്ഷേ, വല്ലവരും വണ്ടിച്ചെക്ക് നൽകിയാൽ അത് ശിക്ഷാർഹമായ ക്രിമിനൽ

കുറ്റമായാണ് പരിഗണിക്കപ്പെടുന്നത്. മുത്തലാഖും അവ്വിധം പരിഗണിക്കപ്പെടുന്നതിൽ എന്താണ് തെറ്റ്?

മുത്തലാഖിന്റെ പേരിൽ ഭർത്താവിനെ തുറങ്കിൽ അടച്ചാൽ ഭാര്യയ്ക്ക് ആര് സംരക്ഷണ ചെലവ് നൽകും എന്നു വിമർശകർ ചോദിക്കുന്നു. ഗാർഹിക പീഡനത്തിന്റെയോ മറ്റു കുറ്റകൃത്യങ്ങളുടെയോ പേരിൽ ജയിലിൽ പോകുന്നവരുടെ ഭാര്യമാർക്കും കുട്ടികൾക്കും ആര് ചെലവിനു നൽകും എന്ന ചോദ്യത്തിന് എന്താണ് മറുപടി? തൊഴിലും വേതനവും പുരുഷന്മാർക്ക് മാത്രമല്ല, സ്ത്രീകൾക്കുമാകാമെന്ന് വിമർശകർ മനസ്സിലാക്കണം.

മുത്തലാഖ് നിരോധനവും തത്സംബന്ധ ബില്ലും ഭരണഘടനയുടെ 25-ാം വകുപ്പ് ഉറപ്പു നൽകുന്ന മതസ്വാതന്ത്ര്യത്തിന് നിരക്കില്ലെന്നതാണ് രണ്ടാമത്തെ വാദം. ധാർമികത, ആരോഗ്യം, പൊതുസമാധാനം എന്നീ ഉപാധികൾക്ക് പുറമേ അവകാശ സമത്വം, ലിംഗനീതി എന്നിവയ്ക്കു കൂടി വിധേയമായി മാത്രമേ ഇന്ത്യൻ ഭരണഘടന മതസ്വാതന്ത്ര്യം അനുവദിക്കുന്നുള്ളൂ. മുത്തലാഖ് ഒടുവിൽ പറഞ്ഞ മൂന്ന് ഉപാദികൾക്കും വിരുദ്ധമാകയാൽ ആ വിവാഹ മോചന രീതി മതസ്വാതന്ത്ര്യത്തിന്റെ പരിധിയിൽ വരില്ല.

മൂന്നാമത്തെ വാദം മുത്തലാഖ് പോലുള്ള വിഷയങ്ങൾ എടുത്തുകാട്ടി മുസ്ലീം സമുദായത്തെ പിശാചുവത്കരിക്കുകയാണ് നരേന്ദ്രമോദി സർക്കാരും സംഘപരിവാറും ചെയ്യുന്നത് എന്നതത്രെ. ഈ ആരോപണവുമായി രംഗത്ത് വരുന്നവർ മസൂദ് അഹമ്മദ് കേസിൽ (2008) ഡൽഹി ഹൈക്കോടതി നൽകിയ വിധി തീർപ്പിലേക്ക് ശ്രദ്ധിക്കണം മുൻ രാഷ്ട്രപതി ഫക്റുദീൻ അലി അഹമ്മദിന്റെ പുത്രനായ ജസ്റ്റിസ് ബാദർ ദുറസ് അഹമ്മദ് പുറപ്പെടുവിച്ച ആ വിധിന്യായത്തിൽ സംശയലേശമില്ലാതെ വ്യക്തമാക്കിയത് ഒറ്റയിരിപ്പിലുള്ള മൂന്ന് തലാഖ് ഒരു തലാഖ് മാത്രമേ ആവൂ എന്നും അത് സാധുവല്ല എന്നുമാണ്. ജസ്റ്റിസ് ബാദർ ദുറസ് അഹമ്മദ ആർ.എസ്.എസുകാരനും വി.എച്ച്.പികാരനും ഒന്നുമല്ലല്ലോ.

മുത്തലാഖ് നിയമവിരുദ്ധമെന്ന് പ്രഖ്യാപിച്ച ആഗസ്റ്റ് 22- ലെ സുപ്രീംകോടതിവിധിയും ഡിസംബർ 28 ന് ലോകസഭ പാസാക്കിയ മുസ്ലീം വനിതാ (വിവാഹാവകാശ സംരക്ഷണ) ബില്ലും മുത്തലാഖ് എന്ന ക്രൂരതയിൽ നിന്ന് മുസ്ലീം സ്ത്രീകളെ സംരക്ഷിക്കാനുതകുന്ന ശക്തമായ കവചമാണ്. ആ നിയമനിർമ്മാണത്തെ ഹിന്ദുത്വ ഫോബിയയുടെ ചെലവിൽ അട്ടിമറിക്കാതിരിക്കാനുള്ള വിവേകം ലിംഗനീതിവാദികളെങ്കിലും പ്രദർശിപ്പിക്കേണ്ടതുണ്ട്.

■

കശാപ്പുരാഷ്ട്രീയം പിൻവാങ്ങണമെങ്കിൽ

റവല്യൂഷണറി മാർക്സിസ്റ്റ് പാർട്ടി നേതാവ് ടി.പി. ചന്ദ്രശേഖരന്റെ അരുംകൊലയുടെ പശ്ചാത്തലത്തിൽ സംസ്ഥാനത്ത് കശാപ്പു രാഷ്ട്രീയത്തെക്കുറിച്ചു മുമ്പില്ലാത്തവിധം വിശകലനങ്ങളും വിശദീകരണങ്ങളും ചർച്ചകളും നടന്നുകൊണ്ടിരിക്കുകയാണ്. ഒരുപക്ഷേ, മുൻകാലങ്ങളിൽ ഉയർന്നുകണ്ടിട്ടുള്ളതിനേക്കാൾ ശക്തമായ അളവിൽ വധരാഷ്ട്രീയത്തിനെതിരെ രോഷവും പ്രതിഷേധവും ഇപ്പോൾ ഉയരുന്നുമുണ്ട്. കശാപ്പു രാഷ്ട്രീയം എന്ന കൊടും തിന്മ ഇല്ലാതായിക്കാണാൻ ആഗ്രഹിക്കുന്നവർ ആ തിന്മയ്ക്കെതിരേ ശബ്ദമുയർത്തുന്നവരോട് സാത്മ്യപ്പെടാനും ഐക്യപ്പെടാനും വെമ്പുക സ്വാഭാവികമാണ്. ചന്ദ്രശേഖരൻ വധത്തെ മറയില്ലാതെ അപലപിക്കാനും വധരാഷ്ട്രീയത്തിന്റെ ഏറ്റവും ഒടുവിലത്തെ ഇരയാണ് ആർ.എം.പി. നേതാവ് എന്നു ചൂണ്ടിക്കാട്ടാനും മുന്നോട്ടുവന്ന ഒട്ടേറെ രാഷ്ട്രീയനേതാക്കളും എഴുത്തുകാരും സാംസ്കാരിക പ്രവർത്തകരും മാദ്ധ്യമങ്ങളും നമ്മുടെ മുമ്പിലുണ്ട്. പക്ഷേ, അവരുടെ വിചാരവികാരങ്ങളെ വിവേചനരഹിതമായി നെഞ്ചേറ്റേണ്ട ബാദ്ധ്യത പൊതുജനത്തിനില്ല. കൊലപാതകരാഷ്ട്രീയത്തെ എതിർക്കുന്നവർ ആ ഹീനരാഷ്ട്രീയത്തിന്റെ വ്യത്യസ്ത പ്രതിനിധാനങ്ങളെ ഒരു പോലെ എതിർക്കുന്നുണ്ടോ എന്നു വിലയിരുത്തി വേണം പൊതുസമൂഹം വധരാഷ്ട്രീയ വിമർശകരെ സ്വീകരിക്കുകയോ തിരസ്കരിക്കുകയോ ചെയ്യാൻ.

കശാപ്പു രാഷ്ട്രീയത്തിലെ പൊതുഘടകം

കേരളത്തിലെ മുഖ്യ രാഷ്ട്രീയ പാർട്ടികളെല്ലാം കൂടിയോ കുറഞ്ഞോ ഉള്ള അളവിൽ കശാപ്പുരാഷ്ട്രീയത്തിൽ പങ്കാളികളായിട്ടുണ്ട് എന്നതു നിഷേധിക്കാവതല്ല. സി.പി.ഐ.എമ്മും കോൺഗ്രസ്സും ബി.ജെ.പിയും മുസ്ലീംലീഗും ഉൾപ്പെടെയുള്ള പാർട്ടികൾ വധരാഷ്ട്രീയം കൈയാളിയിട്ടുണ്ട്. സമീപകാലത്ത് രംഗപ്രവേശം ചെയ്ത ചില തീവ്രവാദ

പ്രസ്ഥാനങ്ങളും കഠാരരാഷ്ട്രീയത്തിൽ മുഴുകാതിരുന്നിട്ടില്ല. വസ്തുത ഇതായിരിക്കെ ഏതെങ്കിലും ഒരു പാർട്ടിയെ അടർത്തിയെടുത്ത് ആ പാർട്ടി മാത്രമാണ് കേരളത്തിൽ കശാപ്പുരാഷ്ട്രീയത്തിന്റെ പ്രയോക്താക്കൾ എന്നു പ്രചരിപ്പിക്കുന്നത് നീതിക്കു നിരക്കില്ല, ആ പ്രത്യേക പാർട്ടി (സി.പി.ഐ.എം.) സംസ്ഥാനത്തില്ലായിരുന്നുവെങ്കിൽ ഇവിടെ കൊല പാതകരാഷ്ട്രീയം ഉണ്ടാകുമായിരുന്നില്ല എന്നു ധ്വനിപ്പിക്കുന്നതും സത്യ വിരുദ്ധമാണ്.

മലയാളത്തിലെ ഒരു പ്രമുഖ പത്രത്തിൽ 2012, മെയ് ആറിന് വന്ന ഒരു ലേഖനത്തിൽ കശാപ്പു രാഷ്ട്രീയത്തിലെ പൊതുഘടകമായി സി.പി.ഐ.എം. ചിത്രീകരിക്കപ്പെടുന്നുണ്ട്. ആർ.എസ്.എസ്-സി.പി.ഐ.എം, കോൺഗ്രസ്-സി.പി.ഐ.എം, ലീഗ്-സി.പി.ഐ.എം എന്നിങ്ങനെയാണത്രെ കൊലപാതക രാഷ്ട്രീയത്തിന്റെ പട്ടിക നീളു ന്നത്. മലപ്പുറം ജില്ലയിൽ പലപ്പോഴും നടന്നിട്ടുള്ളത് ലീഗ്-കോൺഗ്രസ് സംഘട്ടനങ്ങളാണെന്ന സത്യം ഇവിടെ മൂടിവയ്ക്കപ്പെടുന്നു. ചിലയിട ങ്ങളിൽ നടന്ന ലീഗ്-ബി.ജെ.പി. സംഘട്ടനങ്ങൾ എന്ന പോലെ എൻ.ഡി.എഫ് -ആർ.എസ്.എസ്. സംഘട്ടനങ്ങളും മറച്ചു പിടിക്കപ്പെടു കയാണ്. ഇക്കഴിഞ്ഞ മെയ് അഞ്ചിന് കണ്ണൂർ ജില്ലയിലെ മാട്ടൂലിൽ കഠാര രാഷ്ട്രീയത്തിലേർപ്പെട്ടത് ലീഗുകാരും എസ്.ഡി.പി.ഐക്കാരുമാണെ ന്നതും ലേഖകന്റെ ദൃഷ്ടിയിൽ പെടാതെപോകുന്നു.

സി.പി.ഐ.എമ്മിന്റെ മുഖപത്രം നരഭോജി രാഷ്ട്രീയത്തെക്കുറിച്ച് പരമ്പര പ്രസിദ്ധപ്പെടുത്തുന്നിടത്തുമുണ്ട് ഇതേ വൈകല്യം! കോൺ ഗ്രസ്സും ബി.ജെ.പിയും ആർ.എസ്.എസ്സും മുസ്ലീംലീഗും മറ്റും അതതു പാർട്ടികളിലെ വിമതർക്കെതിരിലോ സി.പി.ഐ.എമ്മുകാർക്കെതിരിലോ നടത്തിയ വേട്ടയുടെ ചരിത്രം മാത്രമേ ആ പരമ്പരയിൽ വെളിച്ചം കാണു ന്നുള്ളൂ. അങ്ങനെ സംഭവിക്കുമ്പോഴും കുഴിച്ചുമൂടപ്പെടുന്നതു ചില സത്യ ങ്ങളാണ്. അവയിൽ ഏറ്റവും പ്രധാനം എല്ലാ പാർട്ടികളിലുമെന്നപോലെ സി.പി.ഐ.എമ്മിലും കശാപ്പുരാഷ്ട്രീയത്തിന്റെ ഇരകൾ മാത്രമല്ല വേട്ട ക്കാരും സമൃദ്ധമായുണ്ട് എന്നതുതന്നെ.

ഏതാണ്ട് എല്ലാ പ്രമുഖ രാഷ്ട്രീയപ്പാർട്ടികളിലും കശാപ്പുരാഷ്ട്രീ യത്തെ ഒളിഞ്ഞോ, തെളിഞ്ഞോ സേവിക്കുന്നവരുണ്ട് എന്ന യാഥാർ ത്ഥ്യത്തിനുനേരേ പൊതുസമൂഹം കണ്ണടച്ചു കൂടാ. വധരാഷ്ട്രീയത്തിൽ വ്യാപൃതമാവുന്ന ഏതെങ്കിലും ഒരു പാർട്ടിയുടെ വിമർശകരോടൊപ്പമല്ല, വധരാഷ്ട്രീയം എന്ന പ്രതിഭാസത്തെയും അതിന്റെ വിവിധ പ്രതിനിധാ നങ്ങളെയും പക്ഷഭേദമെന്യേ വിമർശിക്കുന്നവരോടൊപ്പം വേണം പൊതു സമൂഹം നിൽക്കാൻ. സി.പി.ഐ.എമ്മിന്റെ കൊലപാതക രാഷ്ട്രീയം മാത്രം കാണുകയും മറ്റു പാർട്ടികളുടേതു കാണാതിരിക്കുകയും

ചെയ്യുന്നവരോടൊപ്പമോ സി.പി.ഐ.എം. ഒഴികെയുള്ള പാർട്ടികളുടെ വധരാഷ്ട്രീയത്തിലേക്ക് മാത്രം വിരൽ ചൂണ്ടുകയും സി.പി.ഐ. എമ്മിന്റേതിലേക്ക് വിരൽ ചൂണ്ടാതിരിക്കുകയും ചെയ്യുന്നവരോടൊപ്പമോ പൊതുസമൂഹം നിലയുറപ്പിച്ചുകൂടാ. കശാപ്പു രാഷ്ട്രീയത്തിന് അറുതി വരുത്താൻ ഒട്ടും സഹായകമാവില്ല ആ നിലപാട്.

ടി.പി. ചന്ദ്രശേഖരൻ അതിദാരുണമായി കൊലചെയ്യപ്പെട്ടപ്പോൾ സി.പി.ഐ.എമ്മിനെതിരേ നിസ്സംശയം കൈ ചൂണ്ടുകയും ആ പാർട്ടിയുടെ കൊലക്കത്തി രാഷ്ട്രീയത്തെ അതിനിശിതമായി വിമർശിക്കുകയും ചെയ്തവരുടെ കൂട്ടത്തിൽ മുൻനിരയിലുണ്ടായിരുന്നത് പല കാരണങ്ങളാൽ പാർട്ടിയിൽ നിന്നു പുറത്താക്കപ്പെടുകയോ സ്വയം പുറത്തുപോവുകയോ ചെയ്തവരാണ്. കൊലയ്ക്ക് പിന്നിൽ പ്രവർത്തിക്കുന്നവരെക്കുറിച്ചുള്ള അവരുടെ നിഗമനം ശരിയാണോ എന്നതു കാലം തെളിയിക്കും. പക്ഷേ, അവരുടെ ക്ഷോഭവും വികാരപ്രകടനങ്ങളും ചില ചോദ്യങ്ങൾ ഉയർത്തുന്നുണ്ട്. അവയിൽ ഏറ്റവും മുഖ്യം, എന്നു തൊട്ടാണ് അവർ കൊലപാതകരാഷ്ട്രീയത്തിന്റെ വിമർശകരായത് എന്നാണ്.

മറ്റു പല പാർട്ടികളുടെയും പോലെ സി.പി.ഐ.എമ്മും കശാപ്പ് രാഷ്ട്രീയത്തിന്റെ പാതയിൽ ചലിക്കാൻ തുടങ്ങിയത് ഇന്നോ ഇന്നലെയോ അല്ല. എൺപതുകളിലും തൊണ്ണൂറുകളിലുമൊക്കെ കണ്ണൂർ മേഖലയിൽ ആ പാർട്ടി വധരാഷ്ട്രീയത്തിലേക്കു വ്യതിചലിച്ച സന്ദർഭങ്ങൾ പലതുണ്ടായിട്ടുണ്ട്. പാർട്ടി വിട്ടുപോയവരും മറ്റു പാർട്ടികളിൽപ്പെട്ടവരും മാത്രമല്ല, മിണ്ടാപ്രാണികളായ പാമ്പുകൾ പോലും സി.പി.ഐ.എമ്മിന്റെ ഹിംസ രാഷ്ട്രീയത്തിന്റെ ഇരകളായിട്ടുണ്ട് എന്നതു രഹസ്യമല്ലതന്നെ. പയ്യന്നൂരിലെ. സുധാകരനും പള്ളിക്കരയിലെ വേണുഗോപാലൻ നായരും പടുവിലായിയിലെ ഷാജിയും പാനൂർ മേഖലയിലെ കെ.ടി. ജയകൃഷ്ണൻ മാസ്റ്ററും മുഴപ്പിലങ്ങാട്ടെ സൂരജും കോടിയേരി മാടപ്പീടികയിലെ ഫസലും ഉൾപ്പെടെ ഒട്ടേറെ രാഷ്ട്രീയ പ്രതിയോഗികൾ ആക്രമിക്കപ്പെടുകയോ വധിക്കപ്പെടുകയോ ചെയ്തപ്പോഴും പാപ്പിനിശ്ശേരി പാമ്പുവളർത്തുകേന്ദ്രത്തിലെ പാവം സർപ്പങ്ങൾ ചുട്ടുകൊല്ലപ്പെട്ടപ്പോഴും ഇപ്പോൾ സി.പി.ഐ.എമ്മിനെ കൊലപാതക രാഷ്ട്രീയത്തിന്റെ പേരിൽ പ്രതിക്കൂട്ടിൽ നിർത്തുന്ന പലരും ആ പാർട്ടിയിൽ അംഗങ്ങളായിരുന്നു. ആ പാർട്ടിക്കുവേണ്ടി എഴുതുകയും പ്രസംഗിക്കുകയും പൊരുതുകയും ചെയ്തുപോന്നവർ കൂടിയാണ് അവരിൽ മിക്കവരും. അവരാരും അന്ന് ആ അതിനിഷ്ഠുരകൃത്യങ്ങളെ അപലപിക്കുകയുണ്ടായില്ല എന്നു മാത്രമല്ല, അവയ്ക്കെല്ലാം അവർ ന്യായീകരണങ്ങൾ ചമയ്ക്കുകയും ചെയ്തു. പാർട്ടിയുടെ ഭാഗമായിരുന്നപ്പോൾ പാർട്ടി നടത്തിയ

ഉന്മൂലനങ്ങളെ എതിർക്കാ തിരിക്കുന്നവർ പാർട്ടി ഇപ്പോൾ നടത്തുന്നു എന്നു പറയപ്പെടുന്ന ഉന്മൂലനങ്ങൾക്കെതിരെ പ്രകടിപ്പിക്കുന്ന രോഷത്തെ മുഖവിലക്കെടുക്കാൻ പൊതുസമൂഹം തയ്യാറാകുമെന്നു കരുതുന്നത് മൗഢ്യമല്ലേ?

കശാപ്പു രാഷ്ട്രീയത്തിനെതിരെ രോഷവും എതിർപ്പും ഉയർന്നു വരേണ്ടത് അതതു പാർട്ടികൾക്കുള്ളിൽ നിന്നുതന്നെയാണ്. പാർട്ടി കളുടെ ഭാഗമായിരിക്കുമ്പോൾ കൊലക്കത്തി രാഷ്ട്രീയത്തിനെതിരിൽ ഒരക്ഷരം ഉരിയാടാതിരിക്കുകയും പാർട്ടികളുടെ അറിവോടെ നടന്ന അരുംകൊലകൾക്കു സൈദ്ധാന്തിക ന്യായീകരണം കണ്ടെത്തുകയും ചെയ്തവരാണ് (ചെയ്യുന്നവരാണ്) യഥാർത്ഥത്തിൽ ഉന്മൂലനരാഷ്ട്രീയ ത്തിന്റെ പ്രോത്സാഹകരും പ്രചോദകരും. പാർട്ടികൾക്ക് അകത്തുനിന്നു കൊണ്ട് കൊലപാതക രാഷ്ട്രീയത്തെ നിർഭയം ചോദ്യം ചെയ്യാൻ ചങ്കൂറ്റം കാണിക്കുന്ന ഒരു വലിയനിര ഉയർന്നുവരുമ്പോൾ മാത്രമേ കശാപ്പു രാഷ്ട്രീയം പിൻനടത്തം ആരംഭിക്കുകയുള്ളൂ.

∎

അടുപ്പവും അകൽച്ചയും

അടുത്തകാലത്ത് ഇന്ത്യൻ മാധ്യമങ്ങളുടെ സ്നേഹമസൃണമായ ശ്രദ്ധ നൂർ ഫാത്തിമയോളം പിടിച്ചുപറ്റാൻ മറ്റാർക്കും കഴിഞ്ഞിട്ടില്ല. ഹൃദയ ശസ്ത്രക്രിയയ്ക്കു വേണ്ടി ലാഹോറിൽനിന്നു ബാംഗ്ലൂരിലെ നാരായണ ഹൃദയാലയ ഹോസ്പിറ്റലിലേക്കു യാത്രതിരിച്ച് നാൾതൊട്ട്, രണ്ടര വയസ്സുള്ള ആ പാക്കിസ്ഥാനി ശിശുവിനു നമ്മുടെ മാധ്യമങ്ങൾ നൽകിയ പരിലാളന ഏതു മാനദണ്ഡം വച്ചുനോക്കിയാലും അദൃഷ്ടപൂർവമായിരുന്നു. മാധ്യമങ്ങൾ മാത്രമല്ല, ഇന്ത്യൻ ജനതയും നൂർ ഫാത്തിമയെ നെഞ്ചിലേറ്റി. രാജ്യത്തിന്റെ വിവിധ ഭാഗങ്ങളിൽനിന്നു നൂർ ഫാത്തിമയിലേക്കു സ്നേഹപ്പുഴകളൊഴുകി എന്നു പറഞ്ഞാൽ അതൊട്ടും അതിശയോക്തിയാവില്ല. കർണാടകയിലെ വാർത്താവിതരണ വകുപ്പുമന്ത്രി ശിശുവിനെ ഹോസ്പിറ്റലിൽ സന്ദർശിക്കുകപോലും ചെയ്തു. വിജയകരമായ ശസ്ത്രക്രിയയ്ക്കു ശേഷം അച്ഛനമ്മമാരോടൊപ്പം കുട്ടി പാക്കിസ്ഥാനിലേക്കു മടങ്ങുമ്പോൾ കിലോകണക്കിൽ ആശംസാകാർഡുകളാണ് അവളെ തേടിയെത്തിയത്.

മതപരമായും സാംസ്കാരികമായും ദേശീയമായും ഒരുമിച്ചു കഴിയുക പ്രയാസമാണെന്നു പൂർവികർ വിധിയെഴുതിയതിന്റെ പേരിൽ ഛേദിക്കപ്പെട്ട രാജ്യത്തിന്റെ ഉത്തരഖണ്ഡത്തിൽ നിന്നുവന്ന നിഷ്കളങ്കയായ അതിഥിക്ക് അവശിഷ്ട ഭാരതം നൽകിയ വരവേൽപ്പ് അനന്യസാധാരണമായിരുന്നു. അമേയ സ്നേഹം വഴിഞ്ഞൊഴുകുന്ന വാക്കുകളിൽ ഒതുങ്ങുകയല്ല, പാക്കിസ്ഥാനി ശിശുവിന്റെ ചികിത്സയ്ക്കും ക്ഷേമത്തിനും ഒരു നിധിയുണ്ടാക്കാൻപോലും ആർദ്രഭാരത മനസ്സ് തയ്യാറായി. നൂർ ഫാത്തിമയുടെ ചികിത്സാ ചെലവുകൾ പൂർണമായി വഹിക്കാൻ പേരു വെളിപ്പെടുത്താനാഗ്രഹിക്കാത്ത ഇന്ത്യൻ അഭ്യുദയകാംക്ഷി മുന്നോട്ടുവന്നു. ഇതുപോലുള്ള സന്നദ്ധ സഹായങ്ങൾ പല കോണുകളിൽനിന്നു വന്നപ്പോൾ നൂർ ഫാത്തിമയുടെ വിശാല ഹൃദയനായ പിതാവ് നദീം സജ്ജാദ് ആ സഹായം സ്വയം സ്വീകരിക്കാതെ, അതുപയോഗിച്ച് ഒരു 'ദോസ്തിഫണ്ട്' സമാഹരിക്കുക എന്ന നിർദേശം മുന്നോട്ടുവച്ചു. നിർധന

കുടുംബങ്ങളിൽനിന്നു വരുന്ന ശിശുക്കളെ ചികിത്സിക്കാൻ ആ ഫണ്ട് ഉപയോഗിക്കാം. തന്റെ മകൾ നൂർ ഫാത്തിമയുടെ ചികിത്സയ്ക്ക് ഇന്ത്യൻ സുഹൃത്തുക്കൾ നൽകിയ തുകയിലേക്കു തന്റെ എളിയ പങ്കുകൂടി അർപ്പിച്ചുകൊണ്ടാണ് നദീം സജ്ജാദും കുടുംബവും ബാംഗ്ലൂരിനോട് വിട പറഞ്ഞത്.

വിടപറയും മുൻപ് കാർഷിക ശാസ്ത്രജ്ഞനായ നദീം ഒരു സത്യത്തിലേക്കു കൈചൂണ്ടുകകൂടി ചെയ്തു. അയാൾ പറഞ്ഞു : “നാം തമ്മിൽ എന്തു വ്യത്യാസമാണുള്ളത്? നാം നേരിടുന്ന പ്രശ്നങ്ങൾ സമാനമാണ്. ഇന്ത്യയിലെ സാമാന്യ ജനങ്ങൾ എന്ന പോലെ പാകിസ്ഥാനിൽ ഞങ്ങളും ദാരിദ്ര്യം, സാമൂഹിക അനീതി, വിദ്യാഭ്യാസ-ആരോഗ്യ സൗകര്യങ്ങളുടെ അപര്യാപ്തത തുടങ്ങിയ പ്രശ്നങ്ങൾ നേരിടുന്നു.” അരനൂറ്റാണ്ടു മുൻപുവരെ ഒരു രാജ്യം, ഒരു ജനത, ഒരു ദേശീയത, ഒരു ഭാഗധേയം എന്ന നിലയിൽ വർത്തിച്ചവർ കൃത്രിമമായി സൃഷ്ടിക്കപ്പെട്ട രണ്ടു ദേശീയതകളുടെ പേരിൽ വഴിപിരിഞ്ഞപ്പോഴാണ് ഇന്ത്യൻ യൂണിയനും പാകിസ്ഥാനുമുണ്ടായത്.

ഇരുരാഷ്ട്രവാദം/ അവർ എന്ന ദ്വന്ദ്വത്തിനു ജന്മം നൽകി. ‘നമ്മെ’ സ്നേഹിക്കാനും ‘അവരെ’ വെറുക്കാനും ആ വാദം ബന്ധപ്പെട്ടവരെ പഠിപ്പിച്ചു. മതേതര ദേശീയ സ്വത്വത്തിനു പകരം മതാത്മക സ്വത്വം അത് ഊട്ടിവളർത്തി. ഒരു ജനതയ്ക്കുള്ളിൽ മതവിശ്വാസത്തിന്റെ പേരിൽ പരസ്പരം ഒഴിച്ചുനിറുത്തുന്ന രണ്ടു സ്വത്വങ്ങൾ ഉയർന്നുവന്നു. ഒരു വിഭാഗം മറ്റേ വിഭാഗത്തെ അന്യരായി കരുതുന്ന പ്രവണത ശക്തിപ്പെട്ടു. മുസ്ലീമിനു ഹിന്ദുവും ഹിന്ദുവിനു മുസ്ലീമും അന്യരായി. ഈ അന്യത്വത്തിന്റെ യുക്തിസഹമായ പരിണാമമായിരുന്നു രാജ്യത്തിന്റെ വിഭജനം.

വിഭജനത്തിനു ശേഷം ഇന്ത്യയും പാക്കിസ്ഥാനും തമ്മിൽ നാലു യുദ്ധങ്ങൾ നടന്നു. ഇരു രാജ്യങ്ങളിലേയും ജനങ്ങൾ തമ്മിലുള്ള അന്യത്വത്തിൽ അടിവരയിടുന്ന രാഷ്ട്രീയ പ്രതിഭാസങ്ങളായിരുന്നു ആ യുദ്ധങ്ങൾ. എന്നിട്ടും പാക്കിസ്ഥാനിൽനിന്നു ചികിത്സ തേടിവന്ന ശിശുവിനെ ഇന്ത്യ നിസ്സീമമായ സ്നേഹ വാത്സല്യങ്ങളോടെ എതിരേറ്റു. എന്താവാം ഈ അടുപ്പത്തിന്റെ പൊരുൾ? ബാംഗ്ലൂരിലെ നാരായണ ഹൃദയാലയയിൽ നേരത്തെ ടാൻസാനിയ, സാമ്പിയ, യമൻ, മാലി തുടങ്ങിയ രാജ്യങ്ങളിൽനിന്നു ബാലികാബാലന്മാർ ചികിത്സാർത്ഥം വന്നിട്ടുണ്ട്. അവർക്കാർക്കും നൂർ ഫാത്തിമയ്ക്കു ലഭിച്ചതുപോലുള്ള ഊഷ്മള വരവേൽപ്പ് ലഭിക്കുകയുണ്ടായില്ല. ഇപ്പറഞ്ഞ വിദേശരോഗികളിൽനിന്നു നൂർ ഫാത്തിമയെ വേർതിരിച്ചുനിർത്തുന്ന ഘടകമെന്ത്?

നൂർ ഫാത്തിമ വരുന്ന രാജ്യത്തിന്റെ സവിശേഷതയാണ് കാര്യം. ഇന്ത്യയുമായി ശത്രുതയിൽ വർത്തിക്കുന്ന രാജ്യമാണ് പാക്കിസ്ഥാൻ.

ടാൻസാനിയയും സാമ്പിയയും മറ്റും നമുക്കു വെറും അന്യരാജ്യങ്ങൾ മാത്രമാണ്.

പാക്കിസ്ഥാൻ നമുക്ക് അന്യം മാത്രമല്ല ശത്രുകൂടിയാണ്. പാക്കിസ്ഥാനോട് നമുക്കു തോന്നുന്ന അന്യത്വത്തിനു മറ്റു രാജ്യങ്ങളോട് തോന്നുന്ന അന്യത്വത്തേക്കാൾ കടുപ്പവും ശക്തിയുമുണ്ടെന്ന് സാരം. ഈ കടുത്ത അന്യത്വത്തെ നിഷേധിക്കാനുള്ള നമ്മുടെ വാഞ്ഛയാണ് നൂർ ഫാത്തിമയോടുള്ള സ്നേഹവാത്സല്യങ്ങളായി രൂപാന്തരപ്പെടുന്നത്. രൂക്ഷമായ അകൽച്ചയെ തീക്ഷ്ണമായ സ്നേഹത്തിലൂടെ നാം നിഷേധിക്കുന്നു. ആ നിഷേധമാണ് നൂർ ഫാത്തിമയോട് നമുക്കു തോന്നുന്ന അടുപ്പം. ഈ അന്യത്വ നിഷേധം നടക്കുമ്പോൾത്തന്നെ സാമൂഹിക ചിന്തകനായ ഇർഫാൻ അഹമ്മദ് നിരീക്ഷിക്കുന്നതു പോലെ, അബോധമായി നാം അന്യത്വത്തേയും അകൽച്ചയെയും ദൃഢീകരിക്കുന്നുമുണ്ട്. ബോധതലത്തിൽ നൂർ ഫാത്തിമയോട് നമുക്കടുപ്പമാണ്; അബോധതലത്തിൽ അകൽച്ചയും.

■

സെക്യുലർ ഇസ്ലാമിന്റെ സന്ദേശം

മതങ്ങൾ മിക്കതിനും രണ്ടു മുഖങ്ങളുണ്ട്. ഒന്നു സൗമ്യതയുടെ മുഖം; മറ്റേത് രൗദ്രതയുടെ മുഖം. ഇന്നത്തെ മതാനുയായികളിൽ മഹാഭൂരിപക്ഷവും മതത്തിന്റെ സൗമ്യമുഖം സ്വാംശീകരിച്ചവരാണ്. തങ്ങളുടെ സ്വകാര്യ വിശ്വാസങ്ങളുടെ ഭാഗമായി അവർ മതത്തെ കൊണ്ടു നടക്കുന്നു എന്നേയുള്ളൂ. മതകലഹങ്ങളിലും മതഹിംസയിലും അവർക്ക് താത്പര്യമില്ല. മതത്തിനുവേണ്ടി കൊല്ലാനോ ചാവാനോ അവർ പോകാറില്ല. പറ്റുമെങ്കിൽ മതത്തിന്റെ പേരിൽ, ദൈവനാമത്തിൽ, ഒരിറ്റു കാരുണ്യം, ഒരു നുള്ള് അനുകമ്പ, ഒരു തുള്ളി സ്നേഹം പൊഴിച്ചു കടന്നുപോവാനാണ് അവർക്കിഷ്ടം. ലോകത്തിൽ എല്ലായിടത്തും ജനങ്ങളുടെ മതജീവിതത്തിന്റെ പൊതുസ്വഭാവം ഇതാണ്. മതത്തിന്റെ ഈ ശാന്തിപർവത്തിൽ അശാന്തിയുടെ, അരിശത്തിന്റെ, വിദ്വേഷത്തിന്റെ, രക്തദാഹത്തിന്റെ തീക്കനലുകൾ അങ്ങിങ്ങ് ചിലർ കോരിയിടുന്നു. അവ ഊതിക്കത്തിച്ച് അഗ്നിഗോളങ്ങൾ സൃഷ്ടിക്കാൻ വെമ്പുന്ന ഒരു ചെറു ന്യൂനപക്ഷം തങ്ങളാണ് മതത്തിന്റെ നേരവകാശികൾ എന്നലറുകയും തങ്ങളുടെ വികല മതധാരണകളെ ചോദ്യം ചെയ്യുന്ന സർവരേയും ശത്രുപക്ഷത്ത് സ്ഥാപിക്കുകയും ചെയ്യുന്നു. അലറലുകളിലൂടെയും ആക്രോശങ്ങളിലൂടെയും കൂടുതൽ ശബ്ദമുണ്ടാക്കി മതത്തെ ഹൈജാക്ക് ചെയ്യുന്ന ഇത്തരം മതരണോത്സുകർ ഇന്നു പല മതങ്ങൾക്കകത്തുമുണ്ട്. മതതീവ്രവാദികൾ എന്നു വ്യവഹരിക്കപ്പെടുന്ന ഈ അപക്വ മനസ്സുകൾ മതങ്ങളുടെ പ്രാക്തന വിശുദ്ധിക്കും സമാധാനപൂർണമായ സാമൂഹികജീവിതത്തിനുമേല്പിക്കുന്ന ആഘാതങ്ങളുടെ ദൃശ്യാവിഷ്കാരം നിർവഹിക്കുകയാണ് തിരക്കഥാകൃത്ത് ആര്യാടൻ ഷൗക്കത്തും സംവിധായകൻ ജയരാജും ചേർന്നു രൂപം നൽകിയ 'ദൈവനാമത്തിൽ' എന്ന ചിത്രം ചെയ്യുന്നത്.

ഒരേ മതത്തിനകത്ത് രണ്ടു ഭിന്നമതവീക്ഷണങ്ങൾ ഇന്ത്യയിൽ ഇരുപതാം നൂറ്റാണ്ടിന്റെ തുടക്കം തൊട്ട് നിലനിന്നിട്ടുണ്ട്. അവയിൽ ഒന്നു മതനിരപേക്ഷതയെ അനുകൂലിക്കുന്നതാണെങ്കിൽ രണ്ടാമത്തേത് മതനിരപേക്ഷതയെ തിരസ്കരിക്കുന്നതാണ്. മഹാത്മാഗാന്ധിയുടെ മത

വീക്ഷണം മതനിരപേക്ഷതാനു കൂലമായിരുന്നു. ഗോൾവൽക്കറുടേത് വിരുദ്ധവും. അതുപോലെ മൗലാനാ അബ്ദുൽകലാം ആസാദിന്റെ മത വീക്ഷണം മതനിരപേക്ഷതാനുകൂലമായിരുന്നപ്പോൾ മൗലാനാ അബ്ദുൽ അഅ്ല മൗദൂദിയുടേത് മതനിരപേക്ഷതാ വിരുദ്ധമായിരുന്നു. ഈ രണ്ടു മതവീക്ഷണങ്ങൾ തമ്മിലുള്ള വൈരുദ്ധ്യവും സംഘർഷവുമാണ് ഷൗക്കത്ത് രചിച്ച കഥയുടെ പ്രമേയം. രാമജന്മഭൂമി-ബാബറി മസ്ജിദ് പ്രശ്നം ഇരു സമുദായങ്ങളിലെയും മതനിരപേക്ഷതാ വിരുദ്ധ മതവീക്ഷണക്കാർ മതാത്മക സ്വത്വത്തിന്റെ പ്രശ്നമായാണ് കൈകാര്യം ചെയ്തത്. എല്ലാ മതസമുദായങ്ങൾക്കും മതാത്മകവും മതേതരവുമായ വ്യത്യസ്ത സ്വത്വങ്ങളുണ്ടെങ്കിലും ആ വസ്തുത തമസ്കരിച്ച് ക്ഷേത്രവാദികളും മസ്ജിദ് വാദികളും തങ്ങളുടെ മതസ്വത്വം മാത്രം ഉയർത്തിപ്പിടിച്ചു. പരസ്പരം ഒഴിച്ചു നിർത്തുന്ന ഈ മതസ്വത്വങ്ങൾ തമ്മിലുള്ള സംഘർഷം ബാബറി മസ്ജിദിന്റെ ധ്വംസനത്തിൽ കലാശിച്ച് നാളുകളിൽ ഇന്ത്യയുടെ ഇതരഭാഗങ്ങളിലെന്നപോലെ കേരളത്തിലും ചീറിയടിച്ച മത തീവ്രവാദമാണ് ഷൗക്കത്തിന്റെ കഥയുടെ പശ്ചാത്തലം.

മതനിരപേക്ഷ ഇസ്ലാമിന്റെ പാരമ്പര്യത്തിൽ വളർന്ന അൻവർ ഉപരിപഠനാർത്ഥം അലിഗഢിലേക്കു നടത്തുന്ന യാത്രയിൽ അഭിമുഖീകരിക്കുന്ന അതിഭയാനകമായ ഹൈന്ദവ രൗദ്രതയും അലിഗഢിന്റെ അകത്തളങ്ങളിൽ ഇസ്ലാമിക തീവ്രവാദികൾ അയാൾക്കു നൽകുന്ന സൂക്ഷ്മമായ മസ്തിഷ്ക പ്രക്ഷാളനവും രണോത്സുക മതങ്ങളുടെ ചില ചിഹ്നങ്ങളാണ്. ശുദ്ധഗതിക്കാരനായ ഒരു മതവിശ്വാസിയുടെ മതതീവ്രവാദത്തിലേക്കുള്ള രൂപാന്തരം ശക്തമായ ഏതാനും ഷോട്ടുകളിലൂടെയാണ് ജയരാജ് വരച്ചുകാട്ടുന്നത്. ഒരു മുസ്ലീം യാഥാസ്ഥിതിക കുടുംബത്തിലെ സമീറ എന്ന യുവതിയെ നിക്കാഹ് ചെയ്തയുടനെ അലിഗഢിലേക്ക് വണ്ടി കയറിയ മതമിതവാദിയായ അൻവർ തന്റെ പ്രണയാർദ്രമായ കത്തുകൾക്കു വേണ്ടി പ്രതീക്ഷാപൂർവം കാത്തുനിൽക്കുന്ന സമീറയ്ക്ക് അയച്ചുകൊടുക്കുന്നത് മതമൗലികവാദപരവും മതതീവ്രവാദപരവുമായ ആശയങ്ങൾ ഉൾക്കൊള്ളുന്ന ഒരു പുസ്തകക്കെട്ടാണ്. അൻവറിന്റെ മതബോധത്തിലും സ്വത്വബോധത്തിലും വന്ന പ്രതിലോമപരമായ മാറ്റം അയാളുടെ ശരീരഭാഷയിലും വേഷവിധാനത്തിലും വന്ന മാറ്റങ്ങളിലൂടെ സംവിധായകൻ പ്രേക്ഷകരിലേക്കു ശക്തമായി സംക്രമിപ്പിക്കുന്നു.

മതത്തിന്റെ സൗമ്യവും മതനിരപേക്ഷവുമായ മുഖം ഹൃദയത്തിൽ ആവാഹിക്കുമ്പോൾത്തന്നെ കണിശാർത്ഥത്തിൽ മതനിഷ്ഠ പുലർത്തുന്ന സാഹിബ് എന്ന കഥാപാത്രം (അൻവറിന്റെ പിതാമഹൻ) സെക്യുലർ ഇസ്ലാമിന്റെ പ്രതിരൂപമാണ്. അലിഗഢിൽനിന്നു മതരണോത്സുകനായി തിരിച്ചെത്തുന്ന അൻവറിനു ഇസ്ലാമിന്റെ ശാന്തിസന്ദേശം പകർന്നു നൽകാൻ സാഹിബ് ശ്രമിക്കുന്നുണ്ടെങ്കിലും ദുർമതലഹരിയിൽ കണ്ണും മനസ്സും അടഞ്ഞുപോയ ആ ചെറുപ്പക്കാരൻ ഗഫൂർ മാഷ് എന്ന

തീവ്രവാദത്തിന്റെ ഉസ്താദ് നയിച്ച പിഴച്ച വഴികളിലൂടെ ബഹുദൂരം മുന്നോട്ടു പോവുകയും ഒടുവിൽ 'ഇസ്ലാമിന്റെ ശത്രുക്കളെ' വകവരുത്തുന്ന ആരാച്ചാരായി രൂപാന്തരപ്പെടുകയും ചെയ്യുന്നു. റമദാൻ മാസത്തിൽ ചായ ക്കട തുറന്ന മുസ്ലീമിന്റെ ഹോട്ടലിൽ ബോംബ് വച്ച് അയാളെ കൊല പ്പെടുത്തിയ അൻവർ ജയിലിൽ കഴിയുമ്പോൾ ഭാര്യ സമീറ അയാളെ നിയമത്തിന്റെ ജയിലിൽനിന്നു മോചിപ്പിക്കാനല്ല, മതഭ്രാന്തിന്റെ ജയിലിൽ നിന്നു മോചിപ്പിക്കാനാണ് ശ്രമിക്കുന്നത്. ഭർത്താവിന്റെ വല്യുപ്പയായ സാഹിബിന്റെ സഹായത്തോടെ അവൾ രചിച്ച സെക്യുലർ ഇസ്ലാമിന്റെ സന്ദേശമടങ്ങിയ പുസ്തകം അൻവറിന്റെ കണ്ണു തുറപ്പിക്കുന്നു. ജാമ്യം ലഭിച്ച അൻവർ ജയിലിനു പുറത്തു സമീറയെ കാത്തു നിന്നെങ്കിലും അവൾ വന്നണഞ്ഞില്ല. കാരണം അന്നു ഡിസംബർ ആറായിരുന്നു - ബാബറി മസ്ജിദ് ധ്വംസനത്തിന്റെ വാർഷിക ദിനം. മതതീവ്രവാദികളുടെ വിദൂര നിയന്ത്രിത ബോംബു പൊട്ടി കത്തിച്ചാമ്പലായ ബസ്സിലെ ഹത ഭാഗ്യരായ യാത്രക്കാരിൽ ഒരാളായിരുന്നു സമീറ.

കത്തിയമർന്ന ബസ്സിൽ എരിഞ്ഞടങ്ങിയ സമീറ ഒരു പ്രതീകമാണ്. സമകാലിക കേരളീയ സമൂഹത്തിൽ മുഖ്യധാരാ രാഷ്ട്രീയ പാർട്ടികളാൽ ക്രൂരമായി അവഗണിക്കപ്പെടുന്ന മതനിരപേക്ഷ മിതവാദ ഇസ്ലാമിന്റെ പ്രതീകം. സംസ്ഥാനത്ത് വലത്-ഇടത് മതേതരക്കാർ കക്ഷിരാഷ്ട്രീയ തിമിര ബാധയിൽ പ്രോത്സാഹിപ്പിച്ചു പോന്നത് മതതീവ്രവാദികളെയാണ്. ഷൗക്കത്ത്-ജയരാജ് ടീമിന്റെ സിനിമയിൽ ലൂയിഫിഷറെ ഉദ്ധരിച്ചുകൊണ്ട് 'മതമുള്ള ഗാന്ധിക്കു വേണ്ടത് മതേതര രാഷ്ട്രമായിരുന്നെങ്കിൽ മത മില്ലാത്ത ജിന്നയ്ക്കു വേണ്ടത് മതരാഷ്ട്രമായിരുന്നു' എന്നു പറയുന്ന സാഹിബിനെപ്പോലുള്ളവർ കേരളത്തിന്റെ രാഷ്ട്രീയച്ചന്തയിൽ എടുക്കാ നാണയങ്ങളായിട്ട് കാലം കുറച്ചായി. മതത്തിന്റെ മതനിരപേക്ഷഭാവം ഉയർത്തിപ്പിടിക്കുന്ന അസംഘടിതരായ സാഹിബുമാരെയും സമീറമാരെ യുമല്ല, മതത്തിന്റെ രൗദ്രഭാവം ആക്രാത്മകമായി പ്രകടിപ്പിക്കുന്ന സംഘ ടിതരായ മതതീവ്രവാദികളെയാണ് സദാസമയവും ബാലറ്റുപെട്ടിയിൽ കണ്ണു നട്ടിരിക്കുന്ന നമ്മുടെ മതേതര രാഷ്ട്രീയ പാർട്ടികൾക്കു വേണ്ടത്.

മതതീവ്രവാദത്തെ വിചാരണ ചെയ്യാൻ പലരും മടിക്കുകയോ ഭയ ക്കുകയോ ചെയ്യുന്ന ഈ കാലസന്ധിയിൽ 'ദൈവനാമത്തിൽ' പോലുള്ള ഒരു ചലച്ചിത്രം രൂപകല്പന ചെയ്യാൻ മുന്നോട്ടുവന്ന ആര്യാടൻ ഷൗക്കത്ത്-ജയരാജ് ടീമിന്റെ സാമൂഹിക പ്രതിജ്ഞാബദ്ധത ശ്ലാഘനീയ മാണ്. ഒരു കലാസൃഷ്ടി എന്ന നിലയ്ക്ക് ഈ ചിത്രത്തിന്റെ വിജയ ത്തെക്കുറിച്ച് ഭിന്നാഭിപ്രായം ഉണ്ടാകാമെങ്കിലും നമ്മുടെ കാലഘട്ടം ആവശ്യപ്പെടുന്ന ഒരു പ്രമേയം സമൂഹസമക്ഷം അവതരിപ്പിക്കാൻ കഴിഞ്ഞു എന്നതിൽ തീർച്ചയായും ഇതിന്റെ അണിയറ ശില്പികൾക്ക് അഭിമാനിക്കാം. ഇസ്ലാമിനു ശക്തമായ ഒരു സെക്യുലർ മുഖം സാധ്യ മാണെന്ന് ഈ ചിത്രം സാക്ഷ്യപ്പെടുത്തുന്നു.

■

സാംസ്കാരിക വിഘടനത്തിന്റെ രാഷ്ട്രീയം

രാഷ്ട്രീയത്തിന്റെ മേഖലയിൽ പോസ്റ്റ് മോഡേണിസ്റ്റുകൾ മുന്നോട്ടു വയ്ക്കുന്ന ഒരു വാദം ഇനിയങ്ങോട്ട് സ്ഥൂലരാഷ്ട്രീയ(മാക്രോപൊളിറ്റിക്സ്)ത്തിന് പ്രസക്തിയോ ഭാവിയോ ഇല്ല എന്നതാണ്. നാളെയുടെ രാഷ്ട്രീയം സൂക്ഷ്മരാഷ്ട്രീയം (മൈക്രോപൊളിറ്റിക്സ്) ആയിരിക്കുമെന്ന കാഴ്ചപ്പാടും അവർ അവതരിപ്പിക്കുന്നു. ലളിതമായി പറഞ്ഞാൽ, വംശേതരമോ, മതേതരമോ, ഭാഷേ്യതരമോ ലിംഗേതരമോ ഒക്കെയായ ബൃഹദ് രാഷ്ട്രീയത്തിന്റെ കാലം കഴിഞ്ഞു എന്നാണ് ഈ വാദത്തിന്റെ രത്നച്ചുരുക്കം. പീഡനം അനുഭവിക്കുന്ന ഓരോ വിഭാഗവും താന്താങ്ങളുടെ പീഡനപശ്ചാത്തലത്തിൽ രാഷ്ട്രീയമായി സംഘടിക്കുന്ന രീതിയെ ആധുനികോത്തരവാദം പൊക്കിപ്പിടിക്കുന്നു. ഇന്ത്യൻ സാഹചര്യത്തിൽ മതന്യൂനപക്ഷങ്ങൾ ആ നിലയ്ക്കും ആദിവാസികൾ ആ നിലയ്ക്കും ദളിതർ ആ നിലയ്ക്കും രാഷ്ട്രീയമായി സംഘടിക്കുകയാണ് വേണ്ടത് എന്നിടത്താണ് സൂക്ഷ്മരാഷ്ട്രീയവാദികൾ എത്തിച്ചേരുന്നത്.

സാംസ്കാരിക വിഘടനത്തിന്റെ രാഷ്ട്രീയം കൈയാളുന്നവരെ സംബന്ധിച്ചിടത്തോളം ഏറെ പ്രയോജനകരമാണ് പോസ്റ്റ് മോഡേണിസ്റ്റുകളുടെ സൂക്ഷ്മരാഷ്ട്രീയ വാദം. മതത്തിന്റെയോ ജാതിയുടെയോ വംശത്തിന്റെയോ സംസ്കാരത്തിന്റെയോ അതുപോലുള്ള മറ്റ് ഘടകങ്ങളുടെയോ പേരിൽ പൊതുധാരയ്ക്കെതിരെ കലഹിക്കുന്നവർ നേരത്തേ തങ്ങളുടേതായ ഗ്രൂപ്പുകളുടെ രാഷ്ട്രീയമായ സംഘാടനം നടത്തിപ്പോരുന്നവയാണ്. മതേതര പാർട്ടികളായ കോൺഗ്രസ്സോ കമ്മ്യൂണിസ്റ്റു പാർട്ടിയോ ഒന്നും തങ്ങൾ അഭിമുഖീകരിക്കുന്ന പ്രശ്നങ്ങൾ പരിഹരിക്കാൻ പര്യാപ്തമല്ല എന്ന നിലപാടത്രെ അവർ സ്വീകരിച്ചുപോന്നിട്ടുള്ളത്. ജനങ്ങളെ മതത്തിന്റെയും സംസ്കാരത്തിന്റെയും പേരിൽ വേർതിരിച്ചു കാണുന്ന ശൈലിയും ചിരകാലമായി അവർ അവലംബിക്കുന്നുണ്ട്.

അവിഭക്തഭാരതം തന്നെ മതാധിഷ്ഠിത സംസ്കാരത്തെ ആധാരമാക്കിയുള്ള രാഷ്ട്രീയ വിചാരങ്ങൾക്ക് വേദിയായിരുന്നു. ഹിന്ദുമഹാ

സഭയുടെ നേതൃത്വം ഹൈന്ദവസംസ്കാരത്തിന്റെ പേരിലും സർവ്വേന്ത്യ മുസ്ലീംലീഗിന്റെ അമരക്കാർ ഇസ്ലാമിക സംസ്കാരത്തിന്റെ പേരിലും ജന സംഘാടനം നടത്തിയത് ചരിത്രത്തിന്റെ ഭാഗമാണ്. ഹിന്ദുക്കൾ ഹിന്ദുക്കൾ എന്ന നിലയ്ക്കും മുസ്ലീംങ്ങൾ മുസ്ലീമുകൾ എന്ന നിലയ്ക്കും സംഘടിക്കുന്നതാണ് സ്വാഭാവികം എന്നതായിരുന്നു ഇരുപക്ഷവും പുലർത്തിയ നിലപാട്. മതത്തിന്റെ അടിസ്ഥാനത്തിൽ രണ്ടു കൂട്ടർക്കും പരസ്പരം ഒഴിച്ചുനിർത്തുന്ന സാംസ്കാരിക സവിശേഷതകൾ ഉണ്ടെന്ന് അവർ അവകാശപ്പെടുകയും ചെയ്തു.

യാഥാർത്ഥ്യവുമായി പൊരുത്തപ്പെടുന്നതല്ല ഈ അവകാശവാദം. ഒരു മതസംസ്കാരത്തിനും അപരമതസംസ്കാരങ്ങളിൽനിന്നും പൂർണ്ണമായി വിട്ടുനിൽക്കാനാവില്ല. വിവിധമതങ്ങളിൽ പെട്ടവർ ഒരു നിശ്ചിതഭൂപ്രദേശത്ത് ഒരുമിച്ച് ജീവിക്കുമ്പോൾ അവർ സാമൂഹികമായും സാമ്പത്തികമായും സാംസ്കാരികമായും ഇടപഴകിയേ മതിയാവൂ. ഏതെങ്കിലും ഒരു മതത്തിന്റെ സാംസ്കാരികത്തുരുത്തിൽ ഒതുങ്ങിജീവിക്കാൻ ഒരു വിഭാഗത്തിനും കഴിയുകയില്ല. ഹിന്ദുവിന്റെ സംസ്കാരത്തിൽനിന്ന് മുസ്ലീമും മുസ്ലീമിന്റെ സംസ്കാരത്തിൽനിന്ന് ഹിന്ദുവും പലതും സ്വാംശീകരിക്കുന്നു. ചരിത്രപരമായ അനിവാര്യതയാണത്. മതവിശ്വാസങ്ങളിലും - ആചാരങ്ങളിലും ഭാഷയിലുമൊക്കെ ഈ ആദാനപ്രദാനങ്ങളുടെ ശക്തമായ മുദ്രകൾ കാണാം. ഇന്ത്യയിൽ ഹൈന്ദവാചാരങ്ങൾ മുസ്ലീങ്ങളെയും ഇസ്ലാമികാചാരങ്ങൾ ഹിന്ദുക്കളെയും സ്വാധീനിച്ചിട്ടുണ്ടെന്നത് നിഷേധിക്കാനാവാത്ത വസ്തുതയാണ്.

മതസംസ്കാരവാദം ഉയർത്തുന്നവർ വിസ്മരിക്കുന്ന മറ്റൊരു യാഥാർത്ഥ്യത്തിലേക്കുകൂടി ഇവിടെ വിരൽ ചൂണ്ടേണ്ടതുണ്ട്. ഓരോ മത സംസ്കാരത്തിനകത്തും ആന്തരവൈവിധ്യങ്ങളും ആന്തരവൈരുദ്ധ്യങ്ങളും ഉണ്ട് എന്നതാണത്. ഹിന്ദുമഹാസഭപോലുള്ള സംഘടനകൾ മുന്നോട്ടുവച്ച ഹൈന്ദവസംസ്കാരമോ മുസ്ലീം മതമൗലികപ്രസ്ഥാനങ്ങൾ ഉയർത്തിക്കാട്ടുന്ന ഇസ്ലാമിക സംസ്കാരമോ ഈ നിയമത്തിന് പുറത്തല്ല. ഒട്ടേറെ വൈവിധ്യ-വൈരുദ്ധ്യങ്ങൾ ഉൾക്കൊള്ളുന്നതാണ് ഹൈന്ദവ സംസ്കാരം. വർണവ്യവസ്ഥയും ജാതിവ്യവസ്ഥയും ഹിന്ദു സംസ്കാരത്തിലെ വൈവിദ്ധ്യത്തിന്റെ മാത്രമല്ല വൈരുദ്ധ്യങ്ങളുടെകൂടി നിദർശനമാണ്. മേൽജാതി സംസ്കാരത്തോടും അതിന്റെ നിലപാടുകളോടും കീഴ്ജാതി സംസ്കാരം ഒരു കാലത്തും പൊരുത്തപ്പെട്ടിട്ടില്ല. ഇസ്ലാമിക സംസ്കാരത്തിലേക്ക് ഇറങ്ങിച്ചെല്ലുമ്പോഴും സ്ഥിതി അതുതന്നെ. സുന്നി മുസ്ലീം സംസ്കാരവും ശിയാമുസ്ലീം സംസ്കാരവും തമ്മിലുള്ള വൈരുദ്ധ്യം തൊട്ട് വിശ്വാസതലത്തിലും അനുഷ്ഠാനതലത്തിലും ശ്രേണീതലത്തിലും വരെ ഒട്ടേറെ വൈവിധ്യവും വൈരുദ്ധ്യവും ഇസ്ലാമിക സംസ് കാരത്തിനകത്തുണ്ട്. ഇരുമതങ്ങളിലും വ്യത്യസ്തധാരകൾ തമ്മിൽ കലഹവും യുദ്ധവും നടന്നിട്ടുണ്ട് എന്നതും വസ്തുത മാത്രം.

ഒരേ മതവിഭാഗത്തിൽപെട്ടവർ എന്നു വ്യവഹരിക്കപ്പെടുന്ന ജനവിഭാഗത്തിനകത്തെ ആന്തരവൈവിധ്യം മുകളിൽ പറഞ്ഞ കാര്യങ്ങളിൽ അവസാനിക്കുന്നില്ല. രാഷ്ട്രീയവും സാമൂഹികവുമായ വീക്ഷണങ്ങളിലും തികച്ചും വ്യത്യസ്തമായ നിലപാടുകൾ സ്വീകരിക്കുന്നവർ ഓരോ മതവിഭാഗത്തിലുമുണ്ട്. ഹിന്ദുസമുദായത്തിൽ പെട്ട എല്ലാവരുടെയും രാഷ്ട്രീയ വീക്ഷണം ഒന്നല്ലാത്തതുപോലെ, മുസ്ലീം സമുദായത്തിൽപ്പെട്ട എല്ലാവരുടെയും രാഷ്ട്രീയവീക്ഷണവും ഒന്നല്ല. സാമ്പത്തിക വീക്ഷണങ്ങളിലും കലാസാഹിത്യ വീക്ഷണങ്ങളിലു മൊക്കെ ഇപ്പറഞ്ഞ വൈവിധ്യം പ്രകടമാണ്.

ഇതിൽനിന്നും വ്യക്തമാകുന്ന കാര്യം, ഒരു പ്രത്യേക മതത്തിന്റെയോ തജ്ജന്യസംസ്കാരത്തിന്റെയോ പേരിൽ ഏകോപിതമായ ഒരു സമുദായവും (ജനവിഭാഗവും) നിലനിൽക്കുന്നില്ല എന്നാണ്. പക്ഷേ, ഈ യാഥാർത്ഥ്യം മറച്ചുവെച്ചുകൊണ്ട് പ്രവർത്തിക്കുന്നവർ സമൂഹത്തിലുണ്ട്. മതതീവ്രവാദികൾ അക്കൂട്ടത്തിൽ പെടുന്നു. നേരത്തെ സൂചിപ്പിച്ചതുപോലെ ഉത്തരാധുനികവാദികളുടെ സൂക്ഷ്മരാഷ്ട്രീയവാദം അവർക്ക് സഹായകമാവുകയും ചെയ്യുന്നു. മുസ്ലീങ്ങൾക്ക് ഒരു പ്രത്യേക സംസ്കാരമുണ്ടെന്നും അത് പരിരക്ഷിക്കുന്നതിന് അവരുടേതായ രാഷ്ട്രീയ സ്വരൂപം ആവശ്യമാണെന്നുമുള്ള വീക്ഷണം അവതരിപ്പി ക്കുന്നവരാണ് കേരളം ഉൾപ്പെടെയുള്ള മേഖലകളിൽ പ്രവർത്തിക്കുന്ന ഇസ്ലാമിക തീവ്രവാദികൾ.

തൊടുപുഴ ന്യൂമാൻസ് കോളേജ് അധ്യാപകന്റെ കൈവെട്ട് സംഭവത്തിനുപിന്നിൽ പ്രവർത്തിച്ചത് തല തിരിഞ്ഞ ഈ മതസംസ്കാരബോധമാണ്. മുസ്ലീം സംസ്കാരം വേറെ, അമുസ്ലീം സംസ്കാരം വേറെ എന്ന തികച്ചും ബാലിശവും ഉപരിപ്ലവവുമായ കാഴ്ചപ്പാടത്രേ മതതീവ്രവാദികളെ നയിക്കുന്നത്. ഓരോ മതവിഭാഗവും സാംസ്കാരികമായി പരസ്പരം ഒഴിച്ചുനിർത്തുന്ന, ഒഴിച്ചുനിർത്തേണ്ട ജനവിഭാഗങ്ങളാണെന്ന അതിസങ്കുചിത വീക്ഷണം ഇത്തരക്കാർ പുലർത്തുന്നു. അദ്ധ്യാപകൻ ചോദ്യക്കടലാസിലൂടെ പ്രവാചകൻ മുഹമ്മദിനെ നിന്ദിച്ചു എന്നത്രെ ഇക്കൂട്ടർ ആരോപിച്ചത്. അതിനുള്ള പ്രതികാരമായിരുന്നു കൈവെട്ട്. ഇത്തരം ഒരു 'ശിക്ഷ' തീവ്രവാദികൾ നടപ്പാക്കിയത് നിയമം കയ്യിലെടുക്കലായും ജനാധിപത്യത്തെ വെല്ലുവിളിക്കലായും പലരും ഇതിനകം ചിത്രീകരിച്ചിട്ടുണ്ട്. കേരള ഹൈക്കോടതി തന്നെ ഡിസംബർ 10 ന് നടത്തിയനിരീക്ഷണത്തിൽ കൈവെട്ട് ഒരു സാധാരണ സംഭവമല്ലെന്നും അത് ജനാധിപത്യ സംവിധാനത്തോടുള്ള വെല്ലുവിളിയും ഐക്യത്തിനും അഖണ്ഡതയ്ക്കുമെതിരായ നീക്കവുമാണെന്നും അഭിപ്രായപ്പെടുകയുണ്ടായി.

അത്തരം നിരീക്ഷണങ്ങളെല്ലാം സാധുവായിരിക്കുമ്പോൾ തന്നെ ഇസ്ലാം മതത്തെയും പ്രവാചകൻ മുഹമ്മദിനെയും മതതീവ്രവാദികൾ സ്വകാര്യവൽക്കരിച്ചു എന്ന സത്യം കാണാതിരുന്നുകൂടാ. പ്രൊഫസർ

ജോസഫിന്റെ കൈവെട്ടാൻ ആവശ്യപ്പെട്ടവരും ആ കൃത്യം നടപ്പിലാക്കിയവരും ഇസ്ലാമിനെയും മുഹമ്മദ് നബിയേയും കാണുന്നത് തങ്ങളുടെ സ്വകാര്യസ്വത്തായിട്ടാണ്. ചരിത്രത്തിൽ ഉണ്ടായിട്ടുള്ള ഒരു മതവും ഒരു പ്രവാചകനും ഒരു മതഗുരുവും ആരുടെയും സ്വകാര്യ സ്വത്തല്ല. സെമിറ്റിക് മതങ്ങളോ ഇന്ത്യൻ മതങ്ങളോ ചൈനീസ് മതങ്ങളോ മറ്റേതെങ്കിലും മതങ്ങളോ അവയുടെ പ്രവാചകന്മാരോ ആചാര്യന്മാരോ തങ്ങൾ ഏതെങ്കിലും ഒരു പ്രത്യേക വിഭാഗത്തെ മാത്രം സംസ്കരിക്കാനും സന്മാർഗ്ഗനിഷ്ഠയിലേക്ക് ഉയർത്താനും വന്നവരാണെന്നും പറഞ്ഞിട്ടില്ല. എല്ലാ മതങ്ങളും പ്രവാചകന്മാരും അഭിസംബോധനചെയ്തത് മൊത്തം മാനവരാശിയെയാണ്. പൊതുസമൂഹത്തിന്റെ നന്മയാണ് അവർ കാംക്ഷിച്ചത്.

വസ്തുത ഇതായിരിക്കെ, പ്രവാചകനിന്ദ ആരോപിച്ച് അദ്ധ്യാപകന്റെ കൈവെട്ടിയവർക്ക് ഇസ്ലാമും മുഹമ്മദ് നബിയും തങ്ങൾക്കുമാത്രം അവകാശപ്പെട്ടതാണെന്ന പിഴച്ച ധാരണ എങ്ങനെയുണ്ടായി? ഉത്തരം ഒന്നു മാത്രം: 'അവർ മതത്തെ ഉപയോഗിക്കുന്നത് സാംസ്കാരിക വിഘടനത്തിന്റെ രാഷ്ട്രീയം ബലപ്പെടുത്താനാണ്. ജനങ്ങളുടെ സാംസ്കാരിക ഉദ്ഗ്രഥനമല്ല, സാംസ്കാരിക വിഘടനമാണ് അവർ ലക്ഷ്യം വയ്ക്കുന്നത്. ഇമ്മട്ടിലുള്ള വിഘടനരാഷ്ട്രീയം ഏതെങ്കിലും ഒരു പ്രത്യേക മത വിഭാഗത്തിൽ ഒതുങ്ങുന്നില്ല. വ്യത്യസ്ത സമുദായങ്ങളിൽ പെട്ട ചില ഗ്രൂപ്പുകൾ കുറഞ്ഞും കൂടിയുമുള്ള അളവിൽ വിഘടനവാദത്തിന്റെയും വിയോജനവാദത്തിന്റെയും രാഷ്ട്രീയം കൈയാളുന്നുണ്ട്. ബഹുജനം നേരിടുന്ന അടിസ്ഥാന പ്രശ്നങ്ങളിൽ നിന്ന് ശ്രദ്ധ തിരിച്ചുവിടാൻ മാത്രം പര്യാപ്തവും സാമൂഹികഐക്യം തകർക്കാൻ ഉതകുന്നതുമായ ഈ ചിന്താധാര തുറന്നുകാട്ടപ്പെട്ടാൽ മാത്രം പോരാ, അതിനെതിരിൽ സാംസ്കാരികവും സാമൂഹികവുമായ ഉദ്ഗ്രഥനം സാധിക്കാൻ പര്യാപ്തമായ രാഷ്ട്രീയ ബദലുകൾ ശക്തിപ്പെടുകയും ചെയ്യേണ്ടതുണ്ട്. സൂക്ഷ്മ രാഷ്ട്രീയം വിഭാഗീയതയുടെ രക്തരക്ഷസ്സുകളുടെ ഒളിത്താവളമായി മാറിക്കൂടാ. ∎

ഇന്ത്യൻ മതേതരത്വത്തിന്റെ ദൗർബല്യങ്ങൾ

രാജ്യത്തിന്റെ സാമൂഹിക-രാഷ്ട്രീയ വ്യവഹാരങ്ങളിൽ മതം ഇടപെട്ടുകൂടാ എന്ന അർത്ഥത്തിൽ മതേതരത്വത്തെ വീക്ഷിക്കാനുള്ള മനസ്സുറപ്പ് സ്വതന്ത്രഭാരതം ഒരുകാലത്തും പ്രദർശിപ്പിച്ചിട്ടില്ല. ഈ മനസ്സുറപ്പില്ലായ്മകൊണ്ടു തന്നെയാണ് 1976 വരെ ഭരണഘടനയുടെ ആമുഖത്തിൽ മതേതരം (സെക്കുലർ) എന്ന പദം ഇല്ലാതെപോയത്. അടിയന്തരാവസ്ഥക്കാലത്ത് 42-ാം ഭരണഘടനാഭേദഗതിയിലൂടെ 'സോഷ്യലിസ്റ്റ്, സെക്കുലർ' എന്നീ രണ്ടു വിശേഷണങ്ങൾകൂടി രാഷ്ട്രത്തിന്റെ സ്വഭാവസൂചകമായി ആമുഖത്തിൽ എഴുതിച്ചേർത്തുവെങ്കിലും മതേതരത്വത്തിന് സുവ്യക്തമായ നിർവചനം നൽകാൻ രാഷ്ട്രീയ-ഭരണ നേതൃത്വം പിന്നീടും തയ്യാറായില്ല. സന്ദർഭാനുസാരം ആർക്കും എങ്ങനെയും വലിച്ചു നീട്ടാവുന്നതും വ്യാഖ്യാനിക്കാവുന്നതുമായ ഒരു പൊള്ളവാക്കായി അതു തുടർന്നു. തങ്ങൾ ഭാവാത്മക മതേതരത്വത്തിന്റെ നേരവകാശികളാണെന്നു ഹൈന്ദവ മൗലികവാദികൾക്കും തങ്ങൾ പാശ്ചാത്യേതര മതേതരത്വത്തിന്റെ വക്താക്കളാണെന്ന് ഇസ്ലാമിക മൗലികവാദികൾക്കും അവകാശവാദം ഉന്നയിക്കാൻ സാധിച്ചു എന്നതായിരുന്നു ഫലം.

മതേതരത്വത്തിനു മുന്നിൽ 'ഭാവാത്മകം' എന്നോ 'പാശ്ചാത്യേതരം' എന്നോ ഉള്ള വിശേഷണങ്ങൾ ചേർക്കുന്നവർ വാസ്തവത്തിൽ മതേതരത്വത്തിന്റെ ആത്മസത്ത നിരാകരിക്കുന്നവരാണ്. മതവും സാമൂഹിക-രാഷ്ട്രീയ വ്യവഹാരങ്ങളും തമ്മിലുള്ള സമ്പൂർണമായ ബന്ധവിച്ഛേദമാണ് മതേതരത്വത്തിന്റെ അകക്കാമ്പ്. ഈ സുപ്രധാന തത്ത്വം അംഗീകരിച്ചുകഴിഞ്ഞാൽ പിന്നെ ഹിന്ദുരാഷ്ട്രം എന്ന സങ്കല്പത്തിനോ ഇസ്ലാമിക രാഷ്ട്രം എന്ന സങ്കല്പത്തിനോ നിലനില്പുണ്ടാവില്ല. മത-സാമുദായിക വികാരങ്ങളുടെ പിൻബലത്തിൽ പ്രവർത്തിക്കുന്ന രാഷ്ട്രീയ പാർട്ടികൾക്ക് പിൻവാങ്ങേണ്ടിവരികയും ചെയ്യും.

അപ്പോൾപ്പിന്നെ ഭരണഘടനയുടെ 25-ാം വകുപ്പിൽ എഴുതിച്ചേർത്ത മതസ്വാതന്ത്ര്യം എന്ന ആശയത്തിന് എന്തു പ്രസക്തി എന്ന ചോദ്യം വരാം. രാഷ്ട്രീയത്തെ മതത്തിൽനിന്നും മാറ്റിനിർത്താനാവില്ല എന്നു

വാദിക്കുന്ന എല്ലാ വർഗീയ-മതമൗലിക സംഘടനകളും പലപ്പോഴും ഈ ചോദ്യം ഉന്നയിച്ചിട്ടുണ്ട്. പൊതുസമാധാനം, ധാർമികത, പൊതുജനാരോഗ്യം എന്നീ മൂന്ന് ഉപാധികൾക്കു വിധേയമായി ഭരണഘടന മതസ്വാതന്ത്ര്യം അനുവദിച്ചിരിക്കെ എന്തുകൊണ്ട് മതാത്മകരാഷ്ട്രീയം പാടില്ല എന്നതാണവരുടെ ചോദ്യം.

ഈ സന്ദിഗ്ധത മുൻപെന്നപോലെ ഇപ്പോഴും നിലനിൽക്കുന്നത് മതത്തിന്റെ രണ്ടു മുഖങ്ങളെ വ്യവച്ഛേദിച്ചു കാണാൻ ഭരണഘടനാശില്പികൾ മുതിർന്നില്ല എന്നതുകൊണ്ടാണ്. മതഭരണ സങ്കല്പമില്ലാത്ത മതവും മതഭരണ സങ്കല്പമുള്ള മതവുമുണ്ട് എന്ന വസ്തുത വേണ്ടത്ര പരിഗണിക്കപ്പെടാതെ പോയി. രാഷ്ട്രീയേതരമതം (non-political religion), രാഷ്ട്രീയ മതം (political religion) എന്നിങ്ങനെ മതങ്ങളെ വേർതിരിച്ചു കാണണമായിരുന്നു. ഭരണഘടനാ നിർമാണവേളയിൽ അതുണ്ടായില്ല. സമകാലിക ഇന്ത്യയിൽ രാഷ്ട്രീയ ഹിന്ദുമത (political Hinduism)വും രാഷ്ട്രീയ ഇസ്ലാമും (political Islam) ഉണ്ട്.

രാഷ്ട്രീയേതര മതങ്ങളുടെ സ്വാതന്ത്ര്യമാണു ഭരണഘടനയിൽ പ്രതിപാദിക്കപ്പെടുന്നത്. രാഷ്ട്രീയ മതങ്ങളോടുള്ള കാഴ്ചപ്പാടെന്തെന്ന് അവിടെ വ്യക്തമാക്കപ്പെട്ടിട്ടില്ല. ഒന്നുകൂടി തെളിച്ചു പറഞ്ഞാൽ, മതേതര ഇന്ത്യയിൽ ഹിന്ദുരാഷ്ട്രത്തിനോ ഇസ്ലാമിക രാഷ്ട്രത്തിനോ വേണ്ടി പ്രവർത്തിക്കാനുള്ള സ്വാതന്ത്ര്യം ഉണ്ടോ എന്ന കാര്യം വിശദീകരിക്കപ്പെടാതെ കിടക്കുന്നു. മതം വേറെ, സാമൂഹിക-രാഷ്ട്രീയ വ്യവഹാരങ്ങൾ വേറെ എന്നതാണ് മതേതരത്വത്തിന്റെ സത്തയെങ്കിൽ വിവിധ മതങ്ങളിൽപ്പെട്ട മൗലികവാദികൾ മുന്നോട്ടു വയ്ക്കുന്ന മതഭരണ സങ്കല്പവും ആ ദിശയിലുള്ള പ്രവർത്തനങ്ങളും മതസ്വാതന്ത്ര്യത്തിൽ പെടുന്നില്ല എന്നു വ്യക്തമാക്കേണ്ടതായിരുന്നു.

അതുണ്ടായില്ല എന്നു മാത്രമല്ല, കോൺഗ്രസും കമ്യൂണിസ്റ്റ് പാർട്ടികളും ഉൾപ്പെടെയുള്ള മുഖ്യധാരാ മതേതര പാർട്ടികൾ വർഗീയതയിലും മതമൗലികതയിലും അഭിരമിക്കുന്ന പാർട്ടികളെ അകറ്റി നിർത്താൻ മിക്കപ്പോഴും തയ്യാറായില്ല എന്ന വസ്തുതയും നമ്മുടെ മുൻപിലുണ്ട്. അവരെ സംബന്ധിച്ചിടത്തോളം മതേതരത്വം പലപ്പോഴും ഒരു അലങ്കാര വസ്തു മാത്രമായി ചുരുങ്ങി. അതിനു പാകത്തിൽ മതേതരത്വത്തെ വ്യാഖ്യാനിക്കാനും നിർവചിക്കാനും ശ്രമിച്ചതിന്റെ ഫലശ്രുതിയായിരുന്നു മതേതരത്വം സമം എല്ലാ മതങ്ങൾക്കും തുല്യപരിഗണനന എന്ന കാഴ്ചപ്പാട്. മതങ്ങൾക്കു തുല്യപരിഗണനന എന്ന തത്ത്വം പ്രയോഗതലത്തിൽ മതമൗലികവാദങ്ങൾക്ക് (വർഗീയ പ്രത്യയശാസ്ത്രങ്ങൾക്ക്) തുല്യപരിഗണനന എന്നായിത്തീർന്നു. 1986 ൽ രാജീവ്ഗാന്ധി സർക്കാരിന്റെ കാലത്ത് ഈ പരിണതിയുടെ മികച്ച ഉദാഹരണത്തിനു രാജ്യം സാക്ഷ്യം വഹിച്ചു. ആ വർഷം ഫെബ്രുവരിയിൽ ആണ് ഒരുവശത്ത് മുസ്ലീം വർഗീയ-മത

ഹിന്ദുത്വവാദവും ഇസ്ലാമിസവും

മൗലിക കൂട്ടായ്മകളെ തൃപ്തിപ്പെടുത്താൻ ഭരണകൂടം മുസ്ലീം വനിതാ ബിൽ പാസ്സാക്കിയതും മറുവശത്ത് ഹിന്ദുവർഗീയ-മതമൗലിക സ്വരൂപങ്ങളെ പ്രീണിപ്പിക്കാൻ അയോധ്യയിൽ അതുവരെ പൂട്ടിക്കിടന്ന ദേവാലയത്തിന്റെ കവാടം ഹിന്ദുവിഭാഗത്തിനു തുറന്നു കൊടുത്തതും. രണ്ടു മതങ്ങൾക്കുള്ള തുല്യപരിഗണന രണ്ടു മതമൗലിക-വർഗീയ ശക്തികൾക്കുള്ള തുല്യപരിഗണനയായി മാറുകയായിരുന്നു അവിടെ.

'മതേതരത്വം-മുഖവും മുഖംമൂടിയും' എന്ന ശീർഷകത്തിൽ പി. രാജൻ തയാറാക്കിയ പുസ്തകം ഇന്ത്യൻ മതേതരത്വത്തിന്റെ ഈദൃശ ദൗർബല്യങ്ങളിലേക്കു വെളിച്ചം വീശുന്ന ലേഖനങ്ങളുടെ സമാഹാരമാണ്. മതേതരത്വത്തിന്റെ പേരിൽ വർഗീയ പ്രീണനമാണു രാജ്യത്തു നടന്നു പോന്നതെന്ന് ഉദാഹരണസഹിതം ഗ്രന്ഥകാരൻ എടുത്തുകാട്ടുന്നു. സമാഹാരത്തിൽ ചേർത്ത മിക്ക ലേഖനങ്ങളും മൂന്നു പതിറ്റാണ്ടോളം മുൻപ് എഴുതപ്പെട്ടവയായതിനാൽ രാഷ്ട്രീയപാർട്ടികളും ഭരണാധികാരികളും ന്യൂനപക്ഷപ്രീണനത്തിലേർപ്പെട്ടതിന്റെ ഉദാഹരണങ്ങളാണ് പുസ്തകത്തിൽ കൂടുതലുള്ളത്. പ്രീണനം ഏകദിശാകേന്ദ്രിതമാണോ എന്ന സംശയം വായനക്കാരിൽ ജനിപ്പിച്ചാൽ അത് ഇടവരുത്തിക്കൂടെന്നില്ല. യഥാർത്ഥത്തിൽ മതേതരമൂല്യങ്ങൾക്ക് കടകവിരുദ്ധമായി വ്യത്യസ്ത ജാതിമത താത്പര്യങ്ങളെ പ്രീതിപ്പെടുത്തുന്നതിൽ വിവിധ സർക്കാരുകളും പാർട്ടികളും കാലാകാലങ്ങളിൽ ശ്രമിച്ചിട്ടുണ്ട് എന്നതാണു നേര്.

ഈ പ്രീണനത്വരയും പാർലമെന്ററി രാഷ്ട്രീയവും തമ്മിൽ വല്ല ബന്ധവുമുണ്ടോ എന്നതു പരിശോധിക്കപ്പെടേണ്ടതാണ്. ബഹുമത, ബഹുജാതി, ബഹുവംശ സമൂഹങ്ങളിൽ പ്രവർത്തിക്കുന്ന പാർട്ടികൾ എത്രതന്നെ മതേതരത്വം പ്രസംഗിച്ചാലും തിരഞ്ഞെടുപ്പു വിജയത്തിന് മത-ജാതി-വംശീയ ഗ്രൂപ്പുകളുടെ സമ്മർദങ്ങൾക്കു വഴങ്ങാൻ നിർബന്ധിക്കപ്പെടുന്നു. എതു മതസമുദായത്തെ/ജാതിസമുദായത്തെ പ്രീണിപ്പിക്കുന്നതാണ് തിരഞ്ഞെടുപ്പു സാധ്യതകൾ വർധിപ്പിക്കുന്നത് എന്നാണ് പാർട്ടികളുടെ നോട്ടം. ഉത്തർപ്രദേശിൽ മുസ്ലീം സാമുദായികവാദികളെ പ്രീണിപ്പിക്കുന്നതു ഗുണകരമെങ്കിൽ ആ ഭാഗത്തേക്കും കേരളത്തിൽ ക്രൈസ്തവ സാമുദായികവാദികളെയോ നായർ സാമുദായികവാദികളെയോ ഈഴവ സാമുദായികവാദികളെയോ പ്രീണിപ്പിക്കുന്നതു ഫലദായകമെങ്കിൽ ആ ഭാഗത്തേക്കും മതേതരപാർട്ടികൾ ചായും. ആദർശനിഷ്ഠയും അധികാരകാമനയും തമ്മിലുള്ള സംഘർഷമാണ് ഇവിടെ നാം കാണുന്നത്. ഈ സംഘർഷത്തിൽ മിക്കപ്പോഴും ജയിക്കുന്നത് അധികാര കാമനയാണ്. വലതെന്നോ ഇടതെന്നോ വ്യത്യാസമില്ലാതെ മതേതരപാർട്ടികൾ ഓരോന്നും അധികാര ദുർമോഹത്തിനു കീഴ്പ്പെടുമ്പോൾ മതേതരത്വം തോൽക്കുകയും വർഗീയതയും സാമുദായികവാദവും വിജയക്കൊടി നാട്ടുകയും ചെയ്യുന്നു.

ആദർശങ്ങളെ അധികാരലബ്ധിക്കു ബലികഴിക്കുന്ന സെക്കുലർ പാർട്ടികൾ രാജ്യത്തു വർഗീയ കലാപങ്ങളുണ്ടാകുമ്പോൾ പുറത്തെടുക്കുന്ന മരുന്നത്രേ മതസൗഹാർദം എന്ന മോഹനപരികൽപ്പന. ഗ്രന്ഥകാരന്റെ അഭിപ്രായത്തിൽ മതസൗഹാർദം ശുദ്ധകാപട്യമാണ്. അദ്ദേഹം നിരീക്ഷിക്കുന്നത് ഇങ്ങനെ: 'മത സൗഹാർദം എന്നതു വെറും കാപട്യം നിറഞ്ഞ മുദ്രാവാക്യമാണ്. ഒരു മതത്തെ നിഷേധിച്ചുകൊണ്ടല്ലാതെ മറ്റൊരു മതത്തിനു നിലനിൽപ്പില്ല' (പു.27). വിശ്വാസാചാരങ്ങളുടെ തലത്തിൽ പരസ്പരം ഏറ്റുമുട്ടുന്ന മതങ്ങൾക്ക് അപരമതങ്ങളെ അംഗീകരിക്കാൻ വൈമുഖ്യമുണ്ടാവുക സ്വാഭാവികമാണ്. ആ അർഥത്തിൽ മതസൗഹാർദം സാധ്യമല്ലെന്നു വാദിക്കാവുന്നതുതന്നെ. പക്ഷേ, വ്യത്യസ്ത മതങ്ങൾ നിലനിൽക്കുന്ന സമൂഹത്തിൽ, അവയെ നിലനിർത്തിക്കൊണ്ടുതന്നെ മതാതീതമായ മാനവ സൗഹാർദം സാധ്യമല്ലേ എന്ന ചോദ്യമുണ്ട്.

ആർക്കും ആഗ്രഹിച്ചില്ലാതാക്കാൻ സാധിക്കുന്ന പ്രതിഭാസമല്ല മതം. മനുഷ്യനും പ്രകൃതിയും തമ്മിലുള്ള വൈരുധ്യം തുടരുന്നിടത്തോളം കാലം അതീതശക്തികളിൽ അഭയം തേടുന്ന മാനവപ്രവണത തുടരുമെന്നുതന്നെ വേണം കരുതാൻ. അതുകൊണ്ടുതന്നെ അതീതശക്തികളുടെ വിഹാരവേദിയായ മതങ്ങൾ അത്ര പെട്ടെന്നു വേരറുക്കപ്പെടുകയില്ല. അത്തരം സാഹചര്യത്തിൽ മതങ്ങൾ നിലനിൽക്കെത്തന്നെ മതസങ്കുചിതത്ത്വങ്ങളെ അതിവർത്തിക്കുന്ന മാനവസൗഹാർദം സാധ്യമാണോ എന്നാണ് അന്വേഷിക്കേണ്ടത്.

ഇവിടെയാണ് സംയോജനാത്മക സംസ്കാരം (syncretic culture) പ്രസക്തമാകുന്നത്. ബഹുമത, ബഹുസംസ്കാര സമൂഹങ്ങളിലെല്ലാം വിവിധ മതസംസ്കാരങ്ങളുടെ സങ്കലനവും ആദാനപ്രദാനവും നടന്നിട്ടുണ്ടെന്നത് അനിഷേധ്യമായ ചരിത്രവസ്തുതയാണ്. ആധുനിക ആഗോളീകൃത സമൂഹത്തിൽ അ മ്മട്ടിലുള്ള സങ്കലനത്തിന്റെ ശക്തിയും വേഗവും വർധിച്ചിട്ടുണ്ടുതാനും. മതമൗലികവാദികൾ എന്തുതന്നെ പറഞ്ഞാലും ഏതെങ്കിലും മതത്തിന്റെ (മതസമൂഹത്തിന്റെ) ശുദ്ധസംസ്കാരം ഇന്ന് എവിടെയും നിലനിൽക്കുന്നില്ല. ഹിന്ദുമതത്തിനോ ഇസ്ലാമിനോ ക്രിസ്തുമതത്തിനോ അവയുടേതായ കലർപ്പറ്റ സാംസ്കാരികതുരുത്തുകൾ ഉണ്ടെന്നതു തെറ്റായ വിശ്വാസമാണ്. സങ്കരസംസ്കാരത്തിന്റെ തുരുത്തുകളാണ് വർ ത്തമാനകാല യാഥാർത്ഥ്യം. ഇച്ചൊന്ന സങ്കരതയിൽനിന്നാണു സംയോജനാത്മക സംസ്കാരം രൂപപ്പെടുന്നത്. വ്യത്യസ്ത മതസംസ്കാരങ്ങളുടെ അംശങ്ങൾ ഉൾച്ചേർന്നതാണത്. ഭാഷയിലും വസ്ത്രത്തിലും ആഹാരത്തിലും ആഘോഷങ്ങളിലും ആചാരങ്ങളിലും കാലപ്രവാഹത്തിൽ വന്നു ഭവിച്ച സങ്കരതയും സംയോജനാത്മകതയും മതസംസ്കാരങ്ങൾ തമ്മിലുള്ള അകലം കുറയ്ക്കാൻ പര്യാപ്തമായിട്ടില്ലെന്നു പറയാനൊക്കുമോ?

മേൽച്ചൊന്ന സംയോജനാത്മക സംസ്കാരത്തിൽനിന്നു വേണം ഗ്രന്ഥകാരൻ പറയുന്ന സാംസ്കാരിക ദേശീയതയിലേക്കു കടന്നു ചെല്ലാൻ. രാജൻ പറയുന്ന സാംസ്കാരിക ദേശീയതയും ആർ.എസ്.എസ് (ഹിന്ദുത്വവാദികൾ മുന്നോട്ടു വയ്ക്കുന്ന സാംസ്കാരിക ദേശീയതയും ഒന്നാണോ എന്നറിയില്ല. ആർ.എസ്.എസ്സും അനുബന്ധസംഘടനകളും നെഞ്ചോടു ചേർക്കുന്ന സാംസ്കാരിക ദേശീയത സ്വഭാവപരമായി മുസ്ലീം ഫണ്ടമെൻറലിസ്റ്റുകൾ മാറോടണയ്ക്കുന്ന ഇസ്ലാമിക സാംസ്കാരികതയുമായി ഒത്തുപോകുന്നതാണ്. വ്യാവർത്തകത്വ (Exclusiveness) മാണ് രണ്ടിന്റെയും മുഖമുദ്ര. ഇന്ത്യൻ ദേശീയതയെയും സംസ്കാരത്തെയും ഹിന്ദു ദേശീയതയും സംസ്കാരവുമായി ന്യൂനീകരിക്കുകയും അവയ്ക്കു വെളിയിൽ നിൽക്കുന്നവർക്ക് അപരത്വം കൽപ്പിച്ച് ഒഴിച്ചു നിർത്തുകയുമാണ് ആർ.എസ് .എസ് ചെയ്യുന്നത്. മുസ്ലീം മൗലികവാദികൾക്കാവട്ടെ ഇസ്ലാമിക സംസ്കാരത്തിനു പുറത്തുള്ളവ (ഇസ്ലാമിക സംസ്കാരത്തിനു കീഴടങ്ങാത്തവ) അപരവും അതിനാൽ അസ്വീകാര്യവുമാണ്. സാംസ്കാരികമായ ഉൾക്കൊള്ളൽ (Cultural Inclusiveness) എന്ന തത്ത്വം ഇരുവിഭാഗവും അംഗീകരിക്കുന്നില്ല.

ഗ്രന്ഥകാരന്റെ സാംസ്കാരിക ദേശീയത ആർ.എസ്.എസ്സിന്റേതടക്കമുള്ള ഹിന്ദുത്വവാദികളുടേതിൽ നിന്നു തീർത്തും ഭിന്നമാണെങ്കിൽ അദ്ദേഹം സംസാരിക്കേണ്ടതു സാംസ്കാരിക മതേതരത്വ (Cultural Secularism) ത്തെക്കുറിച്ചാണ്. മതേതരത്വത്തിനു രാഷ്ട്രീയമുഖം എന്നതു പോലെ സാംസ്കാരിക മുഖവുമുണ്ട്. രാഷ്ട്രീയാർഥത്തിൽ മതേതരത്വം എന്നതു രാഷ്ട്രീയവും മതവും തമ്മിലുള്ള വിച്ഛേദമാണെങ്കിൽ, സാംസ്കാരികാർഥത്തിൽ മതേതരത്വം സംസ്കാരവും മതവും തമ്മിലുള്ള വിച്ഛേദമാണ്. രാഷ്ട്രീയത്തെ ഏതെങ്കിലും മതവുമായി കൂട്ടിക്കെട്ടേണ്ടതില്ലാത്തതു പോലെ സംസ്കാരത്തെയും ഏതെങ്കിലും പ്രത്യേക മതവുമായി കൂട്ടിക്കെട്ടേണ്ടതില്ല. അരവർ വസിക്കുന്ന ഭൂഭാഗത്തുണ്ടായ മതപദ്ധതികളുടെയും മതേതരപദ്ധതികളുടെയും മതനിരാസപദ്ധതികളുടെയുമെല്ലാം അംശങ്ങൾ ചേർന്നതായി വേണം ആ ഭൂഭാഗത്തിന്റെ സംസ്കാരത്തെ കാണുക. അവയിൽ കൊള്ളേണ്ടതെന്നപോലെ തള്ളേണ്ടതുമുണ്ടാകും. ഈ ത്യാജ്യഗ്രാഹ്യവിവേചനം പക്ഷേ, മതപക്ഷപാതിത്വത്തിന്റെ കണ്ണടവച്ചു കൊണ്ടായിക്കൂടെന്നു മാത്രം.

പുസ്തകത്തിന്റെ അവസാനഭാഗത്ത് പരമാധികാര ജനാധിപത്യ സോഷ്യലിസ്റ്റ് റിപ്പബ്ലിക്കായ ഇന്ത്യ സ്വീകരിക്കേണ്ടതും പ്രാവർത്തികമാക്കേണ്ടതുമായ ഒരു 'മതേതരത്വ മാനിഫെസ്റ്റോ' ഗ്രന്ഥകർത്താവ് അവതരിപ്പിക്കുന്നുണ്ട്. അതിൽ ചേർത്ത നിർദേശങ്ങൾ പലതും ഏറെ പ്രസക്തവും ശ്രദ്ധേയവുമാണ്. ഗോവധം നിയമംമൂലം നിരോധിക്കുന്നതിനു പ്രക്ഷോഭം നടത്തുകയോ ഹിന്ദുജനതയുടെ അംഗബലം

കൂട്ടാൻ പ്രസവമത്സരം നടത്തി 'വീരമാതാക്കൾ'ക്ക് സമ്മാനം നൽകു കയോ ചെയ്യുന്നവരെ വിട്ടുവീഴ്ചയില്ലാതെ എതിർക്കണമെന്നു രാജൻ നിർദേശിക്കുന്നു. ഭൂരിപക്ഷ-ന്യൂനപക്ഷ ഭേദമെന്യേ എല്ലാ വർഗീയത കളെയും ഒരുപോലെ എതിർക്കുക, ജാതി ചിന്തയും ജാതീയമായ ഉച്ചനീചത്വങ്ങളും നിർമാർജ്ജനം ചെയ്യാൻ നടപടികൾ സ്വീകരിക്കുക, വിദ്യാഭ്യാസരംഗത്തുനിന്നു മതങ്ങളുടെ സ്വാധീനം തുടച്ചുനീക്കുക, ഹിന്ദുമതത്തെയും ഭാരതസംസ്കാരത്തെയും മതേതരമായ മാനദണ്ഡങ്ങളുടെ അടിസ്ഥാനത്തിൽ വേർതിരിക്കുക, മതാടിസ്ഥാനത്തിൽ നൽകപ്പെടുന്ന പ്രത്യേകാവകാശങ്ങൾ മനുഷ്യാവകാശങ്ങൾക്കു വിധേയമായിട്ടു വേണം എന്നു നിഷ്കർഷിക്കുക, ആകാശവാണിയും ദൂരദർശനും പോലുള്ള സർക്കാർ മാധ്യമങ്ങൾ മതപ്രചാരണത്തിന് ഉപയോഗിക്കാതിരിക്കുകയും ശാസ്ത്രീയ മനോഭാവം വളർത്തുന്നതിന് ഉപയോഗിക്കുകയും ചെയ്യുക, മതവികാര പ്രശ്നത്തിന്റെ പേരിൽ ആവിഷ്കാര സ്വാതന്ത്ര്യം നിഷേധിക്കാതിരിക്കുക എന്നിവയാണ് മറ്റു നിർദ്ദേശങ്ങളിൽ ചിലത്.

'എന്റെ മതം മാത്രം ശരി എന്നതിനേക്കാൾ എല്ലാ മതവും ശരി' എന്ന ബോധമാണ് പ്രോത്സാഹിപ്പിക്കേണ്ടത് എന്ന ആശയം കൂടി മതേതരത്വ മാനിഫെസ്റ്റോയുടെ ഭാഗമായി ഗ്രന്ഥകാരൻ അവതരിപ്പിക്കുന്നുണ്ട്. അതിനോടു കൂട്ടിച്ചേർക്കേണ്ട ഒരു കാര്യം കൂടിയുണ്ട്. 'എന്റെ സംസ്കാരം മാത്രം ഉത്തമം എന്നതിനു പകരം എല്ലാ സംസ്കാരവും ഉത്തമം' എന്ന ബോധവും കൂടി അരക്കിട്ടുറപ്പിക്കപ്പെടണം. അതിരുവിട്ട സ്വമതശ്രേഷ്ഠബോധംപോലെതന്നെ ആപത്കരമാണ് അതിരുവിട്ട സ്വസംസ്കാരശ്രേഷ്ഠബോധവും. ∎

ഒരു വിലാപം
ഒരു പാഠം

വടകരക്കാരൻ ഇബ്രാഹിമിനെ നിങ്ങൾ മറന്നുവോ? മതിയായ രേഖകളില്ലാതെ ഇന്ത്യയിൽ താമസിച്ചു എന്ന കുറ്റം ചുമത്തി അയാളെ നാടുകടത്താൻ നമ്മുടെ പൊലീസുകാർ പാക്കിസ്ഥാനിലേക്ക് കൊണ്ടുപോയത് ജൂൺ 27 നായിരുന്നു. ആഗസ്ത് 4ന് പൊലീസുകാർ ഇബ്രാഹിമിനെ വടകരയിൽ തിരിച്ചുകൊണ്ടുവന്നു. പൗരത്വസംബന്ധമായ രേഖകളില്ലാത്തതിനാൽ പാക് അധികൃതർ ഇബ്രാഹിമിനെ സ്വീകരിച്ചില്ല. ജന്മദേശത്ത് തിരിച്ചെത്തിയ ഇബ്രാഹിമിന്റെ വിലാപം ഇങ്ങനെ: "ഇന്ത്യയിൽ ജനിച്ച എനിക്ക് ഇന്ത്യക്കാരനായി ജീവിക്കണം. ഇല്ലെങ്കിൽ എന്നെ തൂക്കിക്കൊന്നോളൂ."

ഇബ്രാഹിം എന്ന വ്യക്തിയെ വേണമെങ്കിൽ നമുക്കു മറക്കാം. പക്ഷേ, അയാളുടെ വിലാപം നാം ഒരിക്കലും മറന്നു കൂടാത്തതാണ്. കാരണം, അത് വലിയ ഒരു പാഠം നമുക്കു സമ്മാനിക്കുന്നുണ്ട്. അമൂല്യമായ ആ പാഠം അത്ര പുതിയതാണെന്നു പറഞ്ഞുകൂടാ. മുൻപ് ചില ചരിത്ര മുഹൂർത്തങ്ങൾ ഇതേ പാഠം നമുക്ക് കാഴ്ച വച്ചിട്ടുണ്ട്. അവയിൽ രണ്ടെണ്ണം ഇവിടെ അനുസ്മരിക്കാം. 1971-ലാണ് ആദ്യത്തെ സംഭവം. ഒരു പ്രത്യേക മതത്തിന്റെ പേരിൽ പിറവിയെടുത്ത പാക്കിസ്ഥാൻ രണ്ടായി പിളർന്നു. ലോകഭൂപടത്തിൽ ബംഗ്ലാദേശ് എന്ന നവരാഷ്ട്രം സ്ഥാനം പിടിച്ചു. പാക്കിസ്ഥാൻ എന്ന രാഷ്ട്രത്തിന്റെ യുക്തിയെയും അടിസ്ഥാനത്തെയും സാധൂകരണത്തെയും ചോദ്യം ചെയ്ത സംഭവമായിരുന്നു അത്. മുസ്ലീങ്ങളും ഹിന്ദുക്കളും രണ്ടു വ്യത്യസ്തരാഷ്ട്രങ്ങൾ (ദേശീയതകൾ) ആണെന്ന ദ്വിരാഷ്ട്ര സിദ്ധാന്തമായിരുന്നു 1940കളിൽ പാക്കിസ്ഥാൻ വാദികളുടെ ന്യായം. മുസ്ലീങ്ങൾ മതാടിസ്ഥാനത്തിൽ ഒരു രാഷ്ട്രമായി നിലനിൽക്കും എന്നതായിരുന്നു ആ ന്യായത്തിന്റെ കാതൽ. ആ കാതലാണ് 1971-ൽ പൊട്ടിത്തകർന്നു തവിടുപൊടിയായത്. മുസ്ലീം രാഷ്ട്രമായ പാക്കിസ്ഥാനിലെ മുസ്ലീങ്ങൾക്കകത്ത് ഒരു പുതിയ ദ്വിരാഷ്ട്രവാദം തലപൊക്കി. പൂർവ പാക്കിസ്ഥാനിലെ മുസ്ലീങ്ങൾ ഷെയ്ഖ് മുജീബ്

റഹ്മാന്റെ നേതൃത്വത്തിൽ തങ്ങൾ ബംഗാളിരാഷ്ട്രത്തെ (ബംഗാളി ദേശീയതയെ) പ്രതിനിധീകരിക്കുന്നുവെന്നും ബംഗാളിരാഷ്ട്രം പശ്ചിമ പാക്കിസ്ഥാനിലെ പഞ്ചാബി രാഷ്ട്രത്തിന് വിധേയമായിരിക്കാൻ തയ്യാറല്ലെന്നും പ്രഖ്യാപിച്ചപ്പോഴാണ് ബംഗ്ലാദേശുണ്ടായത്.

മതസംസ്കാരത്തിനുമേൽ ഭാഷാസംസ്കാരം മേധാവിത്വം നേടിയതിന്റെ വിളംബരമായിരുന്നു ബംഗ്ലാദേശിന്റെ ഉദയം. ജനവിഭാഗങ്ങളുടെ സംസ്കാരവും സ്വത്വവും നിർണയിക്കുന്നതിൽ മതത്തെക്കാൾ പതിന്മടങ്ങ് ശക്തമായ പങ്ക് ഭാഷ വഹിക്കുന്നു എന്നു ബംഗ്ലാദേശിന്റെ പിറവി സാക്ഷ്യപ്പെടുത്തി. മറ്റു വിധത്തിൽ പറഞ്ഞാൽ ബംഗബന്ധു ഷെയ്ഖ് മുജീബ് റഹ്മാന്റെ നാട്ടുകാർ തങ്ങളുടെ 'മുസ്ലീമത്വ'ത്തെക്കാൾ വില കല്പിച്ചത് 'ബംഗാളിത്വ'ത്തിനാണ്. അറിഞ്ഞോ അറിയാതെയോ ഭാഷയ്ക്ക് മതത്തെക്കാൾ കട്ടിയുണ്ടെന്ന് ലോകത്തോട് വിളിച്ചുപറയുകയായിരുന്നു ബംഗാളി മുസ്ലീങ്ങൾ.

മതത്തേക്കാൾ കട്ടി ഭാഷയ്ക്കാണെന്ന രണ്ടാമത്തെ ഉജ്വല വിളംബരമുണ്ടായത് ഇംഗ്ലണ്ടിൽ നിന്നാണ്. ആ രാജ്യത്ത് പ്രവാസിയായി കഴിയുന്ന പാക് പൗരൻ അൽത്താഫ് ഹുസൈനാണ് നാലുവർഷം മുൻപ് ആ വിളംബരം നടത്തിയത്. വിഭജനവേളയിൽ ഉത്തരേന്ത്യയിൽ നിന്നു പാക്കിസ്ഥാനിലേക്ക് പലായനം ചെയ്ത, ഉറുദു ഭാഷ സംസാരിക്കുന്ന്, മുഹാജിർ മുസ്ലീങ്ങളുടെ നേതാവാണ് ഹുസൈൻ. 1947 -ൽ സൗഭാഗ്യങ്ങൾ തേടി നവമുസ്ലീം രാഷ്ട്രത്തിലേക്കു കുടിയേറിയ മുഹാജിറുകളെ 'മണ്ണിന്റെ മക്ക'ളായ സിന്ധിമുസ്ലീങ്ങളും പഞ്ചാബി മുസ്ലീങ്ങളുമൊന്നും തങ്ങളുടെ സമൂഹത്തിന്റെ ഭാഗമായി അംഗീകരിക്കാൻ കൂട്ടാക്കിയില്ല. മുഹാജിറുകൾ പാക്കിസ്ഥാനിൽ പല രൂപത്തിൽ പീഡിപ്പിക്കപ്പെട്ടു. അവർക്കു നേരെ തീക്ഷ്ണവിവേചനങ്ങൾ നിലനിന്നു. സിന്ധി-പഞ്ചാബി സംസ്കാരങ്ങൾ ഉറുദു സംസ്കാരത്തെ അവജ്ഞയോടെ മാത്രമേ വീക്ഷിച്ചുള്ളൂ. പാക്കിസ്ഥാന്റെ ആധാരശിലയായി വിശേഷിപ്പിക്കപ്പെട്ട ഇസ്ലാമിക സംസ്കാരം വെറും മിഥ്യയാണെന്നും ഭാഷാ സംസ്കാരങ്ങളാണ് യാഥാർത്ഥ്യമെന്നും സ്വന്തം അനുഭവത്തിൽ നിന്നു മനസ്സിലാക്കിയപ്പോഴാണ് അൽത്താഫ് ഹുസൈൻ മതസംസ്കാരവാദികളുടെ കണ്ണു തുറപ്പിക്കേണ്ട ആ പ്രസ്താവന നടത്തിയത്. അദ്ദേഹം തുറന്നടിച്ചു : 'ചരിത്രത്തിലെ ഏറ്റവും വലിയ വങ്കത്തമായിരുന്നു പാക്കിസ്ഥാൻ.'

അനിശ്ചിത ജീവിതത്തിന്റെ വിഹ്വല പ്രയാണത്തിനിടയ്ക്ക് എങ്ങനെയോ പാക്കിസ്ഥാനിലെത്തിപ്പെട്ട വടകരക്കാരൻ ഇബ്രാഹിം വർഷങ്ങളുടെ അലച്ചിലുകൾക്കു ശേഷം സ്വന്തം ജന്മനാട്ടിൽ തിരിച്ചെത്തി ഇവിടെ ജീവിച്ചു മരിക്കാൻ ആഗ്രഹിക്കുമ്പോൾ അയാൾ വിളംബരം

ചെയ്യുന്ന സത്യവും മറ്റൊന്നല്ല. മാതൃഭാഷയും പിറന്ന ദേശവും മതത്തെ ക്കാൾ പ്രിയങ്കരമാണെന്ന വസ്തുതയ്ക്കു കീഴെ കൈയൊപ്പു ചാർത്തുക യാണ് വാസ്തവത്തിൽ അയാൾ ചെയ്യുന്നത്. ഭാഷാസംസ്കാരം മത സംസ്കാരത്തേക്കാൾ ശക്തമാണെന്നും ആദ്യത്തേതിനെ മറികടക്കാൻ രണ്ടാമത്തേതിന് കഴിയില്ലെന്നും ഇബ്രാഹിമിന്റെ അനുഭവം തെളിയി ക്കുന്നു. തന്റെ മതാത്മക മുസ്ലീമത്വത്തേക്കാൾ തന്നിൽ അലിഞ്ഞു ചേർ ന്നത് തന്റെ മതേതര മലയാളിത്തമാണെന്നും ആ സാധാരണക്കാരൻ തിരിച്ചറിയുന്നു. കൊട്ടിഘോഷിക്കപ്പെടുന്ന മുസ്ലീമത്വവും ഹിന്ദുത്വവു മൊക്കെ വെറും പൊയ്ക്കാലുകളാണെന്നതാണ് ഇബ്രാഹിം സംഭവം നമുക്കു നൽകുന്ന അവിസ്മരണീയ പാഠം. ∎

സോക്രട്ടീസിൽനിന്ന്
തസ്‌ലീമയിലെത്തുമ്പോൾ

സോക്രട്ടീസും തസ്‌ലീമയും തമ്മിലെന്ത് ബന്ധം? ചോദ്യം ഒട്ടും അസ്ഥാനത്തല്ല.

ക്രിസ്തുവിനുമുമ്പ് പ്രാചീന ഗ്രീസിൽ ജീവിച്ച മനുഷ്യനാണ് സോക്രട്ടീസ്. തസ്‌ലീമാ നസ്റീനാവട്ടെ ഇരുപത്തിയൊന്നാം നൂറ്റാണ്ടിൽ നമ്മോടൊപ്പമുള്ള വ്യക്തിയാണ്. കാലദേശങ്ങൾ വെച്ചുനോക്കുമ്പോൾ അവർ തമ്മിൽ രണ്ടേകാൽ സഹസ്രാബ്ദത്തിന്റെ അകലമുണ്ട്. പക്ഷേ രണ്ടുപേരും അഭിമുഖീകരിച്ച പ്രശ്നങ്ങൾ ഏതാണ്ടൊന്നാണ്.

സോക്രട്ടീസ് അന്നത്തെ മതധാരണകളെ ചോദ്യം ചെയ്തു. ഗ്രീസ് പുരോഹിതൻ ആരാധനാമൂർത്തികളായി ജനസമക്ഷം അവതരിപ്പിക്കുന്ന ഒളിമ്പിക് ദേവന്മാർ ഭാവനാസൃഷ്ടികളാണെന്ന് അദ്ദേഹം തുറന്നടിച്ചു. ഗ്രീസിലെ മതപൗരോഹിത്യം അദ്ദേഹത്തെ വെറുതെ വിട്ടില്ല. അവർ അദ്ദേഹത്തിന് മരണശിക്ഷ വിധിച്ചു. ഇരുപത്തിമൂന്ന് നൂറ്റാണ്ടിപ്പുറം തസ്‌ലീമ സോക്രട്ടീസിനോളം പോയില്ല. എങ്കിലും തന്റെ സമുദായത്തിലെ പുരോഹിതക്കൂട്ടം അവതരിപ്പിക്കുന്ന ചില മതധാരണകളെ അവർ ചോദ്യം ചെയ്തു. സോക്രട്ടീസിനെപ്പോലെ വധിക്കപ്പെട്ടില്ലെങ്കിലും ജന്മദേശത്തുനിന്ന് - ബംഗ്ലാദേശിൽനിന്ന് - അവർ ആട്ടിയോടിക്കപ്പെട്ടു.

യൂറോപ്പിൽ പ്രവാസജീവിതം നയിച്ച അവർ ഒടുവിൽ മതേതര ഇന്ത്യയിൽ അഭയം തേടി. അവിടെയും തസ്‌ലീമ വേട്ടയാടപ്പെട്ടു. തന്റെ രണ്ടാം വീടായി കരുതിയ കൊൽക്കത്തയിൽനിന്ന് അവർ ഭ്രഷ്ടയാക്കപ്പെട്ടത് കഴിഞ്ഞ നവംബർ 22നാണ്.

ആ സംഭവത്തിനു മുമ്പ് 2007 ആഗസ്റ്റിൽ അവർ ഹൈദരാബാദിൽ ആക്രമിക്കപ്പെട്ടിരുന്നു. മതാന്ധരായിരുന്നു അക്രമികൾ. കൊൽക്കത്തയിലും മതോന്മാദികൾ തസ്‌ലീമാ നസ്റീനെ വേട്ടയാടി. അഖിലേന്ത്യാ ന്യൂനപക്ഷ ഫോറത്തിന്റെ ആഭിമുഖ്യത്തിൽ തസ്‌ലീമയ്ക്കെതിരെ നടത്തപ്പെട്ട കൊലവിളിയെ പശ്ചിമബംഗാൾ സർക്കാറിന് നേരിടാൻ സാധിക്കുമായിരുന്നെങ്കിലും അവരതിന് തുനിഞ്ഞില്ല. തസ്‌ലീമയുടെ ആവിഷ്കാരസ്വാതന്ത്ര്യത്തേക്കാളും സുരക്ഷിതത്വത്തേക്കാളും അവർക്ക് വലുത് യാഥാസ്ഥിതികരുടെ വോട്ടായിരുന്നു. വോട്ടിനു മീതെ പരുന്ത്

മാത്രമല്ല, ആവിഷ്കാരസ്വാതന്ത്ര്യവും പറക്കില്ല. അതുകൊണ്ട്, നിരാലംബരായ ബംഗ്ലാദേശി എഴുത്തുകാരി രായ്ക്കുമാനം കൊൽക്കത്തയിൽനിന്ന് നിഷ്കാസിതയാക്കപ്പെട്ടു.

കേന്ദ്രം ഭരിക്കുന്നവർക്കും വോട്ടിനേക്കാൾ മൂല്യവത്തായി മറ്റൊന്നുമുണ്ടായിരുന്നില്ല. തസ്ലീമയുടെ അഭിപ്രായ സ്വാതന്ത്ര്യമായിരുന്നില്ല, മതമൗലിക-യാഥാസ്ഥിതിക വൃന്ദങ്ങളുടെ പോക്കറ്റിൽ കിടക്കുന്ന വോട്ട് ബാങ്കിലായിരുന്നു അവർക്കും കണ്ണ്. അതിനാൽ അവർ തസ്ലീമയെ ഡൽഹിയിലെ അജ്ഞാതകേന്ദ്രത്തിലെവിടെയോ ഏകാന്തതടവിലിട്ടു.

നാലുമാസമായി പുറംലോകവുമായി യാതൊരു ബന്ധവുമില്ലാതെ ഏകാന്തവാസത്തിൽ കഴിഞ്ഞ തസ്ലീമ മാനസികമായും ശാരീരികമായും എത്ര തളർന്നിരിക്കാമെന്നത് ഊഹിക്കാവുന്ന കാര്യമാണ്. മൃതിയേക്കാൾ ഭയാനകമാണ് പാരതന്ത്ര്യം. അതുകൊണ്ടുതന്നെയാവണം, താൻ ഇന്ത്യയിൽനിന്ന് സ്വീഡനിലേക്ക് പോകാൻ ആഗ്രഹിക്കുന്നതായി മാർച്ച് 18ന് 'ലജ്ജ'യുടെ കർത്താവ് വെളിപ്പെടുത്തിയത്.

സോക്രട്ടീസിന്റെ ഗ്രീസിൽ, ഇന്ത്യയിൽ ഇന്ന് നിലവിലിരിക്കുന്നതുപോലുള്ള സെക്യുലർ ഡിമോക്രസി ഉണ്ടായിരുന്നില്ല. മതമേധാവികളുടെ സ്വേച്ഛാപ്രമത്തതയെ പ്രതിരോധിക്കാവുന്ന ഭരണസംവിധാനമായിരുന്നില്ല അവിടെ നിലനിന്നത്. സോക്രട്ടീസിനെപ്പോലെ അദ്ദേഹത്തിന്റെ സമകാലികനായിരുന്ന അനക്സഗോറസും അവിടെ ശിക്ഷിക്കപ്പെട്ടു. രണ്ടുപേരും ചെയ്തത് ഒരേ തെറ്റായിരുന്നു. മാമൂൽ മതധാരണകൾ തൊണ്ടതൊടാതെ വിഴുങ്ങാൻ അവർ തയ്യാറായില്ല. തസ്ലീമാ നസ്റീൻ എന്ന എഴുത്തുകാരി ചെയ്ത 'അപരാധ'വും അതുതന്നെ. സാമ്പ്രദായിക മതവീക്ഷണങ്ങളോട് അവർ പൊരുത്തപ്പെട്ടില്ല. അവയിൽ വിമർശനാർഹമായ കാര്യങ്ങളുണ്ടെന്ന് അവർ ചൂണ്ടിക്കാട്ടി. അതിന്റെ പേരിലാണ് മതലഹരിക്കടിമപ്പെട്ടവർ അവർക്കുനേരെ വാളും കുന്തവുമായി ചാടിപ്പുറപ്പെട്ടത്.

കൂടുതൽ വിവേകപൂർണമായ മറ്റൊരു നിലപാട് മതോന്മാദികളിൽനിന്ന് ആരും പ്രതീക്ഷിക്കുന്നില്ല. പക്ഷേ മതേതര ഇന്ത്യയുടെ നിലപാട് മതോന്മാദികളുടെ നിലപാട് ആയിക്കൂടാത്തതാണ്. മതവലതുപക്ഷത്തിന്റെ മുമ്പിൽ മുട്ടുമടക്കുകയല്ല, അഭിപ്രായ സ്വാതന്ത്ര്യം ഉയർത്തിപ്പിടിക്കുകയാണ് മതനിരപേക്ഷതയോട് പ്രതിജ്ഞാബദ്ധത പുലർത്തുന്ന ഭരണകൂടം ചെയ്യേണ്ടത്. തിയോക്രസിയും ഡിമോക്രസിയും തമ്മിലുള്ള മൗലികവ്യത്യാസം നമ്മുടെ ഭരണകർത്താക്കൾ വിസ്മരിച്ചുകൂടാ. ഔദ്യോഗിക മതവീക്ഷണങ്ങളോട് പൊരുത്തപ്പെടാത്ത ആശയങ്ങളെയും അവയുടെ വാഹകരെയും അടിച്ചമർത്തുക എന്നതാണ് തിയോക്രസിയുടെ രീതി. മതനിരപേക്ഷ ജനാധിപത്യ സംവിധാനത്തിൽ ഔദ്യോഗിക മതം എന്ന ഏർപ്പാടേയില്ല. മതങ്ങളുടെയായാലും മറ്റെന്തിന്റെയായാലും ആശയങ്ങളെയോ അവയുടെ പ്രചാരകരെയോ അടിച്ചമർത്തുന്ന രീതിയും അവിടെയില്ല. ആശയങ്ങളെ പേശീബലം കൊണ്ടല്ല, ആശയബലം

കൊണ്ടാണ് ജനാധിപത്യഭരണകൂടം നേരിടേണ്ടത്. അതിനുവിരുദ്ധമായി വല്ലവരും പ്രവർത്തിച്ചാൽ അവർക്കെതിരെ നടപടി സ്വീകരിക്കുക എന്ന താണ് ജനാധിപത്യ സർക്കാരിന്റെ മുമ്പിലുള്ള വഴി.

തസ്‌ലീമാ പ്രശ്നത്തിൽ നമ്മുടെ ഭരണകൂടം ആ വഴി സ്വീകരിക്കുക യുണ്ടായില്ല. ഹൈദരാബാദ് പ്രസ് ക്ലബ്ബിൽ തസ്‌ലീമാ നസ്‌റിനെ ആക്ര മിച്ചത് മജ്‌ലിസെ ഇത്തിഹാദുൽ മുസ്‌ലിമീൻ എന്ന രാഷ്ട്രീയ പാർട്ടിയുടെ എം.എൽ.എമാരടക്കമുള്ള നേതാക്കന്മാരായിരുന്നു. ഭരണഘടനാനുസൃത സത്യപ്രതിജ്ഞയെടുത്ത് ജനപ്രതിനിധികളായവർ ക്രിമിനലുകളുടെ റോളിൽ പ്രത്യക്ഷപ്പെട്ടിട്ടും അവർക്ക് സർവതന്ത്രസ്വതന്ത്രരായി വില സാൻ നമ്മുടെ മതേതര ഭരണകൂടം അനുമതി നൽകി. കൊൽക്കത്തി യിൽ ന്യൂനപക്ഷഫോറക്കാർ തെരുവുയുദ്ധം നടത്തിയപ്പോഴാകട്ടെ, ശിക്ഷ നൽകപ്പെട്ടത് അക്രമികൾക്കായിരുന്നില്ല. വേട്ടക്കാരെ സർക്കാർ വെറുതെ വിടുകയും ഇരയെ നാടുകടത്തുകയും ചെയ്തു!

'ദ്വിഖണ്ഡിത' എന്ന നോവലിലെ ചില പരാമർശങ്ങളുടെ പേരിലാണ് മതവലതുപക്ഷം തസ്‌ലീമയെ ആക്രമിക്കുന്നത്. ആ നോവലിലെ 49, 50 പേജുകളിൽ വരുന്ന ചില നിരീക്ഷണങ്ങൾ മതവികാരം വ്രണപ്പെടു ത്തുന്നതാണെന്ന് ആരോപിച്ച് പശ്ചിമബംഗാൾ സർക്കാർ ആ നോവൽ നിരോധിച്ചിരുന്നു. 2004 ഏപ്രിൽ 30ന് ഏർപ്പെടുത്തിയ നിരോധനം കോടതി യിൽ ചോദ്യം ചെയ്യപ്പെട്ടു. ഇന്ത്യൻ ശിക്ഷാനിയമത്തിലെ 295-എ വകുപ്പ നുസരിച്ച് ഏർപ്പെടുത്തിയ നിരോധനം നിലനിൽക്കില്ലെന്നായിരുന്നു കോടതിയുടെ കണ്ടെത്തൽ. 2005 സെപ്തംബർ 22ന് കൽഘത്തോ ഹൈക്കോടതി 'ദ്വിഖണ്ഡിത'യുടെ നിരോധം അസാധുവാക്കി. പുസ്തക ത്തിലെ കേന്ദ്രപ്രമേയം ഏതെങ്കിലും മതത്തെ അപമാനിക്കുന്നതല്ലെന്നും ഏതെങ്കിലും മതവിഭാഗത്തിന്റെ വികാരങ്ങളെ വ്രണപ്പെടുത്താനുള്ള ദ്വേഷാത്മകവും ബോധപൂർവമായ ശ്രമം നോവലിസ്റ്റ് നടത്തിയിട്ടില്ലെന്നു മായിരുന്നു ഹൈക്കോടതിയുടെ നിരീക്ഷണം.

നീതിന്യായവിശകലനങ്ങളുടെ മുമ്പിൽ പരാജയപ്പെട്ട ഒരാരോപണ ത്തിന്റെ പേരിലാണ് തസ്‌ലീമാ നസ്‌റിൻ പിന്നെയും ഇവിടെ വേട്ട യാടപ്പെട്ടത്. അതിന്റെ പേരിൽ തന്നെയാണ് നമ്മുടെ മതേതര ഭരണകൂടം അവരെ ഏകാന്തതടവിൽ പാർപ്പിച്ചത്. ഈ വൈപരീത്യം കൈചൂണ്ടു ന്നത് നമ്മുടെ മതനിരപേക്ഷതയുടെ കപടമുഖത്തേക്കാണ്. സംഘർഷം മതാന്ധതയും മതനിരപേക്ഷതയും തമ്മിലാകുമ്പോൾ മതാന്ധത യ്ക്കൊപ്പം നിൽക്കുന്നു നമ്മുടെ ഭരണാധികാരികൾ. 'ഹെംലക്ക്' എന്ന വിഷം നൽകിയാണ് പണ്ട് ഗ്രീക്ക് ഭരണകൂടം സോക്രട്ടീസിനെ കൊന്നത്. ഇന്ത്യൻ ഭരണകൂടം തസ്‌ലീമയെ ഏകാന്തതയുടെ ഇരുട്ടിലിട്ട് വീർപ്പു മുട്ടിച്ചു. ഈ ദുസ്സഹപരിസരമാണ് ഇന്ത്യ വിടാൻ അവരെ പ്രേരിപ്പിച്ചത്.

അതേ, മതനിരപേക്ഷഭാരതത്തിൽ ഒരിക്കൽകൂടി മതവലതുപക്ഷം ജയിക്കുന്നു. ■

എന്തുകൊണ്ട് ജമാഅത്തെ ഇസ്ലാമിക് അസ്പൃശ്യത

കേരളത്തിൽ കക്ഷിരാഷ്ട്രീയത്തിലിറങ്ങാൻ ജമാഅത്തെ ഇസ്ലാമിയും പോപ്പുലർ ഫ്രണ്ട് ഓഫ് ഇന്ത്യയും കച്ചകെട്ടിയിരിക്കെ, സംസ്ഥാനത്തെ രാഷ്ട്രീയത്തെ പൊതുവിലും മുസ്ലീം രാഷ്ട്രീയത്തെ വിശേഷിച്ചും അതെങ്ങനെ ബാധിക്കുമെന്ന് വിലയിരുത്തിക്കൊണ്ട് ഞാനെഴുതിയ ഒരു കുറിപ്പിൽ ഉന്നയിച്ച മുഖ്യപ്രശ്നങ്ങളെ സ്പർശിക്കാൻ മിനക്കെടാതെ വല്ലവിധേനയും ജമാഅത്തെ ഇസ്ലാമിയുടെ മുഖം മിനുക്കിയെടുക്കാനുള്ള ശ്രമമാണ് 'മുസ്ലീംസ്: ദ 'ജോക്കർ' ഇൻ ദ ഡെമോക്രാറ്റിക് പേക്ക്"(പച്ച ക്കുതിര, ജനുവരി 2009) എന്ന ലേഖനമെഴുതിയ സുഹൃത്ത് നടത്തിയി രിക്കുന്നത്. എന്റെ കുറിപ്പിൽ പ്രധാനമായി നാലു കാര്യങ്ങളായിരുന്നു ഞാൻ അവതരിപ്പിച്ചത്. ഒന്ന്: കേരളത്തിൽ ദീർഘകാലമായി മുസ്ലീം ലീഗ് കൈയടക്കിവെച്ചിരിക്കുന്ന രാഷ്ട്രീയഇടം കവരുകയാണ് ജമാ അത്തെ ഇസ്ലാമിയുടെ ലക്ഷ്യം. രണ്ട്: ജമാഅത്തെ ഇസ്ലാമിയുമായും പി.എഫ്.ഐയുമായും താരതമ്യം ചെയ്യുമ്പോൾ മുസ്ലീംലീഗിന്റെ വർഗീ യത ലോലമാണ്. മൂന്ന്: ജമാഅത്തെ ഇസ്ലാമിയുടെ ഗൂഢരാഷ്ട്രീയലക്ഷ്യ ങ്ങൾ തിരിച്ചറിയുന്നതിൽ മുസ്ലീംലീഗ് നേതൃത്വം പൊതുവിൽ പരാജയ പ്പെട്ടിരിക്കുന്നു. നാല്; വർഗീയതയുടെ കാര്യത്തിൽ മുസ്ലീംലീഗ് ചെറിയ തിന്മയാണെങ്കിൽ ജമാഅത്തും പി.എഫ്.ഐയും വലിയ തിന്മയാണ്; അതുകൊണ്ട് കേരളത്തിലെ ഇരുമുന്നണികളും അവയ്ക്ക് അസ്പൃശ്യത കല്പിക്കേണ്ടതാണ്. ഇതിൽ അസ്പൃശ്യതാപ്രശ്നം മാത്രമെടുത്താണ് വിമർശകൻ തൂലിക ചലിപ്പിച്ചത്.

നമ്മുടെ മുഖ്യധാരാ മതേതര പാർട്ടികൾ, വിശേഷിച്ച് ഇടതുപക്ഷ പാർട്ടികൾ, ആർ.എസ്.എസ്സിനും അതിന്റെ രാഷ്ട്രീയ പ്രതിനിധാന ത്തിനും അസ്പൃശ്യത കല്പിച്ചുപോരുന്നുണ്ട്. രാഷ്ട്രീയ സ്വയംസേവക സംഘം തികച്ചും പ്രതിലോമപരവും മതനിരപേക്ഷവിരുദ്ധവുമായ ഹിന്ദു രാഷ്ട്രവാദം (ഹിന്ദുത്വ രാഷ്ട്രീയം) ഉയർത്തിപ്പിടിക്കുന്നു എന്നതു കൊണ്ടാണ് അവരങ്ങനെ ചെയ്യുന്നത്. അപരസംസ്കാരങ്ങളെ വിദ്വേഷ പൂർവ്വം ഒഴിച്ചുനിർത്തുന്ന രീതിയാണ് ആർ.എസ്.എസ്സിന്റേത്. ഇന്ത്യയുടെ

അനുരഞ്ജനാത്മക സംസ്കാരം (Syncretic culture) അവർ അംഗീകരിക്കുന്നില്ല. ഈ നിരാകരണത്തിന്റെ പ്രതിഫലനമാണ് അവരുടെ 'സാംസ്കാരിക ദേശീയത.' ഇന്ത്യൻ സംസ്കാരം സമം ഹിന്ദുസംസ്കാരം എന്ന ചരിത്രവിരുദ്ധ സമീപനം അവർ കൈക്കൊള്ളുന്നു.

ആർ.എസ്.എസ്സിന്റെ സാംസ്കാരിക ദേശീയതയോട് സാമ്യമുള്ള സമീപനമത്രേ സംസ്കാരത്തിന്റെ വിഷയത്തിൽ ജമാഅത്തെ ഇസ്ലാമിക്കുള്ളത്. വ്യത്യസ്ത സംസ്കാരങ്ങൾ തമ്മിൽ കാലപ്രവാഹത്തിൽ നടന്ന വേഴ്ചകളും സംശ്ലേഷവും തിരസ്കരിച്ചുകൊണ്ട് 'ശുദ്ധ ഇസ്ലാമിക സംസ്കാരം' പൊക്കിപ്പിടിക്കുക എന്നതാണ് ആ സംഘടനയുടെ രീതി. ആർ.എസ്.എസ്സിന്റെ ഹിന്ദുരാഷ്ട്രവാദത്തെ അനുസ്മരിപ്പിക്കുമാറ് ഇസ്ലാമികരാഷ്ട്രവാദം ജമാഅത്ത് മുറുകെ പിടിച്ചു പോന്നിട്ടുമുണ്ട്. ഈ വാദം ഇന്ത്യൻ ജമാഅത്തെ ഇസ്ലാമി ഉപേക്ഷിച്ചു എന്നതിന് യാതൊരു തെളിവുമില്ല. തങ്ങളുടെ മുൻഗണനാപട്ടികയിൽ ഇസ്ലാമികരാഷ്ട്രം എന്ന ലക്ഷ്യം ഇപ്പോൾ മുകൾത്തട്ടിൽ വരുന്നില്ല എന്നല്ലാതെ ഇസ്ലാമികഭരണവാദം തങ്ങൾ കൈയൊഴിച്ചു എന്നു മൗദൂദിസ്റ്റ് സംഘടന ഒരിക്കലും വ്യക്തമാക്കിയിട്ടില്ല.

ജമാഅത്തെ ഇസ്ലാമിയുടെ കേരളഘടകത്തിന്റെ ആവൃത വക്കാലത്തുമായി 'പച്ചക്കുതിര'യിൽ പ്രത്യക്ഷപ്പെട്ട സുഹൃത്ത് മൗദൂദിസ്റ്റ് സംഘടന താലോലിച്ചുപോരുന്ന ശുദ്ധ ഇസ്ലാമിക സംസ്കാരവാദത്തിന്റെ പ്രതിലോമവൃത്തത്തിലാണ് കറങ്ങുന്നത്. മാന്യലേഖകൻ ചെയ്യുന്നതുപോലെ, മുസ്ലീങ്ങളെ ഒരു ഏകകമായി കാണുന്നത് ജമാഅത്തെ ഇസ്ലാമിയടക്കമുള്ള വർഗീയ-മതമൗലിക പ്രസ്ഥാനങ്ങളുടെ പൊതുശൈലിയാണ്. മുസ്ലീം മത-രാഷ്ട്രീയസംഘടനകളിൽ പ്രവർത്തിക്കുന്നവർ മാത്രം മുസ്ലീങ്ങൾ എന്ന മട്ടിലാണ് ലേഖകന്റെ പോക്ക്. ഇന്ത്യയിൽ കോൺഗ്രസ് ഉൾപ്പെടെയുള്ള മതേതര പാർട്ടികളിലും ഇടതുപക്ഷപ്രസ്ഥാനങ്ങളിലും പ്രവർത്തിക്കുന്ന വളരെ വലിയ ഒരു മുസ്ലീം ജനസഞ്ചയമുണ്ടെന്നും ഗോൾവൽക്കറിസ്റ്റ് ആശയങ്ങളോടെന്നപോലെ മൗദൂദിസ്റ്റ് ആശയങ്ങളോടും വിരക്തിയുള്ളവരാണ് അവരെന്നുമുള്ള യാഥാർത്ഥ്യം ലേഖകൻ കാണാതെ പോകുന്നു. ഇന്ത്യൻ മുസ്ലീങ്ങളെ ഒരു ഏകശിലാത്മക സമുദായമായി അവതരിപ്പിക്കുന്ന അദ്ദേഹം മറ്റേതൊരു സമുദായത്തിലുമെന്നപോലെ മുസ്ലീം സമുദായത്തിലും ഒട്ടേറെ സാമൂഹിക വൈരുദ്ധ്യങ്ങളുണ്ടെന്ന അനിഷേധ്യവസ്തുത വിസ്മരിക്കയും ചെയ്യുന്നു.

മതപരവും വർഗപരവും ജാതീയവുമായ ആന്തരിക വൈരുദ്ധ്യങ്ങൾ മുസ്ലീം സമുദായത്തിനകത്തുണ്ട്. മതാടിസ്ഥാനത്തിൽ പ്രാഥമികമായി സുന്നികളും ശിയാകളുമായും അതുകഴിഞ്ഞ് സുന്നികൾക്കും ശിയാകൾക്കുമിടയിലെ നിരവധി ശാഖകളായും വിഘടിച്ചുനിൽക്കുന്നവരാണ് മുസ്ലീങ്ങൾ. ധനികരും ദരിദ്രരും ചൂഷകരും ചൂഷിതരും എന്ന നിലയ്ക്കുള്ള വർഗവൈരുദ്ധ്യങ്ങളും അവർക്കിടയിലുണ്ട്. ജാത്യാടിസ്ഥാനത്തിൽ

ഹിന്ദുത്വവാദവും ഇസ്ലാമിസവും

മേൽജാതിക്കാർ, കീഴ്ജാതിക്കാർ എന്നിങ്ങനെയുള്ള വിഭജനവും (ഉത്തരേന്ത്യയിൽ വിശേഷിച്ചും) അവരിൽ നിലനിൽക്കുന്നു. ഇവ്വിധം പിരിഞ്ഞുനിൽക്കുന്ന മുസ്ലീം സാമൂഹികവിഭാഗങ്ങൾക്കിടയിൽ, സ്വാഭാവികമായി, രൂക്ഷമായ താത്പര്യസംഘർഷങ്ങളുണ്ടുതാനും. ലേഖകനും മുസ്ലീം മതമൗലിക പ്രസ്ഥാനങ്ങളും പ്രചരിപ്പിക്കുന്നതു പോലെ സമാന താത്പര്യങ്ങളും സമാനലക്ഷ്യങ്ങളുമുള്ള ഒരു ജന സഞ്ചയമല്ല മുസ്ലീം സമുദായം.

ജമാഅത്തെ ഇസ്ലാമിയുടെ രാഷ്ട്രീയപ്രവേശത്തെ ന്യായീകരിക്കു ന്നതിന് വിമർശകൻ കൂട്ടുപിടിക്കുന്ന സച്ചാർ കമ്മിറ്റി റിപ്പോർട്ടുതന്നെ ഇക്കാര്യം വെളിപ്പെടുത്തുന്നുണ്ട്. മുസ്ലീങ്ങളാകമാനം സാമൂഹികമായി പിന്നാക്കം നിൽക്കുന്നു എന്ന ഒഴുക്കൻമട്ടിൽ പറയുകയല്ല റിപ്പോർട്ട് ചെയ്യുന്നത്. സാമൂഹിക-സാമ്പത്തിക പദവികളുടെ അടിസ്ഥാനത്തിൽ അശ്റഫുകൾ, അജ്‌ലഫുകൾ, അർസലുകൾ എന്നിങ്ങനെ മൂന്നു വിഭാഗ ങ്ങൾ മുസ്ലീം സമുദായത്തിലുണ്ടെന്ന് സച്ചാർകമ്മിറ്റി വ്യക്തമാക്കുന്നു. സമുദായത്തിന്റെ ഏറ്റവും ഉയർന്ന ശ്രേണിയിലുള്ളവരാണ് അശ്റഫു കളെങ്കിൽ ഏറ്റവും താഴ്ന്ന ശ്രേണിയിൽ നിൽക്കുന്നവരത്രേ അർസലു കൾ. സംവരണം ഉൾപ്പെടെയുള്ള ആനുകൂല്യങ്ങൾ അർസലുകൾക്കാണ് നൽകേണ്ടതെന്നും റിപ്പോർട്ട് ശിപാർശ ചെയ്യുന്നു.

സ്വാതന്ത്ര്യാനന്തരം ഇന്ത്യയിൽ ജമാഅത്തെ ഇസ്ലാമിയടക്കമുള്ള മുസ്ലീം മത-രാഷ്ട്രീയ സംഘടനകൾ മുസ്ലീങ്ങളുടെ സാമൂഹിക ഉന്നമനം ലക്ഷ്യമിടുന്നതിനുപകരം അവരെ വൈകാരികപ്രശ്നങ്ങളിൽ തളച്ചിടുക യാണ് ചെയ്തത്. മുസ്ലീം ജനസാമാന്യത്തിന്റെ ഭൗതികപുരോഗതിയു മായി യാതൊരു ബന്ധവുമില്ലാത്ത മുസ്ലീം വ്യക്തി നിയമം, അലിഗഢ് സർവ്വകലാശാലയുടെ ന്യൂനപക്ഷ പദവി, ഉറുദുഭാഷ, ബാബറി മസ്ജിദ് എന്നിവയായിരുന്നു അവർ ഏറ്റെടുത്ത വിഷയങ്ങൾ (ഇപ്പറഞ്ഞ നാലു കാര്യങ്ങളും മുസ്ലീം വരേണ്യവിഭാഗത്തിന്റെ വർഗചിഹ്നങ്ങളാണെന്ന് ആനുഷംഗികമായി ഓർക്കാം). പ്രശ്നാധിഷ്ഠിത മതേതര രാഷ്ട്രീയ ത്തിനുപകരം വികാരാധിഷ്ഠിത വർഗീയരാഷ്ട്രീയമാണ് മുസ്ലീം സംഘ ടനകൾ കൊണ്ടുനടന്നത്. ഉത്തർപ്രദേശിലെ ഏറ്റവും വലിയ 'കൈത്തറി സമൂഹ'മായ മുസ്ലീങ്ങളെ ലേഖകൻ പരാമർശിക്കുന്നുണ്ട്. ഒന്നു ചോദി ച്ചോട്ടെ: ഇന്ത്യയിലെ പതിനഞ്ചു കോടി മുസ്ലീങ്ങളുടെ പേരിൽ മുതല ക്കണ്ണീരൊഴുക്കുന്ന എത്ര മുസ്ലീം സംഘടനകൾ സമുദായത്തിൽ പൊതു ദൗർബല്യങ്ങൾ മനസ്സിലാക്കാൻ ശ്രമിച്ചിട്ടുണ്ട്? മുസ്ലീങ്ങളിൽ ഏതാണ്ട് എഴുപത് ശതമാനവും ചെറുകിട കർഷകരോ കർഷകത്തൊഴിലാളികളോ കൂലിവേലക്കാരോ ആയ ഗ്രാമീണരാണ്. നഗരവാസികളായ മുസ്ലീങ്ങളിൽ ഭൂരിപക്ഷവും പരമ്പരാഗത വ്യവസായമേഖലകളിൽ തൊഴിൽ ചെയ്യു ന്നവരോ തയ്യൽവേലക്കാർ, കൂലിവേലക്കാർ, മെക്കാനിക്കുകൾ, ചെറുകിട കച്ചവടക്കാർ എന്നീ വിഭാഗങ്ങളിൽപെടുന്നവരോ ആകുന്നു. ഇപ്പറഞ്ഞ സാധാരണക്കാരായ മുസ്ലീങ്ങളുടെ ജീവിതത്തിന്റെ അകവും പുറവും

മനസ്സിലാക്കാനുതകുന്ന ഒരു പഠനം നടത്താൻപോലും ഒരൊറ്റ മുസ്ലീം മത-രാഷ്ട്രീയ സംഘടനയും ഇന്നേവരെ മുന്നോട്ടുവന്നിട്ടില്ല എന്നതാണ് സത്യം. മുസ്ലീം ജനസാമാന്യം അഭിമുഖീകരിക്കുന്ന സവിശേഷപ്രശ്ന ങ്ങളോ അവരുപയോഗിക്കുന്ന സാങ്കേതികവിദ്യയുടെ നിലവാരമോ പഠന വിധേയമാക്കാൻ ഒരു സംഘടനയും മിനക്കെട്ടിട്ടില്ല. കുടുംബം പുലർത്തു ന്നതിന് കൂലിവേല ചെയ്യുന്ന മുസ്ലീംസ്ത്രീകൾ എത്രയുണ്ടെന്നോ അവർ നേരിടുന്ന പ്രശ്നങ്ങൾ എന്തൊക്കെയാണെന്നോ സമുദായ സംഘടന കൾക്കറിയില്ല. ദാരിദ്ര്യത്തിന്റെ പീഡ നിമിത്തം ബാലാദ്ധ്വാനത്തിന് നിർബന്ധിക്കപ്പെടുന്ന എത്ര കുട്ടികൾ സമുദായത്തിലുണ്ടെന്ന് ആരും അന്വേഷിച്ചിട്ടില്ല. ഭിക്ഷാടനം ഉപജീവനമാക്കിയവർ, ഇതര സമുദായങ്ങളെ അപേക്ഷിച്ച് വളരെക്കൂടുതലാണ് മുസ്ലീങ്ങൾക്കിടയിൽ. വിശുദ്ധമാസ മായി മുസ്ലീങ്ങൾ കരുതുന്ന റമദാൻ ഭിക്ഷാടനമാസമായി തരംതാഴുക പതിവാണ്. ഭിക്ഷക്കാർ പെരുകുന്നതിന്റെ സാമൂഹികഹേതുക്കൾ ആരാ യുകയും അത് നിയന്ത്രിക്കുകയും ചെയ്യുക എന്നത് തങ്ങളുടെ ചുമ തലയാണെന്ന് ഒരു സമുദായസംഘടനയും കരുതുന്നില്ല.

സ്വാതന്ത്ര്യത്തിനുശേഷമുള്ള 'മുസ്ലീം അനുഭവ'ങ്ങളെ എന്നെപ്പോലു ള്ളവർ തമസ്കരിക്കുന്നു എന്ന് ആരോപിക്കുന്ന വിമർശകൻ ജമാഅത്തെ ഇസ്ലാമിയുടെ രാഷ്ട്രീയപ്രവേശത്തെ ന്യായീകരിക്കാൻ കണ്ടെത്തുന്ന രണ്ടാമത്തെ ഘടകം ഇന്ത്യൻ ജമാഅത്തെ ഇസ്ലാമിയിൽ പൊതുവിലും അതിന്റെ കേരളഘടകത്തിൽ വിശേഷിച്ചും വന്നുവെന്നു താൻ കരുതുന്ന മാറ്റങ്ങളാണ്. ജമാഅത്തെ ഇസ്ലാമി ഹിന്ദും അതിന്റെ കേരളീയശാഖയും മൗദൂദിയിൽനിന്ന് വഴിമാറി നടക്കാൻ തുടങ്ങിയിരിക്കുന്നുപോൽ. 1979-ൽ മൗദൂദി പാക്കിസ്ഥാനിൽ അന്തരിക്കുന്നതിനുമുമ്പുതന്നെ സംഘടനയുടെ നിലനില്പിനും അതിജീവനത്തിനും താൻ നഖശിഖാന്തം എതിർത്ത ജനാധിപത്യവ്യവസ്ഥ അനുപേക്ഷണീയമാണെന്നു മനസ്സിലാക്കിയിരുന്നു എന്ന യാഥാർത്ഥ്യം ഒന്നുകിൽ ലേഖകനറിയില്ല. അല്ലെങ്കിൽ അദ്ദേഹം അത് മറച്ചുപിടിക്കുന്നു. അധികാരം പൂർണമായി ജമാഅത്തെ ഇസ്ലാ മിക് ലഭിക്കുംവരെ പാർലമെന്ററി ജനാധിപത്യം എന്ന ആശയത്തിലേക്ക് എഴുപതുകളുടെ ആദ്യത്തിൽതന്നെ മൗദൂദി മാറിയിരുന്നു. പക്ഷേ, 'അല്ലാഹുവിന്റെ ഭൂമിയിൽ അല്ലാഹുവിന്റെ ഭരണം' എന്ന സമഗ്രാധി പത്യാശയം അദ്ദേഹം ഉപേക്ഷിച്ചിരുന്നില്ല. ആ മാറ്റം മാത്രമേ ഇന്ത്യൻ ജമാഅത്തെ ഇസ്ലാമിയിലുള്ളൂ. അല്ലാഹുവിന്റെ ഭരണം സ്ഥാപിക്കുന്ന തിനുള്ള അനുകൂല സാഹചര്യങ്ങൾ സമാഗതമാകുന്നതുവരെ പാർല മെന്ററി ജനാധിപത്യം അംഗീകരിക്കുക; എപ്പോൾ ഹുകൂമത്തെ ഇലാഹി (ദൈവിക ഭരണം) സ്ഥാപിക്കാൻ കഴിയുന്നുവോ അപ്പോൾ ജനാധി പത്യത്തെ ചുരുട്ടിയെടുത്ത് അറബിക്കടലിൽ വലിച്ചെറിയുക. അല്ലാഹു വിന്റെ ഭരണം (ഇസ്ലാമികഭരണം) എന്ന ലക്ഷ്യം തങ്ങൾ എന്നെന്നേക്കു മായി കൈവെടിഞ്ഞിരിക്കുന്നു എന്നു ജമാഅത്തെ ഇസ്ലാമി ഹിന്ദ് പ്രഖ്യാപിച്ചതായി തെളിയിക്കാൻ ലേഖകന് കഴിയുമോ?

ജമാഅത്തെ ഇസ്ലാമി മാറിയിരിക്കുന്നു എന്നതിന് തെളിവായി ലേഖകൻ എടുത്തുകാട്ടുന്ന മറ്റൊരു കാര്യം കോഴിക്കോട് ജില്ലയിലെ ഒരു ഗ്രാമത്തിൽ അവർ തുടങ്ങിയ ഒരു മൾട്ടിമീഡിയ അക്കാദമിയാണ്. ലോകത്തെമ്പാടുമുള്ള മതമൗലിക-തീവ്രവാദ സംഘടനകളെല്ലാം ആധുനികശാസ്ത്രത്തെയും സാങ്കേതികവിദ്യയെയും തങ്ങളുടെ ലക്ഷ്യങ്ങൾ നേടാൻ കൂട്ടുപിടിക്കുന്ന കാലമാണിത്. ഉസാമ ബിൻലാദന്റെ അൽ ഖെയ്ദയായാലും അമേരിക്കയിലെ ഇവാഞ്ചലിസ്റ്റുകളായാലും ഇസ്രയേലിലെ സയണിസ്റ്റുകളായാലും ഇന്ത്യയിലെ ഹിന്ദുത്വതീവ്രവാദികളായാലും താന്താങ്ങളുടെ പദ്ധതികൾ നടപ്പാക്കുന്നതിന് ശാസ്ത്ര-സാങ്കേതികവിദ്യകളെ പരമാവധി പ്രയോജനപ്പെടുത്തുന്നുണ്ട്. ബാമിയാനിലെ ബുദ്ധപ്രതിമകൾ തകർക്കുകയെന്ന പ്രാകൃതകൃത്യം നിർവഹിച്ച താലിബാൻപോലും അമേരിക്കയിൽനിന്നു ലഭിച്ച ഹൈടെക് യുദ്ധോപകരണങ്ങളുടെയും സാങ്കേതികപരിജ്ഞാനത്തിന്റെയും തണലിലാണ് പ്രവർത്തിച്ചുപോന്നിട്ടുള്ളത്. ആ നിലയ്ക്ക് നോക്കുമ്പോൾ കേരളത്തിലെ ജമാഅത്തെ ഇസ്ലാമികൾ മൾട്ടിമീഡിയ അക്കാദമി സ്ഥാപിച്ചതിൽ യാതൊരു അദ്ഭുതവുമില്ല. തങ്ങളുടെ മതമൗലിക കാര്യപരിപാടികൾ സമർത്ഥമായി നടപ്പിലാക്കാൻ പറ്റിയ ഒരു ഇസ്ലാമിസ്റ്റ് മാധ്യമസേനയെ വാർത്തെടുക്കുക എന്നതാവും അതിന്റെ പിറകിലുള്ള ലക്ഷ്യം.

ഇന്ത്യയിലെ മൗദൂദിസ്റ്റ് പ്രസ്ഥാനം അതിന്റെ സ്ഥാപകാചാര്യനായ മൗദൂദിയിൽനിന്ന് വഴിമാറിയിരിക്കുന്നു എന്നു സാക്ഷ്യപ്പെടുത്താൻ പാടുപെടുന്ന ലേഖകൻ ഇന്ത്യൻ ജമാഅത്തെ ഇസ്ലാമി ഇപ്പോഴും പിന്തുടരുന്നതും മൗദൂദി അരക്കിട്ടുറപ്പിച്ചതുമായ ഫാസിസ്റ്റാശയങ്ങൾക്കുനേരെ കണ്ണടയ്ക്കുന്നു. മുർത്തദ്ദിനെ (ഇസ്ലാംമതം ഉപേക്ഷിച്ചവനെ) വധിക്കണം എന്നത് അത്തരമൊരു ഫാസിസ്റ്റാശയമാണ്. 'മുർത്തദ് കി സസാ ഇസ്ലാമി ഖാനൂൻ മെ' എന്ന പുസ്തകത്തിൽ ഈ ആശയം മൗദൂദി അവതരിപ്പിച്ചത് കാണാം. മുർത്തദ് വധാർഹനാണെന്ന് സിദ്ധാന്തിക്കുന്നവർ മനുഷ്യന്റെ മൗലികാവകാശങ്ങളിലൊന്നായ മതസ്വാതന്ത്ര്യമാണ് നിഷേധിക്കുന്നത്. കേരളത്തിൽ ജമാഅത്തെ ഇസ്ലാമിയുടെ പുസ്തക പ്രസാധനശാലയായ ഇസ്ലാമിക് പബ്ലിഷിങ് ഹൗസ് പുറത്തിറക്കിയതും ഇപ്പോഴും വില്പനയിലുള്ളതുമായ 'ഖർദാവിയുടെ ഫത്വകൾ' ലേഖകൻ ഒന്നു മറിച്ചുനോക്കണം. ഇസ്ലാംമതത്തിൽനിന്നു മാറിയ വ്യക്തിയെ വധിക്കണം എന്നത്രേ ആ പുസ്തകത്തിൽ പറയുന്നത്. മുസ്ലീമായ ഒരാൾ കമ്യൂണിസ്റ്റായാൽപോലും അയാൾ വധാർഹനാണെന്ന് പ്രസ്തുതഗ്രന്ഥം പറയുന്നു. ജമാഅത്തെ ഇസ്ലാമിക്കാർ പ്രസിദ്ധീകരിച്ച 'ഇസ്ലാമും യുക്തിവാദവും' എന്ന പുസ്തകത്തിലും മുർത്തദ് വധശിക്ഷയർഹിക്കുന്നു എന്നാണ് സമർത്ഥിക്കുന്നത്. മൗദൂദി പ്രക്ഷേപിച്ച ഇത്തരം മനുഷ്യത്വവിരുദ്ധാശയങ്ങൾ ഇപ്പോഴും പിന്തുടരുന്നവർ മൗദൂദിയിൽനിന്നു വഴിമാറി നടക്കുന്നു എന്നു പറയുന്നതിൽ വല്ല കഴമ്പുമുണ്ടോ?

ജമാഅത്തെ ഇസ്ലാമിയുടെയും പോപ്പുലർ ഫ്രണ്ട് ഓഫ് ഇന്ത്യയുടെയും രാഷ്ട്രീയപ്രവേശത്തെ വേറൊരു മട്ടിലും ലേഖകൻ വെള്ള പൂശാൻ ശ്രമിക്കുന്നുണ്ട്. 'സംഘർഷാത്മക വർത്തമാനകാലത്ത് മുസ്ലീങ്ങൾക്ക് അവരുടെ നിലനില്പിനായി നിർദ്ദേശിക്കാവുന്ന ഏറ്റവും ശക്തമായ ആയുധങ്ങളിലൊന്നാണ് പാർലമെന്ററി 'ജനാധിപത്യം' എന്ന് അദ്ദേഹം എഴുതുന്നു. ഇക്കാര്യത്തിൽ ആർക്കാണിവിടെ എതിർപ്പുള്ളത്? മുസ്ലീങ്ങൾ പാർലമെന്ററി ജനാധിപത്യത്തിന്റെ ഭാഗമാകരുതെന്ന് ഇവിടെ ആരെങ്കിലും പറഞ്ഞുവോ? നേരത്തേതന്നെ മുസ്ലീങ്ങൾ പാർലമെന്ററി ജനാധിപത്യത്തിന്റെ ഭാഗമാണ് എന്നതല്ലേ നേര്? കോൺഗ്രസ്സിലും കമ്യൂണിസ്റ്റ് പാർട്ടികളിലും മറ്റു മതേതരപാർട്ടികളിലുമൊക്കെയായി അണിനിരന്ന ദശലക്ഷക്കണക്കിന് മുസ്ലീങ്ങൾ സ്വതന്ത്രഭാരതത്തിൽ പാർലമെന്ററി ജനാധിപത്യത്തിൽ ശക്തമായി പങ്കെടുത്തു പോന്നിട്ടുണ്ട്. എതിർപ്പ് വർഗീയവും മതമൗലികവാദപരവുമായ അടിസ്ഥാനത്തിൽ സംഘടിപ്പിച്ചുകൊണ്ട് മുസ്ലീങ്ങൾ തെരഞ്ഞെടുപ്പ് രാഷ്ട്രീയത്തിൽ ഇടപെടുന്നതിലാണ്. ഈ വർഗീയക്കളി ന്യൂനപക്ഷ സമുദായത്തിനെന്നപോലെ ഭൂരിപക്ഷ സമുദായത്തിനും നടത്താം എന്നോർക്കണം. ജനസംഖ്യയിൽ 83 ശതമാനത്തോളം വരുന്ന ഹിന്ദുക്കൾ മുഴുവൻ വർഗീയവും മതമൗലികവാദപരവുമായ രീതിയിൽ രാഷ്ട്രീയ സംഘാടനം നടത്തിയാൽ പിന്നെ ന്യൂനപക്ഷങ്ങൾക്ക് ഇവിടെ നിലനില്പുണ്ടാകുമോ എന്ന്, 2002-ലെ ഗുജറാത്ത് അനുഭവം മുന്നിൽ വെച്ചുകൊണ്ട്, ആലോചിക്കാനുള്ള വിവേകമെങ്കിലും ബന്ധപ്പെട്ടവർ കാണിക്കേണ്ടതുണ്ട്.

ജമാഅത്തെ ഇസ്ലാമിക് 'ഗുഡ് സർട്ടിഫിക്കറ്റ്' നൽകാൻ വെമ്പുന്നവർ മനസ്സിൽ വെക്കേണ്ട കാര്യം ഇതാണ്: രാഷ്ട്രീയ ഇസ്ലാമിന്റെ അഥവാ ഇസ്ലാമിസത്തിന്റെ പ്രതിനിധാനമാണ് ജമാഅത്തെ ഇസ്ലാമി. രാഷ്ട്രീയ ഹിന്ദുമതത്തിന്റെ അഥവാ ഹിന്ദുത്വയുടെ പ്രതിനിധാനമായ രാഷ്ട്രീയ സ്വയംസേവകസംഘം മതനിരപേക്ഷവാദികൾക്ക് വർജ്യമാണെങ്കിൽ ജമാഅത്തെ ഇസ്ലാമിയും അവർക്ക് വർജ്യമായിരിക്കണം. എന്തുകൊണ്ടെന്നാൽ, ആർ.എസ്.എസ്സിന്റെ രാഷ്ട്രീയപ്രത്യയശാസ്ത്രം എത്രത്തോളം അനഭികാമ്യവും അഭിശപ്തവുമാണോ അത്രത്തോളം തന്നെ അനഭികാമ്യവും അഭിശപ്തവുമാണ് ജമാഅത്തെ ഇസ്ലാമിയുടെ രാഷ്ട്രീയപ്രത്യയശാസ്ത്രവും. അതുകൊണ്ടത്രെ മൗദൂദിസ്റ്റ് സംഘടനയുടെയും ആ സംഘടനയിൽനിന്ന് ഊർജ്ജം ആവാഹിച്ചുവളർന്ന പോപ്പുലർ ഫ്രണ്ടിന്റെയും രാഷ്ട്രീയരൂപങ്ങൾക്ക് മുഖ്യധാരാ മതനിരപേക്ഷ പാർട്ടികൾ അസ്പൃശ്യത കല്പിക്കേണ്ടതുണ്ടെന്ന് ഞാൻ അഭിപ്രായപ്പെട്ടത്. ഭൂരിപക്ഷ മതമൗലികവാദവും ന്യൂനപക്ഷ മതമൗലികവാദവും തമ്മിലുള്ള വൈരുദ്ധ്യാത്മകബന്ധം തിരിച്ചറിയുന്നവർക്ക് മറ്റൊരഭിപ്രായം പ്രകടിപ്പിക്കുക സാധ്യമല്ല. പ്രത്യക്ഷത്തിൽ പരസ്പരം എതിർക്കുമ്പോഴും ഫലത്തിൽ ഇരുവിഭാഗവും പരസ്പരപോഷകങ്ങളായി വർത്തിക്കുന്നു എന്നത് ചരിത്രാനുഭവമാണ്.

വാൽക്കഷണം: ഹിന്ദുത്വവാദികളെ മാത്രം വിമർശിക്കുന്നവർ മുസ്ലീം മൗലികവാദികൾക്ക് പ്രിയങ്കരമാണ്. ഹിന്ദുത്വവാദികളെയെന്നപോലെ ഇസ്ലാമിസ്റ്റുകളെക്കൂടി വല്ലവരും വിമർശിച്ചാൽ അവരെ മുസ്ലീം ഫണ്ട മെന്റലിസ്റ്റുകൾ ശത്രുപക്ഷത്തേ നിർത്തൂ. 'ദി ഹിന്ദു'വിന്റെ റിപ്പോർട്ടറായ പ്രവീൺസ്വാമിയെ നമ്മുടെ ലേഖകൻ ശത്രുചേരിയിലാണ് ഉൾപ്പെടുത്തി യിരിക്കുന്നത്. മാലെഗാവ് സ്ഫോടനവും സംജോതാ എക്സ്പ്രസ്സ് സ്ഫോടനവും ഉൾപ്പെടെ ഹിന്ദുത്വവാദികൾക്കു പങ്കുള്ള ഒട്ടേറെ വർഗീയ ഹിംസയുടെ അടിവേരുകൾ കണ്ടെത്താൻ ശ്രമിച്ച ഗവേഷകനാണ് പ്രവീൺ സ്വാമിയെന്ന വസ്തുത ലേഖകൻ കാണാതിരിക്കുന്നു. ഞാൻ ഒന്നുരണ്ടുതവണ പ്രവീൺസ്വാമിയെ ഉദ്ധരിച്ചു എന്നതിനാൽ എന്റെ ലേഖനങ്ങൾ പലതും സ്വാമിലേഖനങ്ങളുടെ പരിഭാഷയായിപ്പോകുന്നു ണ്ടെന്നും അദ്ദേഹം ആരോപിക്കുന്നുണ്ട്. ചില വസ്തുതകൾക്കും സ്ഥിതിവിവരങ്ങൾക്കുംവേണ്ടി, സ്രോതസ്സ് വെളിപ്പെടുത്തിക്കൊണ്ട്, മറ്റു ലേഖകരെ ആശ്രയിക്കുന്നിനെ അപഹസിക്കുന്ന സുഹൃത്ത് തന്റെ സ്വന്തം കുറിപ്പിൽ ഉമർ ഖാലിദിയെ സമൃദ്ധമായി ആശ്രയിച്ച കാര്യ മെങ്കിലും ഓർമ്മയിൽ വെക്കേണ്ടതായിരുന്നു. ■

ഒസാമ:
ശീതയുദ്ധത്തിന്റെ ഉത്പന്നം

പിൽക്കാലത്ത് ഇസ്ലാമിസം എന്നോ പൊളിറ്റിക്കൽ ഇസ്ലാം എന്നോ ഇസ്ലാമിക തീവ്രവാദം എന്നോ ഒക്കെ വ്യവഹരിക്കപ്പെട്ട പ്രത്യയശാസ്ത്രം നാമ്പെടുക്കുന്നത് ഇരുപതാം നൂറ്റാണ്ടിന്റെ പൂർവാർധത്തിലാണ്. ഈജിപ്തിലെ മുസ്ലീം ബ്രദർഹുഡിൽനിന്ന് 1928-ലാണ് അതിന്റെ തുടക്കം. മതേതര ആധുനികതയോട് ഒരുതരത്തിലും പൊരുത്തപ്പെടാനാവാത്ത മതമാണ് ഇസ്ലാംമതമെന്നും ഇസ്ലാംമതേതരമായ രാഷ്ട്രീയാധിപത്യം മുസ്ലീങ്ങൾക്ക് അസ്വീകാര്യമാണെന്നുമുള്ള വീക്ഷണമാണ് ഇസ്ലാമിസത്തിന്റെ കാതൽ. ഇസ്ലാംമതത്തെ ഒരു രാഷ്ട്രീയവ്യവസ്ഥയായി ന്യൂനീകരിച്ച ഇസ്ലാമിസ്റ്റുകൾ ആഗോള ഇസ്ലാമിക ഖിലാഫത്ത് എന്ന സ്വപ്നത്തെ താലോലിച്ചു.

ഈ സ്വപ്നത്തിനു ചിറകുവിരിക്കാൻ പറ്റിയ രാഷ്ട്രീയ സാഹചര്യം തുടക്കത്തിലുണ്ടായിരുന്നില്ല. അതിനാൽ 1940കളുടെ അന്ത്യംവരെ സൈദ്ധാന്തിക തലത്തിൽ ഒതുങ്ങിനിന്നു ഇസ്ലാമിസം. രണ്ടാംലോകയുദ്ധം അവസാനിക്കുകയും അമേരിക്കയുടെ നേതൃത്വത്തിലുള്ള മുതലാളിത്ത ചേരിയും സോവിയറ്റ് യൂണിയന്റെ നേതൃത്വത്തിലുള്ള സോഷ്യലിസ്റ്റ് ചേരിയും തമ്മിലുള്ള ശീതയുദ്ധം ആരംഭിക്കുകയും ചെയ്തത് ഇസ്ലാമിസത്തിനു വളരാനുള്ള സാഹചര്യമൊരുക്കി. സോവിയറ്റ് യൂണിയനും കമ്യൂണിസത്തിനുമെതിരിൽ വിവിധ രാഷ്ട്രങ്ങളിൽ മുസ്ലീം വലതുപക്ഷത്തെ കൂട്ടുപിടിക്കുക എന്ന അമേരിക്കൻ കുതന്ത്രമാണ് ഇസ്ലാമിസ്റ്റുകൾക്ക് തുണയായത്. 'മതനിഷേധപരമായ കമ്യൂണിസം' ലോകത്തിലെ ഏറ്റവും വലിയ തിന്മയാണെന്നും അതിന്റെ മൂർത്തിമത്ഭാവമാണ് സോവിയറ്റ് യൂണിയനെന്നുമുള്ള അമേരിക്കൻ പ്രചാരണം ഇസ്ലാമിസ്റ്റുകൾ ഏറ്റുപിടിച്ചു. അതിനു പ്രത്യുപകാരമെന്നോണം മുസ്ലീം വലതുപക്ഷത്തെ രാഷ്ട്രീയമായി സഹായിക്കാൻ യു.എസ്. ഭരണകൂടം മുന്നോട്ടുവന്നു.

ചില ഉദാഹരണങ്ങൾ ശ്രദ്ധിക്കാം. അറുപതുകളുടെ ആദ്യത്തിൽ ഈജിപ്തിൽ ഭരണാധികാരിയായിരുന്ന ജമാൽ അബ്ദുൽ നാസർ അമേരിക്കയുടെ വിമർശകനായിരുന്നു. സോവിയറ്റ് യൂണിയനോടായിരുന്നു അദ്ദേഹം അനുഭാവം പുലർത്തിയിരുന്നത്. മതേതര ദേശീയത ഉയർത്തിപ്പിടിച്ച നാസർ രാഷ്ട്രീയ ഇസ്ലാമിന്റെ പ്രതിരൂപമായ മുസ്ലീം ബ്രദർഹുഡ്ഡിന്റെ ആശയങ്ങളെ അതിരൂക്ഷമായി എതിർക്കുകയും ചെയ്തിരുന്നു. അമേരിക്കയ്ക്ക് നാസർ സ്വീകാര്യനായിരുന്നില്ല. കാരണം ഒന്നു മാത്രം: അദ്ദേഹം അനുവർത്തിക്കുന്നത് സോവിയറ്റനുകൂല നില പാടാണ്. അതുകൊണ്ട് ഈജിപ്തിൽ മതേതരവാദിയായ ജമാൽ അബ്ദുൽ നാസറിനെതിരെ അന്നാട്ടിലെ മതമൗലിക പ്രസ്ഥാനമായ മുസ്ലീം ബ്രദർഹുഡ്ഡിനെ അമേരിക്കൻ അധികാരികൾ പ്രോത്സാഹിപ്പിക്കുകയും വളർത്തുകയും ചെയ്തു.

പലസ്തീനാണ് രണ്ടാമത്തെ ഉദാഹരണം. സെക്കുലർ വീക്ഷണമുള്ള യാസർ അറഫാത്തിനെയും അദ്ദേഹത്തിന്റെ നേതൃത്വത്തിലുള്ള പലസ്തീൻ ലിബറേഷൻ ഓർഗനൈസേഷനെയും അമേരിക്ക ശത്രുതയോടെയാണ് കണ്ടത്. സോവിയറ്റ് യൂണിയനോട് അറഫാത്തിനുണ്ടായിരുന്ന ആഭിമുഖ്യമായിരുന്നു കാരണം. ഒന്നാം ഇൻതിഫാദയുടെ കാലത്ത് മതമൗലിക-മതതീവ്രവാദ സംഘടനയായ ഹമാസിനെ പി.എൽ.ഒയ്ക്കെതിരെ സഹായിക്കുന്ന നിലപാട് യു.എസ്. ഭരണകൂടം കൈക്കൊണ്ടു.

മൂന്നാമത്തെ ഉദാഹരണമത്രേ ഇന്തോനേഷ്യ. സോവിയറ്റ് യൂണിയനോട് അടുപ്പം പുലർത്തിയ സുകാർണോ ഇന്തോനേഷ്യയിൽ ഭരണാധികാരിയായിരിക്കേ ആ രാജ്യത്തിലെ മുസ്ലീം വലതുപക്ഷ പ്രസ്ഥാനമായ 'സരെകത്തെ ഇസ്ലാമി'നെ അകമഴിഞ്ഞു സഹായിച്ചു അമേരിക്ക. ഇന്തോനേഷ്യയിൽ ഇസ്ലാമിക വികാരം വളർത്തി സുകാർണോയെപ്പോലുള്ള രാഷ്ട്രീയനേതാക്കൾ പിന്തുടരുന്ന സോവിയറ്റനുകൂല നിലപാടിനെതിരെ ജനങ്ങളെ തിരിച്ചുവിടുക എന്നതായിരുന്നു യു.എസ്. ലക്ഷ്യം.

പാകിസ്ഥാൻ നാലാമത്തെ ഉദാഹരണമാണ്. തങ്ങളുടെ ചൊൽപ്പടിക്ക് നിൽക്കേണ്ട രാഷ്ട്രമായി അമേരിക്ക കണ്ടുപോന്നിട്ടുള്ള പാക്കിസ്ഥാനിൽ സോഷ്യലിസ്റ്റ് ഉണർവുകൾ ഉണ്ടാവരുതെന്ന് ആ രാജ്യത്തിനു വാശിയായിരുന്നു. സുൽഫിക്കർ അലി ഭൂട്ടോയുടെ നയം അല്പം സോഷ്യലിസ്റ്റ് ചായ്‌വുള്ളതാണ് എന്ന ആശങ്ക പിടികൂടിയപ്പോൾ യു.എസ്. ഭരണകൂടം അതിനു മറുമരുന്നായി കണ്ടത് ജമാഅത്തെ ഇസ്ലാമിയെയാണ്. സോഷ്യലിസവും കമ്യൂണിസവും ഇസ്ലാംവിരുദ്ധമാണെന്നു പ്രഖ്യാപിച്ച മൗദൂദിയുടെ സംഘടനയെ ഭൂട്ടോയ്ക്കെതിരിൽ പ്രോത്സാഹിപ്പിച്ചു അമേരിക്ക.

ശീതയുദ്ധത്തിന്റെ നാളുകളിൽ മുസ്ലീം വലതുപക്ഷ-തീവ്രവാദ വിഭാഗങ്ങളോട് അമേരിക്കയും അതിന്റെ ചാരസംഘടനയായ സി.ഐ.എയും അനുർത്തിച്ചുപോന്ന പ്രീണനത്തിന്റെ ഏറ്റവും വൃത്തികെട്ട മുഖം അനാവൃതമായത് അഫ്ഗാനിസ്ഥാനിലാണ്. 1978-ൽ അരങ്ങേറിയ സൗർ വിപ്ലവത്തെത്തുടർന്ന് ആ രാജ്യത്ത് കമ്യൂണിസ്റ്റുകാർ അധികാരത്തിലേറി. കമ്യൂണിസ്റ്റുകാരെ ഒരളവിലും പൊറുപ്പിക്കാൻ മസ്ലീം മതമൗലിക സംഘങ്ങൾ തയ്യാറായിരുന്നില്ല. അവർ ആഭ്യന്തര കലാപത്തിനൊരുങ്ങിയപ്പോൾ അധികാരികൾ സോവിയറ്റ് സേനയുടെ സഹായം തേടി. അമേരിക്ക ഈ സാഹചര്യം മുതലെടുത്തു. കമ്യൂണിസ്റ്റുകാർക്കെതിരെ പോരാടുന്ന മുജാഹിദുകൾക്ക് പണവും പടക്കോപ്പും സി.ഐ.എ. മുഖേന ഐ.എസ്.ഐ. വഴി അഫ്ഗാനിസ്ഥാനിലേക്ക് ഒഴുകി. ശതകോടിക്കണക്കിൽ ഡോളർ വരുന്ന ഈ വൻ സാമ്പത്തിക സഹായത്തിന്റെ ലക്ഷ്യം അഫ്ഗാനിസ്ഥാനിൽ സോവിയറ്റ് യൂണിയന്റെ വിയറ്റ്നാം സൃഷ്ടിക്കുക എന്നതായിരുന്നു. അതിനവർ കൈക്കൊണ്ട വഴി അഫ്ഗാനിസ്ഥാനിൽ മുസ്ലീം തീവ്രവാദികളോടൊപ്പം കമ്മ്യൂണിസത്തിനെതിരെയുള്ള ജിഹാദിൽ അണിചേരാൻ ലോകത്തിന്റെ വിവിധ ഭാഗങ്ങളിൽനിന്നുള്ള ഇസ്ലാമിസ്റ്റുകളെ സംഘടിപ്പിക്കുക എന്നതാണ്. 'റഷ്യൻ ചെങ്കരടി'ക്കെതിരെ യുദ്ധം ചെയ്യാൻ വ്യത്യസ്ത രാഷ്ട്രങ്ങളിൽ നിന്ന് സി.ഐ.എ-ഐ.എസ്.ഐ സഖ്യം തീവ്ര ഇസ്ലാമിസ്റ്റുകളെ റിക്രൂട്ട് ചെയ്തു. പാകിസ്ഥാനിൽ പരിശീലനം നൽകിയശേഷം അവരെ അഫ്ഗാൻ നഗരങ്ങളിലേക്ക് കയറ്റി അയച്ചു. സൗദി അറേബ്യ, ഈജിപ്ത്, അൾജീരിയ, സുഡാൻ, യെമൻ. ഇന്തോനേഷ്യ തുടങ്ങിയ മുസ്ലീം ഭൂരിപക്ഷ രാഷ്ട്രങ്ങളിൽനിന്ന് മാത്രമല്ല, അമേരിക്കയും ബ്രിട്ടനും ഉൾപ്പെടെയുള്ള പാശ്ചാത്യ രാഷ്ട്രങ്ങളിൽ നിന്നുകൂടി ഇസ്ലാമിസ്റ്റ് തീവ്രവാദികളെ സി.ഐ.എ. റിക്രൂട്ട് ചെയ്യുകയുണ്ടായി.

അവ്വിധം റിക്രൂട്ട് ചെയ്യപ്പെട്ടവരിൽ പ്രമുഖനായിരുന്നു ഒസാമ ബിൻലാദൻ. തന്റെ ഇരുപത്തിയഞ്ചാമത്തെ വയസ്സിൽ ലാദൻ കമ്യൂണിസത്തിനും സോവിയറ്റ് സേനയ്ക്കുമെതിരെ പോരാടാൻ അഫ്ഗാൻ മണ്ണിൽ കാലുകുത്തുന്നത് സി.ഐ.എ. മുഖേനയാണ്. ഏത് അളവുകോൽവെച്ച് നോക്കിയാലും ശീതയുദ്ധത്തിന്റെ ഉൽപന്നമാണ് ഒസാമ. ഒന്നുകൂടി തെളിച്ചുപറഞ്ഞാൽ, മെയ് ഒന്നിന് അർദ്ധരാത്രിയിൽ അബോട്ടാബാദിൽ, അമേരിക്കയുടെ ഒന്നാംനമ്പർ ശത്രു എന്ന നിലയിൽ വധിക്കപ്പെട്ട ഒസാമ ബിൻ ലാദൻ കറകളഞ്ഞ ഒരു അമേരിക്കൻ ഉല്പന്നമാണ്.

തങ്ങളുടെ സൃഷ്ടിയെ തങ്ങൾതന്നെ സംഹരിക്കുക എന്ന കൃത്യമാണ് ഒസാമാ വധത്തിലൂടെ അമേരിക്ക നിർവഹിച്ചിരിക്കുന്നത്. പക്ഷേ വിടെ ഓർക്കേണ്ട പ്രധാനപ്പെട്ട ഒരു കാര്യം ഒസാമ മാത്രമല്ല അമേരിക്കയുടെ

(ശീതയുദ്ധത്തിന്റെ) സൃഷ്ടി എന്നതാണ്. ബിൻലാദനും കൂട്ടരും പ്രയോഗവൽക്കരിച്ച തീവ്ര ഇസ്ലാമിസം അഥവാ ജിഹാദിസം എന്ന പ്രതിഭാസത്തിന്റെ ഉല്പാദനത്തിലും അമേരിക്ക പങ്കുവഹിച്ചിട്ടുണ്ട്. ജിഹാദിസത്തിന്റെ പ്രത്യയശാസ്ത്രം ഈജിപ്തിലെ സയ്യിദ് ഖുതുബിന്റെയും പാക്കിസ്ഥാനിലെ സയ്യിദ് മൗദൂദിയുടെയും കൃതികൾ വഴിയാണ് ബന്ധപ്പെട്ടവർക്ക് ലഭിച്ചത് എന്നതു ശരിതന്നെ. പക്ഷേ അതിന്റെ ഹിംസാത്മകമായ പ്രയോഗവത്കരണം അബ്ദുല്ലാ അസമും അയ്മനുൽ സവാഹിരിയും ഒസാമ ബിൻലാദനും തൊട്ട് മുല്ലാ മുഹമ്മദ് ഉമർ വരെയുള്ളവരെ പരിശീലിപ്പിച്ചത് സി.ഐ.എയാണ്.

ശീതസമരനാളുകളിൽ സോവിയറ്റ് യൂണിയനെ ശിഥിലമാക്കുക എന്ന ലക്ഷ്യത്തിൽ അമിതമായി ഊന്നിയപ്പോൾ തങ്ങൾ കൂട്ടുപിടിക്കുന്ന ഇസ്ലാമിസത്തിന്റെ (ജിഹാദിസത്തിന്റെ) യഥാർത്ഥ ലക്ഷ്യം എന്താണെന്ന് ഒന്നുകിൽ അമേരിക്ക ശ്രദ്ധിച്ചില്ല. അല്ലെങ്കിൽ അത് അവർ കാര്യമാക്കിയില്ല. അമേരിക്കനിസം എന്താണോ ഉന്നമിടുന്നത് അതുതന്നെയാണ് ഇസ്ലാമിസവും ഉന്നമിടുന്നത്. അമേരിക്കയുടെ വിശ്വാധിപത്യമാണ് അമേരിക്കനിസം ലക്ഷ്യംവെക്കുന്നതെങ്കിൽ, ഇസ്ലാമിന്റെ വിശ്വാധിപത്യമാണ് ഇസ്ലാമിസത്തിന്റെ ലക്ഷ്യം. വ്യത്യാസം ഒന്നേയുള്ളൂ. ഇസ്ലാമിസത്തിൽ മതവികാരത്തിനാണ് പ്രാമുഖ്യം. ഇസ്ലാമേതര സംസ്കാരത്തെ ഇസ്ലാമിക സംസ്കാരം കീഴ്പ്പെടുത്തണമെന്ന് അതാഗ്രഹിക്കുന്നു. ഹണ്ടിങ്ടൺ പറഞ്ഞ സംസ്കാര സംഘട്ടനത്തിൽ ഇസ്ലാമിസ്റ്റുകൾ വിശ്വസിക്കുന്നുണ്ട്. അവർ ചരിത്രത്തെ കാണുന്നതുതന്നെ ഇസ്ലാമിക സംസ്കാരവും ഇസ്ലാമേതര സംസ്കാരവും തമ്മിലുള്ള സംഘട്ടനമായിട്ടാണ്. ആദ്യം തകർക്കേണ്ടത് മതത്തെയും ദൈവത്തെയും തിരസ്കരിക്കുന്ന കമ്മ്യൂണിസ്റ്റ് സംസ്കാരമാണെന്ന് അവർ വിലയിരുത്തി. ആ ലക്ഷ്യം നേടുക എന്ന ഉദ്ദേശ്യത്തോടെയാണ് 1980കളിൽ അവർ അഫ്ഗാനിസ്ഥാനിൽ അമേരിക്കയോട് സഹകരിച്ച് പ്രവർത്തിച്ചത്. സോവിയറ്റ് യൂണിയനും കിഴക്കൻ യൂറോപ്പിലെ കമ്യൂണിസ്റ്റ് മേൽക്കോയ്മയും അസ്തമിച്ചതോടെ അവർ സ്വാഭാവികമായി തങ്ങളുടെ രണ്ടാം ശത്രുവിനു നേരെ തിരിഞ്ഞു. അത്തരം ഒരു പരിണതിയുടെ ആസന്നഹേതുക്കൾ 1991ലെ ഗൾഫ് യുദ്ധവും ഇറാഖിൽ അമേരിക്ക നടത്തിയ കൊടുംഹിംസയുമൊക്കെയാവാം. ആ കാരണങ്ങളുടെ അഭാവത്തിലും മേൽചൊന്ന പരിണതി സംഭവിക്കുമായിരുന്നു. അത് മുൻകൂട്ടി കാണാൻ അമേരിക്കനിസത്തിന്റെ വക്താക്കൾക്ക് സാധിച്ചില്ല.

ഒസാമ നേതൃത്വം നൽകിയ അൽ ഖയ്ദയും വിവിധ രാഷ്ട്രങ്ങളിൽ പ്രവർത്തിച്ചുവരുന്ന മറ്റു ജിഹാദിസ്റ്റ് സംഘടനകളും സോവിയറ്റനന്തര

കാലഘട്ടത്തിൽ തങ്ങളുടെ മുഖ്യശത്രുവായി വിലയിരുത്തുന്നത് അമേരിക്കനിസത്തെയാണ്. അതേസമയം, വ്യത്യസ്തരാജ്യങ്ങളിൽ കർമ്മനിരതമായ ജിഹാദിസ്റ്റ് ഗ്രൂപ്പുകൾ തങ്ങളുടെ സമീപശത്രുക്കളെയും ഉന്നംവെക്കുന്നുണ്ട്. പാക്കിസ്ഥാൻ കേന്ദ്രീകരിച്ചു പ്രവർത്തിക്കുന്ന ലഷ്കറെ ത്വയ്യിബയുടെ ദൃഷ്ടിയിൽ ഇന്ത്യ പ്രധാന ശത്രുവാണ്. മുംബൈ ഉൾപ്പെടെ ഇന്ത്യയിലെ ചില നഗരങ്ങളിൽ നടന്ന ചാവേർ ആക്രമണങ്ങളിൽ ലഷ്കർ ഭീകരർക്കു പങ്കുണ്ടെന്നത് വെറും ആരോപണമല്ല. ഇസ്ലാമേതര സംസ്കാരത്തിന്റെ പ്രതിനിധാനങ്ങളിൽ ഒന്നാണ് ലഷ്കറെ ത്വയ്യിബ, ജയ്ഷെ മുഹമ്മദ്, ഹർകത്തുൽ ജിഹാദുൽ ഇസ്ലാമി തുടങ്ങിയ തീവ്രവാദ സംഘങ്ങളുടെ ദൃഷ്ടിയിൽ ഇന്ത്യ. അവരെ സംബന്ധിച്ചിടത്തോളം അമേരിക്ക മാത്രമല്ല, ഇന്ത്യയെപ്പോലുള്ള രാഷ്ട്രങ്ങളും ഇസ്ലാമിക സംസ്കാരത്തിന്റെ ശത്രുക്കളാണ്. സംസ്കാരത്തെ അടിസ്ഥാനമാക്കിയുള്ള ശത്രുപട്ടിക ജിഹാദിസ്റ്റ് സംഘടനകളുടെ കൈവശമുണ്ട്. അപരസംസ്കാരത്തിനെതിരിൽ ഉയർത്താവുന്ന ആരോപണങ്ങളുടെയും പരാതികളുടെയും (അവ മിക്കപ്പോഴും സാങ്കല്പികമാണെന്നത് മറ്റൊരു കാര്യം) നീണ്ട ലിസ്റ്റും അവർ തയ്യാറാക്കി വെച്ചിരിക്കുന്നു. അതുകൊണ്ടുതന്നെ ഒസാമ ബിൻ ലാദന്റെ വധം ഭീകരവാദത്തിന്റെ മരണമണിയാകുന്നില്ല. അൽഖയ്ദയുടെ ഫ്രാഞ്ചൈസികൾ ലോകത്തിന്റെ വിവിധ ഭാഗങ്ങളിലുണ്ട്. ഇതിനകം രക്തസാക്ഷിത്വ പരിവേഷം ആർജ്ജിച്ചുകഴിഞ്ഞ ഒസാമതന്നെയാവും ഇനിയങ്ങോട്ട് അവരുടെ ഏറ്റവും ശക്തമായ മൂലധനം. തീവ്രവാദവും ഭീകരവാദവും നേരത്തെ ഓൺലൈൻ സ്വഭാവം നേടിക്കഴിഞ്ഞിട്ടുണ്ട്. ശത്രുക്കൾക്കെതിരെയുള്ള 'വിശുദ്ധ യുദ്ധ'ത്തിന് ആവശ്യമായ ബോംബ് നിർമ്മാണ മാന്വലുകളുടെ സിഡികളും അത് ഉദ്ദിഷ്ടകേന്ദ്രങ്ങളിൽ എത്തിക്കാനുള്ള ലാപ്ടോപ്പ് കമ്പ്യൂട്ടർ ഉൾപ്പെടെയുള്ള ആധുനിക സംവിധാനങ്ങളും നവജിഹാദിസ്റ്റുകൾ നേരത്തേ സ്വായത്തമാക്കിയിരിക്കുന്നു.

മേൽചൊന്ന ഇരുണ്ട ചിത്രത്തിനപ്പുറത്ത് വെളിച്ചത്തിന്റെ കീറുകളുണ്ട് ജിഹാദിസ്റ്റ് മനോഘടനയ്ക്ക് കീഴ്പ്പെടുന്നവർ വളരെ ചെറിയ ന്യൂനപക്ഷമാണ്. ചാവേർ സ്ഫോടനങ്ങളോടോ നിരപരാധികളോടോ ഒരുവിധത്തിലും രാജിയാവാൻ കൂട്ടാക്കാത്തവരാണ് മഹാഭൂരിപക്ഷം. സമാധാനകാംക്ഷികളായ അവർ ജിഹാദിസത്തിനു മതവുമായി ബന്ധമില്ലെന്നു തറപ്പിച്ചു പറയാൻ മടിക്കുന്നില്ല. ബിൻ ലാദന്റെ വഴികൾ പിഴച്ചതായിരുന്നു എന്നാണവരുടെ വിലയിരുത്തൽ. ഒസാമയുടെ മരണം അവരിൽ യാതൊരു പ്രതികരണവും സൃഷ്ടിക്കുന്നില്ല. ഡൽഹിയിലെ ജാമിയ മില്ലിയ ഇസ്ലാമിയയിലെ വൈസ് ചാൻസലർ നജീബ് ജങ് പറഞ്ഞത് തന്റെ ക്യാമ്പസിലോ തൊട്ടടുത്ത മുസ്ലീം പ്രദേശമായ ജാമിയാ നഗറിലോ ലാദന്റെ മരണം യാതൊരു ചലനവും സൃഷ്ടിച്ചില്ല

എന്നാണ്. ചരിത്രപണ്ഡിതനായ ഡോ. മുഷീറുൽ ഹസന്റെ അഭിപ്രായത്തിൽ, വർത്തമാനസമൂഹത്തിൽ ഒസാമ ബിൻ ലാദന് യാതൊരു പ്രസക്തിയുമില്ല.

ഈ വികാരം ശക്തമായി മുന്നോട്ടുകൊണ്ടുപോകേണ്ടതുണ്ട്. അതിനു പക്ഷേ യു.എസ്. ഭരണാധികാരികളും നയതന്ത്രജ്ഞരും സർവോപരി അമേരിക്കയിലെ മിലിറ്ററി ഇൻഡസ്ട്രിയൽ കോംപ്ലക്സും സമ്മതിക്കില്ല. അവരെ സംബന്ധിച്ചിടത്തോളം മറ്റെന്തിനേക്കാളും പ്രധാനം തങ്ങളുടെ സാമ്രാജ്യത്വ താത്പര്യങ്ങളാണ് എന്നതുതന്നെ കാരണം. അഫ്ഗാനികൾക്ക് ആവശ്യമില്ലാത്ത യുദ്ധം ഇപ്പോഴും അമേരിക്ക അഫ്ഗാനിസ്ഥാനിൽ തുടരുകയാണ്. ലിബിയയിൽ മു അമ്മർ ഗദ്ദാഫിയെ എന്ത് ചെയ്യണമെന്ന് തീരുമാനിക്കാനുള്ള സ്വാതന്ത്ര്യവും അവകാശവും ലിബിയക്കാർക്ക് മാത്രമുള്ളതാണെന്ന് അംഗീകരിക്കാൻ ബറാക് ഒബാമയുടെ രാഷ്ട്രത്തിനു കഴിയുന്നില്ല. ഇറാഖിൽ തങ്ങൾ നടത്തിയ കൂട്ടക്കൊലകൾക്ക് മാപ്പ് ചോദിക്കുകയെങ്കിലും ചെയ്യാനുള്ള മര്യാദപോലും 'ലോകത്തിലെ ഏറ്റവും വലിയ ജനാധിപത്യം' എന്നു മേനി നടിക്കുന്ന അമേരിക്കൻ ഐക്യനാടുകൾക്ക് സാധിക്കാതെ പോകുന്നു. ജിഹാദിസംപോലെത്തന്നെ ആപത്കരമാണ് അമേരിക്കനിസം. അമേരിക്കനിസം അപ്പടി നിലനിർത്തി ജിഹാദിസത്തിന്റെ വേരറുക്കാൻ നോക്കുന്നത് മൗഢ്യമേ ആവൂ. ∎

'ഉമ്മാച്ചു'വിലെ മുസ്ലീംജീവിതം

"ഉമ്മാച്ചു'വിലെ പാർശ്വകഥാപാത്രങ്ങളിൽ ഒരാളാണ് ആമിന. രണ്ട് അധ്യായങ്ങളിൽ മാത്രമേ അവൾ പ്രത്യക്ഷപ്പെടുന്നുള്ളൂ. പക്ഷേ, ഉറൂബിന്റെ നോവലിൽ എന്നപോലെ മലബാറിലെയും രാജ്യത്തിന്റെ ഇതരഭാഗങ്ങളിലെയും മുസ്ലീം സംസ്കാരത്തിലെ സങ്കരത വെളിവാക്കാൻ പര്യാപ്തമാണ് ആ കഥാപാത്രം. മഞ്ചേരിക്കാരിയായ ആ യുവതി ഉസ്മാൻ എന്ന ചെറുപ്പക്കാരനാൽ വഞ്ചിക്കപ്പെട്ടവളാണ്. അവളുടെ ഓർമ്മകളിൽ വസൂരി പിടിച്ചു മരിച്ചുപോയ സ്വന്തം ബാപ്പയും ഉമ്മയും മാത്രമല്ല മിന്നിമറയുന്നത്. ഉമ്മയുടെ സഹോദരികളായ രണ്ടു ഹിന്ദുസ്ത്രീകളും അവളുടെ ഓർമ്മച്ചെപ്പിൽ മായാതെ നിൽക്കുന്നുണ്ട്.

ഇരുപതാം നൂറ്റാണ്ടിന്റെ ആദ്യപാദത്തിൽ മധ്യമലബാറിൽ നടക്കുന്ന കഥയിൽ 'ഉമ്മയുടെ സഹോദരികളായ രണ്ടു ഹിന്ദുസ്ത്രീകൾ' കടന്നുവരുന്നത് അത്ര സ്വാഭാവികമല്ല. വിവിധ ഹിന്ദുജാതികളിൽനിന്നു മതം മാറിയവരാൽ സമ്പന്നമാണ് മുസ്ലീം സമുദായം. നാലോ അഞ്ചോ അല്ലെങ്കിൽ ഏഴോ എട്ടോ തലമുറകൾക്കു പിന്നിലേക്കു നടന്നാൽ കേരളത്തിലെ മാത്രമല്ല, ഇന്ത്യയുടെ ഇതരഭാഗങ്ങളിലെയും മുസ്ലീങ്ങളിൽ മഹാഭൂരിപക്ഷവും തങ്ങളുടെ പൂർവികരെ കണ്ടെത്തുക ഹിന്ദു സമുദായത്തിലായിരിക്കും. ഇസ്ലാംമതദുരഭിമാനികൾ കരുതുന്നതുപോലെ ശുദ്ധമായ മുസ്ലീം സമുദായമോ മുസ്ലീം സംസ്കാരമോ ഇവിടെയെന്നല്ല, ഒരിടത്തും നിലനിന്നിട്ടില്ല.

പക്ഷേ, ഒരു മതത്തിൽനിന്ന് അഥവാ ഒരു ജീവിതരീതിയിൽനിന്നും മറ്റൊന്നിലേക്ക് കുടിയേറുമ്പോൾ അചിരേണ വിശ്വാസമണ്ഡലത്തിലും ആചാരാനുഷ്ഠാനതുറകളിലും മാറ്റം സംഭവിക്കും. പൂർവമതത്തിന്റെയും സംസ്കാരത്തിന്റെയും അംശങ്ങൾ പലതും കൊഴിഞ്ഞുപോവുകയോ അസ്തപ്രഭമാവുകയോ ചെയ്യും. തത്സ്ഥാനത്ത് നവമതത്തിന്റെയും അതുമായി ബന്ധപ്പെട്ട സംസ്കാരത്തിന്റെയും അംശങ്ങൾ സ്ഥാനം പിടിക്കും. അവയ്ക്കായിരിക്കും പിന്നീട് മേൽക്കൈ. എന്നുവച്ച് മുൻസംസ്കാരം പൂർണമായി വിച്ഛേദിക്കപ്പെടുന്നില്ല. ജനങ്ങളുടെ സാമൂഹികസ്മരണയിൽ പൂർവസ്മൃതികളും സംസ്കാരശകലങ്ങളും മാഞ്ഞു

തീരാതെ തുടരുകതന്നെ ചെയ്യും. ഹിന്ദുക്കളായ തന്റെ മാതൃസഹോദരികൾ ആമിനയോടു കാണിക്കുന്ന സ്നേഹത്തിൽ എന്നപോലെ നോവലിലെ കേന്ദ്രകഥാപാത്രമായ ഉമ്മാച്ചു തന്റെ കാര്യസ്ഥനായ ചാപ്പുണ്ണിനായരിൽ അർപ്പിക്കുന്ന വിശ്വാസത്തിലും ആവൃതമായി നിലകൊള്ളുന്നത് ഇച്ചൊന്ന സാംസ്കാരിക സങ്കരതയുടെ ഊർജ്ജമാണ്.

'ഉമ്മാച്ചു'വിലെ മുസ്ലീം ജീവിതത്തെ ആ നോവലിലെ മതേതര ജീവിതത്തിൽനിന്നു പിഴുതുമാറ്റി വിലയിരുത്താനാവില്ല എന്നു വ്യക്തമാക്കാനാണ് ഇത്രയും കാര്യങ്ങൾ സൂചിപ്പിച്ചത്. നരവംശശാസ്ത്രപരമായി ഇന്ത്യയിലെ ഹിന്ദുക്കളും മുസ്ലീങ്ങളും തമ്മിലുള്ള വ്യത്യാസം മൈക്രോസ്കോപികം മാത്രമാണെന്ന് ആ രംഗത്തു പ്രവർത്തിക്കുന്ന വിദഗ്ദ്ധർ വ്യക്തമാക്കിയിട്ടുണ്ട്. ഉത്തരേന്ത്യയിലെ ചില ഭാഗങ്ങളിൽ മധ്യശതകങ്ങളിൽ പശ്ചിമേഷ്യയിൽനിന്നും മറ്റും വന്ന മുസ്ലീം പുരുഷന്മാർ തദ്ദേശീയരായ ഹിന്ദുസ്ത്രീകളെ വിവാഹം ചെയ്തതിന്റെ ഫലമായി അതിലോലമായ തോതിൽ നരവംശശാസ്ത്രപരമായ വ്യത്യാസം ആ പ്രദേശങ്ങളിലെ മുസ്ലീങ്ങളിൽ സംഭവിച്ചിട്ടുണ്ടാകാമെന്നത് ശരിതന്നെ. മലബാറിൽ ചിലയിടങ്ങളിലും വളരെ കുറഞ്ഞ അളവിൽ അതിനുള്ള സാധ്യത തള്ളിക്കളയാനാവില്ല. പക്ഷേ, പിൽക്കാലത്ത് ജീവിതസാഹചര്യങ്ങളുടെ സമ്മർദ്ദങ്ങളെത്തുടർന്ന് സാമൂഹികവും സാംസ്കാരികവുമായ കൂടിക്കലർപ്പുകൾ നിരന്തരം നടന്നതിന്റെ ഫലമായി അത്തരം ഭിന്നതകൾക്ക് ശോഷണം സംഭവിച്ചു എന്നത് അനിഷേധ്യമാണ്.

എന്നാൽ മതവിശ്വാസത്തിന്റെ തലത്തിൽ വ്യതിരിക്തത പുലർത്താനുള്ള വാഞ്ഛ തത്പരകക്ഷികൾ നടത്തിപ്പോന്നിരുന്നു എന്ന വസ്തുത തള്ളിക്കളയാനാവില്ല. ഹിന്ദുവിന് അമ്പലവും മുസ്ലീമിന് പള്ളിയും ഉണ്ടെങ്കിൽ മാത്രമേ തൃപ്തിവരൂ എന്നത് മതവ്യതിരിക്തത നിലനിർത്താനുള്ള വ്യഗ്രതയുടെ നിദർശനമാണ്. പക്ഷേ, പള്ളികളിൽ കൂടുതൽ ദിവ്യത്വമുള്ളതും കുറഞ്ഞ ദിവ്യത്വമുള്ളതുമുണ്ടെന്നു മുസ്ലീങ്ങളിൽ പലരും കരുതിയിരുന്നു എന്നതിനുള്ള വ്യക്തമായ സൂചന നോവലിലുണ്ട്. ഉമ്മാച്ചുവിന്റെ കൂടെ ഓത്തുപള്ളിയിൽ പഠിക്കുന്ന ബീരാനും മായനും രണ്ടു വ്യത്യസ്തപള്ളികളുടെ അലൗകികശക്തിവിശേഷത്തിന്റെ പേരിൽ കലഹിക്കുന്നതു കാണാം. ബീരാന്റെ കണ്ണിൽ ഏറ്റവും മുന്തിയ പള്ളി പെരുമ്പടപ്പിലെ പള്ളിയാണ്. എന്നാൽ മായന്റെ അഭിപ്രായത്തിൽ കുണ്ടോട്ടിപ്പള്ളിയുടെ അടുത്തെങ്ങുമെത്തില്ല പെരുമ്പടപ്പിലെ പള്ളി. കുണ്ടോട്ടിപ്പള്ളിയുടെ മുകളിൽനിന്നു സ്വർഗ്ഗത്തിലെത്താൻ ഏറെയൊന്നും സഞ്ചരിക്കേണ്ടതില്ലെന്നു മായൻ തറപ്പിച്ചു പറയുന്നുണ്ട്. ബീരാനാകട്ടെ, പെരുമ്പടപ്പു പള്ളിയുടെ മുകളിൽ കയറിയാൽ മക്കയും മദീനയും കാണാൻ കഴിയുമെന്നു വീരവാദം മുഴക്കുന്നു.

ഇരുപള്ളികളെയും ഒരേ മട്ടിൽ കാണാനും അംഗീകരിക്കാനും കൂട്ടാക്കാത്ത മായനും ബീരാനും ഒരേ മതത്തിൽ വിശ്വസിക്കുന്ന

മുസ്ലീങ്ങൾക്കിടയിൽ നിലനിൽക്കുന്ന മതപരമായ വിഭാഗീയതയുടെയും ചേരിപ്പോരിൻ്റെയും പ്രതിനിധാനങ്ങളത്രെ.

പള്ളികളെ സംബന്ധിച്ചു മാത്രമല്ല, ആളുകളിൽ ചിലരെക്കുറിച്ചും തെറ്റായ ധാരണകൾ മുസ്ലീം ജനസാമാന്യം വച്ചുപുലർത്തുകയും അതിൻ്റെ ഗുണഭോക്താക്കൾ ആ ധാരണകളെ പ്രോത്സാഹിപ്പിക്കുകയും ചെയ്തിരുന്നു. സാധാരണ മുസ്ലീങ്ങളുടെ കണ്ണിൽ തങ്ങൾമാരും മുസ്ല്യാർമാരും മറ്റു ചില്ലറക്കാരല്ല. അവർ 'പടച്ചോൻ വരുന്ന വഴി' കാണാൻ ത്രാണിയുള്ളവരാണ്. വല്ല ദീനമോ ക്ഷീണമോ അനുഭവപ്പെടുമ്പോൾ തങ്ങന്മാരെ വിളിച്ച് ഓത്തും മന്ത്രവും നടത്തണമെന്നും അങ്ങനെ ചെയ്യുമ്പോൾ, ദ്വീപിൽനിന്നു വന്ന തങ്ങളായാൽ സംഗതി ബഹുകേമമായിരിക്കുമെന്നും അവർ വിശ്വസിച്ചുപോന്നു.

ഇത്തരം മൂഢവിശ്വാസങ്ങൾ ഒരു ഭാഗത്ത് കട്ടപിടിച്ചു നിലനിൽക്കുമ്പോൾത്തന്നെ ആധുനികതയോടുള്ള ആഭിമുഖ്യവും 'ഉമ്മാച്ചു'വിലെ മുസ്ലീം ജീവിതത്തിൽ അവിടവിടെ കാണാം. ഉദാഹരണത്തിന്, ഉമ്മാച്ചുവിനെ ബീരാൻ വിവാഹം ചെയ്തശേഷം ബീരാൻ്റെ ബാപ്പ ചേക്കുട്ടി മുതലാളി തൻ്റെ പിറക്കാനിരിക്കുന്ന പേരക്കുട്ടിയുടെ വിദ്യാഭ്യാസം ഏതു തരത്തിലുള്ളതാകണമെന്ന് ഭാര്യയോടു വിശദീകരിക്കുന്നുണ്ട്. പേരക്കുട്ടിയെ 'മുന്തിയ പഠിപ്പി'നുവേണ്ടി സ്കൂളിൽ അയയ്ക്കണമെന്ന് അയാൾ നിർദ്ദേശിക്കുന്നു. കുട്ടി ഇംഗ്ലീഷ് സംസാരിച്ചുകൊണ്ടുവരുന്നതു കാണാൻ അയാൾക്ക് അടങ്ങാത്ത ആഗ്രഹമുണ്ട്. പരമ്പരാഗത ഓത്തു പള്ളി വിദ്യാഭ്യാസം (മതവിദ്യാഭ്യാസം) പോരെന്നും ആധുനിക മതേതരവിദ്യാഭ്യാസം വേണമെന്നും കരുതുന്ന വിഭാഗത്തിനാണ് ചേക്കുട്ടി മുതലാളി പ്രതിനിധീഭവിക്കുന്നത്.

ഓത്തുപള്ളി വിദ്യാഭ്യാസത്തിനപ്പുറം പോയിട്ടില്ലാത്ത ഉമ്മാച്ചുമ്മ പോലും സ്ത്രീകൾ ആധുനികവിദ്യാഭ്യാസം കരസ്ഥമാക്കുകയും അതു വഴി തൊഴിൽ സമ്പാദിക്കുകയും ചെയ്യുന്നതിനെ പ്രോത്സാഹിപ്പിക്കുന്നുണ്ട്. തൻ്റെ മകൾ ചിന്നമ്മു അധ്യാപക ട്രെയിനിങ്ങിനു പോകുന്നത് ഉൾക്കൊള്ളാൻ ചാപ്പുണ്ണിനായർക്ക് സാധിക്കുന്നില്ല. തൻ്റെ തറവാടിനും അതിൻ്റെ മഹിതാപാരമ്പര്യത്തിനും ചേരാത്ത മ്ലേച്ഛമായ ഏർപ്പാടായാണ് നായർ അതിനെ കാണുന്നത്. 'ഇതേവരെ തലവെട്ടത്തു മൂപ്പിൽനായന്മാരുടെ പെൺമക്കളാരും മിസ്ട്രസ്സുമാരായിട്ടില്ല' എന്ന് അയാൾ ചിന്നമ്മുവിനെ ശാസിക്കുന്നു. ഒടുവിൽ ഉമ്മാച്ചുമ്മയാണ് ചിന്നമ്മുവിന് അനുകൂലമായി പ്രശ്നത്തിൽ ഇടപെടുന്നത്. ചാപ്പുണ്ണിനായരേക്കാൾ വലിയ തറവാടിയായ അധികാരിയുടെ വീട്ടിലെ നാണിക്കുട്ടിയമ്മ ട്രെയിനിങ്ങിനു പോയ കാര്യം എടുത്തുകാട്ടി ചിന്നമ്മുവിനെ അധ്യാപകപരിശീലനത്തിനു വിടാൻ അവർ നായരോടു ശുപാർശ ചെയ്യുന്നു. അങ്ങനെയാണ് ടീച്ചറാ കാനുള്ള ചിന്നമ്മുവിൻ്റെ ആഗ്രഹത്തിന് അവളുടെ 'തറവാടി'യായ അച്ഛൻ വഴങ്ങുന്നത്.

ആധുനിക മതേതര വിദ്യാഭ്യാസത്തോട് ആഭിമുഖ്യം പ്രദർശിപ്പിക്കുന്ന ചേക്കുട്ടി മുതലാളിയെപ്പോലുള്ളവരിൽനിന്നു വ്യത്യസ്തമായി, അത്തരം വിദ്യാഭ്യാസത്തെക്കുറിച്ച് ആലോചിക്കാൻപോലും മനസ്സില്ലാത്തവർകൂടി അടങ്ങിയതാണ് 'ഉമ്മാച്ചു'വിലെ മുസ്ലീംലോകം. പക്ഷേ, അവർപോലും സാമൂഹിക ഇടപഴകലുകളിൽ പുലർത്തുന്നത് മതേതരമായ കാഴ്ചപ്പാടുകളാണ്. രണ്ടോ കൂടുതലോ മതസമുദായങ്ങളിൽപ്പെട്ടവർ ഇടകലർന്നു ജീവിക്കുന്ന ദേശങ്ങളിൽ സ്വാഭാവികമായി വന്നുചേരുന്ന അവസ്ഥാവിശേഷമാണിത്. മധ്യമലബാറിൽ ഹിന്ദുക്കളും മുസ്ലീങ്ങളും വേറെ വേറെ ദേശങ്ങളിലല്ല, ഒരുമിച്ച് ഒരേ ഗ്രാമത്തിൽ ജനിക്കുകയും ജീവിക്കുകയും ചെയ്തുപോന്നു. അവർ തമ്മിലുള്ള ആദാനപ്രദാനങ്ങൾ അവർക്കിടയിൽ മതപരമായ സ്പർദ്ധയും അകൽച്ചയും കുറയ്ക്കുന്നതിൽ സഹായിക്കുന്നു. മറ്റേ വിഭാഗത്തിന്റെ സഹായസഹകരണങ്ങൾ ആവശ്യമായിത്തീരുന്നതിനാലാണിത്. ഉമ്മാച്ചുവിന്റെയും ബീരാന്റെയും കാര്യസ്ഥൻ മാത്രമല്ല, അടുത്ത ബന്ധുകൂടിയായാണ് ചാപ്പുണ്ണിനായർ നിലകൊള്ളുന്നത്. ഉമ്മാച്ചുവിന്റെ മകൻ അബ്ദു ഒരു ഘട്ടത്തിൽ ചാപ്പുണ്ണിനായരോട്, നിങ്ങളെ ഞാൻ എന്റെ ബാപ്പയെപ്പോലെയാണ് കരുതിപ്പോന്നത് എന്നു പറയുന്നുണ്ട്. "അബ്ദുവിനെ ഞാൻ മകനെപ്പോലെയാണ് കണക്കാക്കിയിട്ടുള്ളത്" എന്നു നായരും പ്രതിവചിക്കുന്നു. മതഭിത്തികളെ ഭേദിക്കുന്ന അടുപ്പവും സൗഹൃദവുമാണ് ഇവിടെ വായനക്കാർക്ക് അനുഭവവേദ്യമാകുന്നത്.

കച്ചവടവും കൃഷിയും ഉൾപ്പെടെയുള്ള മേഖലകളിൽ നടക്കുന്ന സാമൂഹിക വേഴ്ചകളിലൂടെയും പാരസ്പര്യങ്ങളിലൂടെയും ഉത്പാദിപ്പിക്കപ്പെടുന്ന ഈ മതാതീതബന്ധം നോവലിൽ വേറെയും കാണാം. വയനാട്ടിൽ കച്ചവടത്തിനു പോയ മായൻ തന്റെ സ്വർണബിസിനസ് നടത്തിക്കൊണ്ടുപോവാൻ ആശ്രയിക്കുന്ന രണ്ടുപേരും ഇസ്ലാംമതത്തിനു പുറത്തുനിൽക്കുന്നവരാണ് - ഒരു തട്ടാനും ഒരു നായരും. മായൻ കൊണ്ടുവരുന്ന സ്വർണം ഉരുക്കി രൂപഭേദം വരുത്തുന്നത് തട്ടാനാണ്. അതിനു കമ്പോളം കണ്ടെത്തുന്നതാകട്ടെ, നായരും. ഈ മൂന്നുപേരുടെയും കൂട്ടുപ്രയത്നം എന്ന നിലയ്ക്കാണ് നിയമവിധേയമല്ലാത്ത ആ സ്വർണ്ണക്കച്ചവടം മുന്നോട്ടുപോകുന്നത്.

രാഷ്ട്രീയത്തിലേക്കു വരുമ്പോഴും ഒരു മതേതരധാര ഉമ്മാച്ചുവിലെ മുസ്ലീംജീവിതത്തിൽ തുടിച്ചുനില്പുണ്ട്. സ്വാതന്ത്ര്യലബ്ധിക്കു മുൻപു നടന്ന തിരഞ്ഞെടുപ്പിൽ അബ്ദുവും അനുജൻ ഹൈദ്രോസും രണ്ടു വിരുദ്ധ ചേരികളിലാണ് നിലയുറപ്പിക്കുന്നത്. ഹൈദ്രോസ് മുസ്ലീം ലീഗിന്റെ സ്ഥാനാർത്ഥിയായി രംഗത്തുവരുന്നു; അബ്ദു കോൺഗ്രസ്സിന്റെയും. ബ്രിട്ടനെ കെട്ടുകെട്ടിക്കുക, ഹിന്ദു-മുസ്ലീം മൈത്രി നിലനിർത്തുക, കൃഷിഭൂമി കൃഷിക്കാരനും നൽകുക എന്നീ മുദ്രാവാക്യങ്ങൾ കോൺഗ്രസ് മുഴക്കിയപ്പോൾ ലീഗിന്റെ പ്രധാന മുദ്രാവാക്യം ഇസ്ലാം

അപകടത്തിലാണെന്നും അതിനെ രക്ഷിക്കാൻ മുസ്ലീങ്ങൾ മുന്നിട്ടിറങ്ങണമെന്നുമായിരുന്നു. മുസ്ലീങ്ങളുടേതു മാത്രമായ പാർട്ടിയും അതിൽനിന്നു പ്രസരിക്കുന്ന വർഗ്ഗീയചിന്തയും ആപത്താണെന്നു മനസ്സിലാക്കുകയും മതത്തെ രാഷ്ട്രീയത്തിലേക്കു കടത്തിവിട്ടുകൂടെന്നു കരുതുകയും ചെയ്ത, 'ദേശീയ മുസ്ലീം' എന്നു വ്യവഹരിക്കപ്പെട്ട വിഭാഗത്തിന്റെ പ്രതിനിധിയായി അബ്ദുവിനെ വിലയിരുത്താം.

തിരഞ്ഞെടുപ്പിൽ ജയിക്കുന്നത് ഹൈദ്രോസും മുസ്ലീം ലീഗുമാണ്. ഇസ്ലാമിനെ അപകടത്തിൽനിന്നു രക്ഷിക്കാൻ ലീഗിനു വോട്ടുചെയ്യണമെന്ന വൈകാരിക മുദ്രാവാക്യത്തിനു ഭൂരിപക്ഷം മുസ്ലീങ്ങളും കീഴടങ്ങി. ആ വിജയം സുനിശ്ചിതമാക്കാൻ പള്ളികളെ ലീഗ് ഉപയോഗപ്പെടുത്തിയതായും നോവലിൽ പരാമർശമുണ്ട്. അതെല്ലാം വസ്തുതകളായിരിക്കെത്തന്നെ സങ്കുചിതമായ മതവികാരത്തിനു പകരം കൂടുതൽ വിശാലമായ മതേതര ദേശീയബോധത്തോടൊപ്പം നിൽക്കുന്നവരും ഉമ്മാച്ചുവിന്റെ നാട്ടിലെ മുസ്ലീങ്ങൾക്കിടയിൽ ഉണ്ടായിരുന്നു. ഗാന്ധിയും നെഹ്റുവും ആസാദും നയിക്കുന്ന കോൺഗ്രസ്സാണ് ശരി എന്നതായിരുന്നു അവരുടെ പക്ഷം.

മതാതീതവും മതേതരവുമായ ഈ പൊതുബോധം രാഷ്ട്രീയത്തിൽ മാത്രമല്ല, പ്രണയത്തിലും പ്രതിഫലിക്കുന്നുണ്ട്. ഉമ്മാച്ചുവിന് ആദ്യ ഭർത്താവ് ബീരാനിൽ ജനിച്ച അബ്ദുവും ചാപ്പുണ്ണിനായരുടെ മകൾ ചിന്നമ്മുവും പ്രണയബദ്ധരാകുന്നതും അവർ ഭാര്യാഭർത്താക്കന്മാരായി ജീവിക്കാൻ തീരുമാനിക്കുന്നതും അന്നത്തെ സാമൂഹിക പരിതോവസ്ഥയിൽ അചിന്ത്യംതന്നെയായിരുന്നു. ഉമ്മാച്ചുവിനോ ചാപ്പുണ്ണി നായർക്കോ അവരുടെ തലമുറകളായിരുന്നു. ഉമ്മാച്ചുവിനോ ചാപ്പുണ്ണി നായർക്കോ അവരുടെ തലമുറകളിൽപ്പെട്ട മറ്റാർക്കുമോ ദഹിക്കുന്നതായിരുന്നില്ല ആ ബന്ധം. പക്ഷേ, ഇരുപതാം ശതകത്തിന്റെ പ്രഥമാർദ്ധത്തിൽ അബ്ദു-ചിന്നമ്മുമാരുടെ അനുരാഗം ദാമ്പത്യജീവിതത്തിലേക്കു വളർന്നു. ഇന്നാണെങ്കിൽ ഒരുപക്ഷേ അതിനെ 'ലവ് ജിഹാദി'ന്റെ കണക്കിൽ ചേർക്കാൻ ആളുകളുണ്ടായെന്നു വരും. പക്ഷേ, അന്ന് ചിന്നമ്മു പ്രസവിച്ച കുഞ്ഞിന്റെ കരച്ചിലിൽ 'മുത്തച്ഛാ' എന്ന വിളിയാണ് ചാപ്പുണ്ണിനായർക്ക് കേൾക്കാനായത്. 'അച്ഛനായിക്കഴിഞ്ഞ ഏതു മനുഷ്യനും പിന്നെ കേൾക്കാൻ ആഗ്രഹിക്കുന്ന ഏറ്റവും മധുരമായ' ആ വിളിയിലൂടെ 'മനുഷ്യനിർമ്മിതമായ പുറംതോടുകൾ' ഉടഞ്ഞുതകരുകയായിരുന്നു. ഉറൂബിന്റെ 'ഉമ്മാച്ചു' എന്ന നോവൽ നിർവഹിക്കുന്ന ദൗത്യവും അന്തിമ വിശകലനത്തിൽ, അതുതന്നെ.

■

മതം മൗലികവാദമാകുമ്പോൾ

മനുഷ്യന്റെ ആത്മീയാന്വേഷണമാണ് മതം എന്നു സമാന്യമായി പറയാം. വ്യത്യസ്ത ദേശങ്ങളിലും ചരിത്രസന്ദർഭങ്ങളിലും ആവിർഭവിച്ച മതങ്ങൾ ലോകത്തുണ്ട്. കാലദേശങ്ങളുടെ വ്യത്യസ്തത കാരണം ഓരോ മതത്തിന്റേയും ആത്മീയാന്വേഷണരീതിയും വ്യത്യസ്തമാണ്. മതങ്ങളുടെ ഭാഗമായി ഉയർന്നുവന്ന ആചാരാനുഷ്ഠാനങ്ങളിലുമുണ്ട് പ്രകടമായ വ്യത്യാസം. ഈ വ്യത്യസ്തതയാണ് ഓരോ മതത്തിനും അതിന്റേതായ സ്വത്വം പ്രദാനം ചെയ്യുന്നത്. മതങ്ങളുടെ വ്യത്യസ്തത സ്വയം ഒരു പ്രശ്നമല്ല. കാരണം, പൊതുവിൽ എല്ലാ മതങ്ങളും അവയുടെ ലക്ഷ്യമായി കാണുന്നത് മനുഷ്യന്റെ മോക്ഷമാണ്. ഒരേ ലക്ഷ്യത്തിലേക്കുള്ള ഭിന്ന മാർഗങ്ങളാണ് മതങ്ങൾ എന്നർത്ഥം.

ഏക ലക്ഷ്യത്തിലേക്കുള്ള ഭിന്നസരണികളാണ് മതങ്ങൾ എന്ന വീക്ഷണം എല്ലാ മതങ്ങളുടെയും അനുയായികൾ സ്വീകരിക്കുകയാണെങ്കിൽ മതങ്ങൾ തമ്മിൽ സ്പർദ്ധയുണ്ടാകേണ്ട കാര്യമില്ല. എന്നാൽ ചരിത്രത്തിന്റെ വിവിധ ഘട്ടങ്ങളിൽ നാം കാണുന്നത് മതപരമായ സ്പർദ്ധകളും കലഹങ്ങളുമാണ്. അപരമതങ്ങളെ അംഗീകരിക്കാൻ ഓരോ മതവും വിസമ്മതിച്ചതിൽനിന്നാണ് ഈ കലഹങ്ങളുണ്ടായത്. ഓരോ മതത്തിന്റേയും വക്താക്കൾ തങ്ങളുടെ മാത്രം മതമാണ് ശരിയും ശ്രേഷ്ഠവുമെന്നു കരുതുകയും മറ്റു മതങ്ങൾ അധമങ്ങളാണെന്ന ധാരണ പുലർത്തുകയും ചെയ്തു. സ്വമതാഭിപ്രായഭ്രാന്ത് എന്നോ മതാന്ധത എന്നോ ഇതിനെ വ്യവഹരിക്കാവുന്നതാണ്. ഈ മതാന്ധതയാണ് ഇന്ത്യയിൽ ബ്രാഹ്മണമതം ബൗദ്ധ-ജൈനമതങ്ങളോട് ഏറ്റുമുട്ടിയതിന് പിന്നിൽ പ്രവർത്തിച്ചത്. ഇന്ത്യയ്ക്ക് വെളിയിൽ ക്രിസ്തുമതവും ഇസ്ലാമും തമ്മിൽ പോരടിച്ചതിന്റെ ഒരു പ്രധാന കാരണവും മതാന്ധത തന്നെയാണ്.

ഇരുട്ടിലെ വെളിച്ചമായാണ് മതങ്ങൾ പ്രത്യക്ഷപ്പെട്ടതെന്ന് പറയാറുണ്ട്. ഒരു വിലയ പരിധിവരെ അത് ശരിയാണ്. പല മതങ്ങളും നിലവിലുള്ള അനീതികളെ ചോദ്യം ചെയ്തുകൊണ്ട് രംഗത്ത് വന്നവയത്രെ. എന്നിട്ടും പിൽക്കാലങ്ങളിൽ എന്തുകൊണ്ട് അവ പ്രകാശത്തിന് പകരം അന്ധകാരം പടർത്തി? കാലദേശങ്ങളിൽ വന്ന മാറ്റങ്ങൾക്കനുസരിച്ച്

സ്വയം നവീകരിക്കാൻ മതങ്ങൾക്ക് കഴിഞ്ഞില്ല എന്നതാണ് പ്രധാനപ്പെട്ട ഒരു കാരണം. മതങ്ങൾ സംഘടിതമായിത്തീർന്നത് നവീകരണ ശ്രമങ്ങൾക്ക് വിഘാതമായി ഭവിക്കുകയും ചെയ്തു. അനുയായികളെ തങ്ങളുണ്ടാക്കിവെച്ച കള്ളികളിൽ കർശനമായി ഒതുക്കാനാണ് ഓരോ മതനേതൃത്വവും ശ്രമിച്ചത്. മാറി ചിന്തിച്ചവരെയും കള്ളികളിൽ ഒതുങ്ങാൻ കൂട്ടാക്കാത്തവരെയും മതദ്രോഹികൾ എന്നോ അവിശ്വാസികൾ എന്നോ ആരോപിച്ച് ക്രൂരമായി പീഡിപ്പിക്കുകയോ വധിക്കുകയോ ചെയ്യുന്ന സംവിധാനവും നിലവിൽ വന്നു.

വെളിച്ചമായിവന്ന മതം ഇരുട്ടായിമാറിയതിനു പിന്നിൽ മറ്റൊരു കാരണം കൂടിയുണ്ട്. ആത്മീയാന്വേഷണം എന്ന നിലവിട്ട് മതം രാഷ്ട്രീയവുമായി അവിശുദ്ധ ബന്ധത്തിലേർപ്പെട്ടു. ഈശ്വരസാമീപ്യം എന്നതിലേറെ അധികാരസാമീപ്യമായി മതങ്ങളുടെ ലക്ഷ്യം. മതവും രാഷ്ട്രീയവുമായി കൂടിച്ചേർന്നപ്പോൾ പിറവിയെടുത്തത് മതവിഭാഗങ്ങൾ തമ്മിലുള്ള കടുത്ത പകയും അധികാരത്തിനുവേണ്ടിയുള്ള രക്തച്ചൊരിച്ചിലുകളുമാണ്. ശാന്തിമന്ത്രം വിട്ട് മതങ്ങൾ യുദ്ധമന്ത്രം ഉരുവിടുന്ന ആസുരാവസ്ഥ സംജാതമായി. ഈ ദുഃസ്ഥിതിയാണ്, സീസർക്കുള്ളത് സീസർക്കും ദൈവത്തിനുള്ളത് ദൈവത്തിനും നൽകുക എന്നുപദേശിക്കാൻ ക്രിസ്തുവിനെ നിർബന്ധിച്ചത്. ഭരണകൂടത്തിന് ഔദ്യോഗികമതം ആവശ്യമില്ല എന്നുതന്നെയാണ് ക്രിസ്തു പറഞ്ഞതിന്റെ സാരം. പക്ഷേ, ഈ തത്ത്വം മധ്യകാലഘട്ടത്തിൽ പൂർണാർത്ഥത്തിൽ ഒരിടത്തും അംഗീകരിക്കപ്പെട്ടില്ല. രാഷ്ട്രീയാധികാരത്തെ മതവുമായി ബന്ധപ്പെടുത്തി, ഔദ്യോഗികമതത്തിന് പുറത്തുള്ളവരെ രണ്ടാംകിടക്കാരോ ശത്രുക്കളോ ആയിക്കാണുന്ന രീതി തുടർന്നുപോന്നു.

മതത്തിന് രാഷ്ട്രീയത്തിന്റെയും ഭരണകൂടത്തിന്റെയും മേലുള്ള സ്വാധീനം കുറയാൻ തുടങ്ങിയത് ഇംഗ്ലീഷിൽ Age of Enlightement എന്നു പറയുന്ന പ്രബോധനയുഗത്തിന്റെ ആവിർഭാവത്തിന് ശേഷമാണ്. പത്തൊമ്പതാം നൂറ്റാണ്ടിൽ യൂറോപ്പിലെ ചില ചിന്തകരാണ് സാമ്പ്രദായിക മതത്തിനെതിരെ ശാസ്ത്രത്തെയും യുക്തിവിചാരത്തെയും പ്രോത്സാഹിപ്പിച്ചത്. പതിനെട്ട് പത്തൊമ്പത് നൂറ്റാണ്ടുകളിൽ ശാസ്ത്രരംഗത്തുണ്ടായ വൻകുതിപ്പുകൾ മതങ്ങൾ അതുവരെ മുന്നോട്ടുവെച്ച പല ധാരണകളെയും തിരുത്താൻ പര്യാപ്തമായിരുന്നു. മതത്തിന്റെ സാമൂഹിക-രാഷ്ട്രീയ സ്വാധാനം കുറയ്ക്കാൻ ഇതിടയാക്കി. രാഷ്ട്രീയവും മതവും വേറിട്ടു നിൽക്കണമെന്ന ബോധം യൂറോപ്പിൽ എന്നപോലെ ലോകത്തിന്റെ മറ്റു ഭാഗങ്ങളിലും വേരുറയ്ക്കാൻ തുടങ്ങി. ശാസ്ത്രത്തിന്റെയും യുക്തിചിന്തയുടെയും വികാസത്തോടെ ഒരു പുതിയ സംസ്കാരത്തിലേക്ക് ലോകം വളരുകയായിരുന്നു. മതനിരപേക്ഷ ജനാധിപത്യ സംസ്കാരം എന്ന പേരിൽ അതറിയപ്പെട്ടു. മതം ജനങ്ങളുടെ വ്യക്തിപരമായ വിശ്വാസങ്ങളിലൊതുങ്ങണമെന്നും ഭരണകൂടത്തിന് മതമുണ്ടായിക്കൂടെന്നും പൗരത്വം മതാതീതമായിരിക്കണമെന്നുമുള്ളതാണ്

മതനിരപേക്ഷ സംസ്കാരത്തിന്റെ കാതൽ. മതവിശ്വാസങ്ങളുടെ പേരിൽ മനുഷ്യരെ വേർതിരിക്കുന്ന രാഷ്ട്രീയ സംസ്കാരത്തിനേറ്റ കനത്ത തിരിച്ചടിയായിരുന്നു മതനിരപേക്ഷ സംസ്കാരത്തിന്റെ ആവിർഭാവവും മുന്നേറ്റവും.

മതനിരപേക്ഷ ജനാധിപത്യ സംസ്കാരം വളരാനും പടരാനും തുടങ്ങിയപ്പോൾ അതിനെ ചെറുക്കുന്ന ഒരു വിഭാഗം മതങ്ങൾക്കുള്ളിൽ വളർന്നുവന്നു. ആ വിഭാഗത്തിന്റെ വിചാരങ്ങൾക്ക് മൂർത്തരൂപം കൈ വന്നത് ഇരുപതാം നൂറ്റാണ്ടിന്റെ ആദ്യത്തിൽ അമേരിക്കയിലെ പ്രൊട്ട സ്റ്റന്റ് ക്രിസ്ത്യാനികൾക്കിടയിലാണ്. മതത്തെ രാഷ്ട്രീയത്തിൽനിന്ന് മാറ്റിനിർത്തുന്ന മതനിരപേക്ഷ സംസ്കാരത്തിനെതിരെ, മതത്തിന്റെ മൂല തത്ത്വങ്ങൾ ഉയർത്തിപ്പിടിക്കുക എന്ന മുദ്രാവാക്യവുമായി പ്രൊട്ടസ്റ്റന്റു കാരിൽ ഒരു വിഭാഗം രംഗത്തെത്തി. അവരാണ് ആദ്യമായി ഫണ്ടമെന്റ ലിസ്റ്റുകൾ (മതമൗലിക വാദികൾ) എന്നറിയപ്പെട്ടത്. എല്ലാ പ്രമുഖ മതങ്ങൾക്കുള്ളിലും പിൽക്കാലത്ത് മതമൗലികവാദികൾ ഉയർന്നുവന്നു. മതനിരപേക്ഷ രാഷ്ട്രീയസംസ്കാരം തകർത്ത്, താന്താങ്ങളുടെ കാഴ്ച പ്പാടിലൂടെ മതരാഷ്ട്രീയം തിരിച്ചുകൊണ്ടുവന്ന് അധികാരം കൈവശ പ്പെടുത്തുക എന്നതാണ് ഓരോ മതത്തിനകത്തുമുള്ള മൗലികവാദി കളുടെ ആത്യന്തിക ലക്ഷ്യം. ഹിന്ദു രാഷ്ട്രം, ഇസ്ലാമിക രാഷ്ട്രം, ജൂത രാഷ്ട്രം തുടങ്ങിയ പരികല്പനകളിൽ നിന്നുതന്നെ മൗലിക വാദികളുടെ, രാഷ്ട്രീയവീക്ഷണം വ്യക്തമാകുന്നുണ്ട്.

മനുഷ്യൻ അവന്റെ സാമൂഹിക-രാഷ്ട്രീയ വികാസത്തിനിടയിൽ ആർജ്ജിച്ച ഒരുയർന്ന ഘട്ടമാണ് മതനിരപേക്ഷത. അതിൽനിന്ന് ജന ങ്ങളെയും അവരുടെ സാമൂഹിക ജീവിതത്തെയും മതത്തിന്റെ പേരിൽ വിഭജിക്കുന്ന അമാനവികമായ അവസ്ഥയിലേക്ക് തിരിച്ചുപോകാനാണ് ഫണ്ടമെന്റലിസ്റ്റുകൾ ശ്രമിക്കുന്നത്. അതിന്റെ ഭാഗമായി അവർ മത ത്തിന്റെ ആദിമവിശുദ്ധി, സംസ്കാര വിശുദ്ധി തുടങ്ങിയ സങ്കല്പങ്ങൾ മുന്നോട്ട് വെക്കുകയും മതാനുയായികളെ തെറ്റിദ്ധരിപ്പിക്കാൻ ശ്രമിക്കയും ചെയ്യുന്നു. സ്വമതഗർവും മതദുരഭിമാനവും അവർ അനുയായികളിൽ വളർത്തിയെടുക്കുന്നു. താൻ വിശ്വസിക്കുന്ന മതത്തിന്റെ അധികാരം ഭൂമി യിൽ സ്ഥാപിക്കാൻ മറ്റു മതസ്ഥരുമായി യുദ്ധത്തിലേർപ്പെടുന്നത് പുണ്യ കർമ്മമാണെന്ന വിശ്വാസം പോലും അവർ അനുയായികളിൽ നട്ടു വളർത്തുന്നു. മതത്തിനുവേണ്ടി മറ്റു മതസ്ഥരെയും അവരുടെ സാംസ്കാ രിക മുദ്രകളെയും ഉന്മൂലനം ചെയ്യുന്ന പ്രവണത ഇന്ത്യയും പാക്കി സ്ഥാനും അഫ്ഗാനിസ്ഥാനും ബംഗ്ലാദേശുമുൾപ്പെടെയുള്ള പലയിട ങ്ങളിലും അരങ്ങു തകർക്കുന്നത് ഇത്തരം ദുർവിശ്വാസങ്ങളുടെ ഫല മായാണ്.

മതമൗലികവാദികൾ ഉന്നയിക്കുന്ന മതത്തിന്റെ ആദിമവിശുദ്ധി എന്നീ സങ്കല്പങ്ങൾക്ക് യാഥാർത്ഥ്യവുമായി എത്രത്തോളം ബന്ധമുണ്ട്?

ലോകത്തിൽ ഒരു മതവും അത് ആവിർഭവിച്ച അതേ രൂപഭാവത്തിൽ ഇന്ന് നിലനിൽക്കുന്നില്ല. കൃഷ്ണന്റെ കാലത്തുണ്ടായിരുന്ന ഹിന്ദു മതമോ, ക്രിസ്തുവിന്റെ കാലത്തുണ്ടായിരുന്ന ക്രിസ്തുമതമോ മുഹമ്മദിന്റെ കാലത്തുണ്ടായിരുന്ന ഇസ്ലാം മതമോ ഇന്നില്ല. ഇന്നുള്ളത് കാലദേശങ്ങളിലൂടെ കടന്നുപോയപ്പോൾ ചരിത്രം നൽകിയ നവമുദ്രകളും ഭാവങ്ങളും ഏറ്റുവാങ്ങിയ മതങ്ങളാണ്. രൂപപരമായോ താത്വികമായോ ആദിമവിശുദ്ധിയോടെ ഒരു മതത്തിനും നിലനിൽക്കാനാവില്ല. ജീവജാലങ്ങളെപ്പോലെ മനുഷ്യനുമായി ബന്ധപ്പെട്ട ആശയങ്ങളും (മതങ്ങളും) പരിണമിക്കുക എന്നത് ചരിത്രപരമായ അനിവാര്യത യാകുന്നു.

ഫണ്ടമെന്റലിസ്റ്റുകൾ ഉദ്ഘോഷിക്കുന്ന സാംസ്കാരിക വിശുദ്ധിയും ചരിത്രവിരുദ്ധമാണ്. കാലപ്രവാഹത്തിൽ മതങ്ങൾ പരസ്പരം ഇടപഴ കുകയും കൂടിക്കലരുകയും ചെയ്തിട്ടുണ്ട്. കലർപ്പില്ലാത്ത ഹിന്ദു സംസ്കാരമോ ക്രൈസ്തവ സംസ്കാരമോ ഉണ്ടെന്നത് ഒരു മിഥ്യാ സങ്കല്പം മാത്രമാണ്. ഓരോ മതസമുദാത്തിനും ഏകശിലാരൂപമായ സംസ്കാരമുണ്ടെന്ന മൗലികവാദികളുടെ ധാരണയും തെറ്റാകുന്നു. ഒരു സമുദായം എന്ന നിലയ്ക്ക് ഹിന്ദുക്കളോ മുസ്ലീങ്ങളോ ക്രൈസ്തവരോ ഒന്നും ഒരേ സാംസ്കാരിക സവിശേഷതകൾ പങ്കുവെക്കുന്നില്ല. ഒരു മതസമുദായത്തിനകത്ത് തന്നെ ഭാഷാപരമായും വംശീയമായും പ്രദേശ പരമായും വിശ്വാസപരമായിത്തന്നെയും വ്യത്യസ്തതകൾ പുലർത്തുന്ന ഒട്ടേറെ വിഭാഗങ്ങളുണ്ട്. മനുഷ്യന്റെ സംസ്കാരത്തെ നിർണയിക്കുന്നതും രൂപപ്പെടുത്തുന്നതും മതം മാത്രമാണെന്ന മൗലികവാദികളുടെ കാഴ്ച പ്പാട് യഥാർത്ഥ്യ നിഷ്ഠമല്ല എന്നു ചുരുക്കം.

മതനിരപേക്ഷ ജനാധിപത്യ സംസ്കാരം ഉൾക്കൊള്ളാൻ കഴിയാത്ത മൗലികവാദികൾ വിവിധ മത-സാംസ്കാരിക വിഭാഗങ്ങൾ തമ്മിൽ കാലാ ന്തരത്തിൽ രൂപപ്പെടുന്ന മത-സംസ്കാര സമന്വയത്തെ പ്രതിരോധിക്കാൻ വേണ്ടിയാണ് മതവിശുദ്ധി സംസ്കാരവിശുദ്ധി എന്നീ പരികല്പനകൾ മുന്നോട്ട് വെയ്ക്കുന്നത്. ജനങ്ങളെ മതവിശ്വാസത്തിന്റെയും മതാത്മക സംസ്കാരത്തിന്റെയും പേരിൽ ഭിന്നിപ്പിക്കുന്ന ഒരു പ്രത്യേക മനക്കൂട്ട് അവർ നിർമ്മിക്കുന്നു. പകയും വിദ്വേഷവും യുദ്ധവെറിയുമാണ് ഈ മനക്കൂടിന്റെ ഉല്പന്നങ്ങൾ. മറ്റുവിധത്തിൽ പറഞ്ഞാൽ, സ്നേഹത്തിനും കരുണയ്ക്കും ശാന്തിക്കുംവേണ്ടി ജന്മമെടുത്ത മതങ്ങളെ വെറുപ്പിന്റെയും അസഹിഷ്ണുതയുടെയും ഹിംസയുടെയും പ്രത്യയശാസ്ത്രമായി മാറ്റു കയാണ് മൗലികവാദം ചെയ്യുന്നത്. ∎

അസഹിഷ്ണുത
രാഷ്ട്രീയത്തിലും മതത്തിലും

വിജ്ഞാനവിനയം നന്മയാണ്; വിജ്ഞാനഗർവ്വ് തിന്മയും. ദർശനത്തിന്റെ കാര്യത്തിലായാലും പ്രത്യയശാസ്ത്രത്തിന്റെ കാര്യത്തിലായാലും മതത്തിന്റെ കാര്യത്തിലായാലും വിനയത്തിന്റെ സ്ഥാനത്ത് ഗർവ് കടന്നുവരുമ്പോൾ അത് ആപത്തിലേക്ക് നയിക്കും. ഏതെങ്കിലും ദർശനത്തിന്റെയോ മതത്തിന്റെയോ പാർട്ടിയുടെയോ അനുയായികൾക്ക് തങ്ങളാണ് ശരി എന്ന നിലപാട് തീർച്ചയായും സ്വീകരിക്കാം. പക്ഷേ തങ്ങൾ മാത്രമാണ് ശരി എന്ന നിലപാട് ഗർവിന്റെയെന്നപോലെ വിവരമില്ലായ്മയുടെ കൂടി ലക്ഷണമാണ്.

പഴയകാലംതൊട്ടേ നിലനിൽക്കുന്നതാണ് വിജ്ഞാനഗർവ്വ്. മിക്ക മതങ്ങളുടെയും ചരിത്രം അത് സാക്ഷ്യപ്പെടുത്തുന്നുണ്ട്. തങ്ങൾ മാത്രമാണ് ശരി എന്ന സമീപനമാണ് പ്രമുഖ മതങ്ങളുടെയെല്ലാം ആചാര്യന്മാരും അനുചരന്മാരും സ്വീകരിച്ചുപോന്നത്. അപരമതങ്ങൾകൂടി ശരിയാവാം എന്ന വിനയം പ്രകടിപ്പിച്ചവർ അത്യപൂർവ്വമാണ്. ഈ വിനയത്തിന്റെ അഭാവമാണ് വ്യത്യസ്ത മതങ്ങൾ (മതവിഭാഗങ്ങൾ) തമ്മിലുള്ള കലഹങ്ങൾ ഉത്പാദിപ്പിച്ചത്. വിനയം സഹിഷ്ണുത ജനിപ്പിക്കും; വിനയരാഹിത്യം അഹങ്കാരവും.

മതങ്ങളിൽനിന്ന് മതേതരദർശനങ്ങളിലേക്ക് നോക്കിയാലും സ്ഥിതി ഇതുതന്നെ. ഒരേയൊരു മതേതരചിന്താപദ്ധതി മാത്രമാണ് ഉത്തമവും ശരിയുമെന്ന ഏതെങ്കിലും മതേതര പദ്ധതിക്കാർ വിചാരിക്കാൻ പോയാൽ അവിടെയും കിളിർക്കുന്നത് ദാർശനികമായ അസഹിഷ്ണുതയും അഹന്തയും വിദ്വേഷവുമായിരിക്കും. മതപരമായ അസഹിഷ്ണുത എത്രത്തോളം അമാനവികവും അപകടകരവുമാണോ അത്രത്തോളം അമാനവികവും അപകടകരവുമത്രേ മതേതരമായ അസഹിഷ്ണുതയും.

തങ്ങൾ മാത്രമല്ല ശരി എന്ന വിനയം അന്താരാഷ്ട്രതലത്തിലോ അഖിലേന്ത്യാതലത്തിലോ അഖിലകേരള തലത്തിലോ അത്ര ശക്തമായി നിലനിൽക്കുന്നില്ല. കേരളത്തിൽ വർഷങ്ങൾ പലതായി കണ്ടുവരുന്ന വധ

രാഷ്ട്രീയത്തിനു പിന്നിൽ പ്രവർത്തിക്കുന്ന പ്രമുഖ ഘടകം ഈ വിനയമില്ലായ്മയാണ്. അംഗബലവും ആൾക്കൂട്ടബലവും അർത്ഥബലവും കൂടുതലുള്ള രാഷ്ട്രീയപാർട്ടികൾ തങ്ങളുടെ നിലപാടുകൾ എല്ലാവരും അംഗീകരിച്ചുകൊള്ളണമെന്നു വാശിപിടിക്കുന്നു. സത്യത്തിന്റെയും ശരിയുടെയും കുത്തക തങ്ങൾക്കാണെന്ന ദുർവിചാരത്തിന്റെ അടിമകളാണവർ.

ഈ ദുർവിചാരത്തിന്റെ സ്വാധീനത്തിൽ അകപ്പെടാൻ പാടില്ലാത്ത ദർശനം പിന്തുടരുന്നു എന്നവകാശപ്പെടുന്നവർപോലും അതിന്റെ സ്വാധീനത്തിൽ ഗാഢമായി അമർന്നുപോകുന്നു എന്നത് വസ്തുതയാണ്. മാർക്സിസമത്രേ ഇവിടെ ഉദ്ദേശിക്കുന്ന ദർശനം. നാനാവിധ ചൂഷണങ്ങളിൽനിന്ന് മനുഷ്യനെ വിമോചിപ്പിക്കുക എന്ന ദൗത്യം മുന്നോട്ടുവെച്ച ദർശനത്തിന്റെ ഉപജ്ഞാതാക്കൾ തങ്ങൾ പറയുന്നതു മാത്രമാണ് ശരി എന്ന് എവിടെയും എഴുതിവെച്ചിട്ടില്ല. മറ്റേതൊരു സാമൂഹിക ശാസ്ത്രജ്ഞരേയും പോലെ 'നിലവിലുള്ള സാഹചര്യങ്ങളിൽ' എന്ന ഉപാധി വെച്ചാണ് മാർക്സും എംഗൽസും തങ്ങളുടെ നിരീക്ഷണങ്ങൾ അവതരിപ്പിച്ചത്. തങ്ങളുടെ നിഗമനങ്ങളോ നിരീക്ഷണങ്ങളോ സർവസാഹചര്യങ്ങൾക്കും ബാധകമാണെന്ന് അവർ ഒരിടത്തും സൂചിപ്പിച്ചിട്ടില്ല. പരമമായ ശരിയെക്കുറിച്ചല്ല, മാറ്റം എന്ന മാറ്റമില്ലാത്ത തത്ത്വത്തെക്കുറിച്ചും സാമൂഹികസാഹചര്യങ്ങളിൽ സംഭവിക്കുന്ന മാറ്റങ്ങൾക്കനുസരിച്ച് നിരീക്ഷണങ്ങളിൽ വരാവുന്ന പരിവർത്തനങ്ങളെക്കുറിച്ചുമാണ് അവർ സംസാരിച്ചത്.

ആ പ്രതിഭാശാലികളുടെ പേരിൽ പാർട്ടിയുണ്ടാക്കുകയും സംഘടനാതത്ത്വങ്ങൾ ആവിഷ്കരിക്കുകയും ചെയ്തവർ പരമമായ ശരി എന്ന തത്ത്വത്തിന്റെ വക്താക്കളും പ്രയോക്താക്കളുമായി മാറി. സോവിയറ്റ് യൂണിയനിലും പൂർവയൂറോപ്യൻ രാഷ്ട്രങ്ങളിലും ശത്രുസംഹാരവും ഒടുവിൽ കമ്യൂണിസ്റ്റ് ഭരണകൂടങ്ങളുടെ തകർച്ചയുണ്ടായതിന്റെ മുഖ്യഹേതുക്കളിലൊന്ന് ഈ തലതിരിഞ്ഞ തത്ത്വമായിരുന്നു. കമ്യൂണിസ്റ്റ് പാർട്ടി ഭരിക്കുന്ന ചൈനയിലും ആ തത്ത്വം ഏറെ കുഴപ്പങ്ങൾക്ക് വഴിവെച്ചിട്ടുണ്ട്. എൺപതുകളുടെ അവസാനത്തിൽ ജനാധിപത്യം എന്ന ആവശ്യമുന്നയിച്ച് ടിയാനൻമെൻ ചത്വരത്തിൽ തടിച്ചുകൂടിയ ആയിരക്കണക്കിന് യുവതീയുവാക്കൾ നിഷ്കരുണം വധിക്കപ്പെട്ടു. തങ്ങൾ പറയുന്നതാണ് ജനാധിപത്യമെന്നും അതിലപ്പുറം അരവാക്ക് പറയാൻ തങ്ങൾ ആരെയും അനുവദിക്കുകയില്ലെന്നും ബഹുസ്വരതയ്ക്കോ വീക്ഷണവൈവിധ്യത്തിനോ ചൈനയിൽ സ്ഥാനമില്ലെന്നും കൂട്ടക്കശാപ്പിലൂടെ ജനങ്ങളെ ബോധ്യപ്പെടുത്തുകയായിരുന്നു കമ്യൂണിസ്റ്റ് ഭരണാധികാരികൾ.

നമ്മുടെ നാട്ടിൽ ഔദ്യോഗിക മാർക്സിസ്റ്റുകാർ ബഹുസ്വരതയെക്കുറിച്ച് ഏറെ വാചാലരാണിപ്പോൾ. ജനാധിപത്യത്തിന്റെ അവിഭക്ത

ഭാഗമാണ് ബഹുസ്വരത. വ്യത്യസ്തം മാത്രമല്ല പരസ്പരം ഏറ്റുമുട്ടുക കൂടി ചെയ്യുന്ന ആശയങ്ങൾക്കും ചിന്തകൾക്കും പ്രയോഗരീതികൾക്കും ഇടംലഭിക്കുന്ന സ്ഥിതിവിശേഷത്തിന്റെ പേരാണ് ബഹുസ്വരത. ആ മൂല്യം നിലനിൽക്കണമെങ്കിൽ സഹിഷ്ണുതയും സഹവർത്തിത്വമനോഭാവവും അനുപേക്ഷണീയമാണ്. ബഹുസ്വരതയെക്കുറിച്ച് പ്രസംഗിക്കുകയും പ്രബന്ധങ്ങൾ രചിക്കുകയും ചെയ്യുന്നവരിൽ എത്രപേർ അപര ആശയങ്ങളോട് സഹിഷ്ണുതാപരമായ നിലപാട് സ്വീകരിച്ചിട്ടുണ്ട്? ആത്മപരിശോധന ആവശ്യമായ മേഖലയാണത്.

പാർട്ടിയുടെ രാഷ്ട്രീയനിലപാടുകളിൽ വിയോജിപ്പ് രേഖപ്പെടുത്തി പുറത്തുപോയവരോടും ബദൽ പാർട്ടി രൂപവൽക്കരിച്ചവരോടും സഹിഷ്ണുതയല്ല, ശത്രുതാമനോഭാവം സ്വീകരിക്കപ്പെടുന്നതിന്റെ ഉദാഹരണങ്ങൾ സംസ്ഥാനത്തുണ്ട്. ടി.പി. ചന്ദ്രശേഖരൻ വധം ആ നീചമനോഭാവത്തിന്റെ യുക്തിസഹമായ പരിണാമമായിരുന്നു. വീക്ഷണബഹുത്വം അംഗീകരിക്കാനുള്ള വിശാലമനസ്സ് ഇല്ലാതാകുമ്പോഴാണ് അപരവീക്ഷണം പ്രകടിപ്പിക്കുന്നവരെ ഉന്മൂലനം ചെയ്യുന്നിടത്തേക്ക് കാര്യങ്ങളെത്തുന്നത്.

രാഷ്ട്രീയപ്പാർട്ടികളെന്നപോലെ മതസംഘടനകളും ഇതേ മനോഭാവവും പ്രവർത്തനശൈലിയും പഴയകാലത്ത് മാത്രമല്ല, പുതിയ കാലത്തും അനുവർത്തിക്കുന്നുണ്ട്. മതം മാറിയവനെ വധിക്കണമെന്ന പ്രാകൃത ചിന്താഗതി വെച്ചുപുലർത്തുന്ന മതപ്രസ്ഥാനങ്ങൾപോലും രാജ്യത്തുണ്ട്. മതമോ ആശയമോ രാഷ്ട്രീയമോ മാറാൻ പൗരന്മാർക്ക് അവകാശമുള്ള അവസ്ഥ കൂടിയാണ് ജനാധിപത്യം. അതില്ലാതിരിക്കുക എന്നതിനർത്ഥം അഭിപ്രായസ്വാതന്ത്ര്യമില്ലാതിരിക്കുക എന്നാണ്.

സമ്പൂർണാർത്ഥത്തിൽ അഭിപ്രായസ്വാതന്ത്ര്യം വാഴുന്നിടത്തേ ബഹുസ്വരത എന്ന മൂല്യം നിലനിൽക്കൂ. വിവിധ മതങ്ങളുടെയോ വ്യത്യസ്ത സംസ്കാരങ്ങളുടെയോ നിലനില്പ് ഉറപ്പുവരുത്തൽ മാത്രമാണ് ബഹുസ്വരത എന്നു കരുതുന്നവരുണ്ട്. അത് ശരിയല്ല. ബഹുസ്വരത രണ്ടുണ്ട്– സ്ഥൂല ബഹുസ്വരതയും സൂക്ഷ്മബഹുസ്വരതയും. ഒരു രാഷ്ട്രത്തിലോ സമൂഹത്തിലോ വിവിധ സംസ്കാരങ്ങൾക്കും രാഷ്ട്രീയസംഘടനകൾക്കും അഭിരുചികൾക്കും തുല്യതാബോധത്തോടെ പ്രവർത്തനനിരതമാകാൻ സ്വാതന്ത്ര്യമുണ്ടാകുമ്പോൾ ആ രാഷ്ട്രത്തിൽ (സമൂഹത്തിൽ) സ്ഥൂല ബഹുസ്വരത നിലനിൽക്കുന്നു എന്നു പറയാം. ഒരേ മതത്തിനകത്തോ സംസ്കാരത്തിനകത്തോ രാഷ്ട്രീയ പ്രസ്ഥാനത്തിനകത്തോ ഭിന്നസ്വരങ്ങൾ ഉയർത്താനുള്ള സ്വാതന്ത്ര്യമാണ് സൂക്ഷ്മബഹുസ്വരത. രാഷ്ട്രത്തിലും സമൂഹത്തിലും ഏകസ്വരത (ഏകവീക്ഷണ ആധിപത്യം) പാടില്ലാത്തതുപോലെ മതത്തിലും രാഷ്ട്രീയത്തിലും സംസ്കാരത്തിലും ഏകസ്വരത പാടില്ല. കാരണം ഏകസ്വരതയെന്നത് ജനാധിപത്യത്തിന്റെ നിഷേധമാണ്.

മതത്തിലെ ഏകസ്വരതാവക്താക്കളാണ് 1993ൽ ചേകന്നൂർ മൗലവിയെയും 2017ൽ എച്ച്.ഫാറൂഖിനേയും ഉൻമൂലനം ചെയ്തത്. നരേന്ദ്ര ദബോൽകറേയും എം.എം. കൽബുർഗിയേയും ഗോവിന്ദ് പിൻസാരെയേയും ഉന്മൂലനം ചെയ്തതും മതത്തിനകത്തെ ഏകസ്വരതയുടെ കാവൽഭടന്മാർ തന്നെ. സി.പി.എം. വിട്ട് ആർ.എം.പിക്ക് രൂപം നൽകിയ നേതാവിന്റെ അരുംകൊലയിലേക്ക് നയിച്ചത് പാർട്ടിയിലെ ഏകസ്വരതാശാഠ്യമാണ്. മറ്റുവിധത്തിൽ പറഞ്ഞാൽ, സൂക്ഷ്മബഹുസ്വരത എന്ന ആശയം ഉൾക്കൊള്ളാത്തവരും ആ മൂല്യം അംഗീകരിക്കാത്തവരുമാണ് ചേകന്നൂരിനേയും ദബോൽകറേയും ചന്ദ്രശേഖരനേയുമൊക്കെ നിശ്ശബ്ദമാക്കിയത്.

ഇത് പറയുമ്പോൾ മറുപക്ഷത്ത് നിൽക്കുന്നവർ ഉൾപ്പാർട്ടി ജനാധിപത്യം (inner party democracy) എന്ന ആശയത്തിന്റെ കൊടിയുയർത്തി രംഗത്ത് വരുമെന്നുറപ്പ്. ബഹുസ്വരതയെ ഏകസ്വരതയിലേക്ക് വെട്ടിച്ചുരുക്കുന്ന ഏർപ്പാടാണ് വാസ്തവത്തിൽ ഉൾപ്പാർട്ടി ജനാധിപത്യം. ഭൂരിപക്ഷത്തിന്റെ സ്വരത്തോട് വിയോജിക്കുന്നവർക്ക് തങ്ങളുടെ വിയോജിപ്പുകൾ വിഴുങ്ങി പാർട്ടിയിൽ തുടരാം. അതിനവർ തയ്യാറായില്ലെങ്കിലോ? അങ്ങനെ വരുമ്പോൾ അവർ കുലംകുത്തികളും വർഗശത്രുക്കളുമെല്ലാമായി ചാപ്പ കുത്തപ്പെടുകയും വേട്ടയാടപ്പെടുകയും ചെയ്യും.

ജനാധിപത്യത്തിനു തെല്ലും വില കല്പിക്കാത്ത പാർട്ടികളേക്കാൾ എന്തുകൊണ്ടും ഭേദമാണ് ഉൾപ്പാർട്ടി ജനാധിപത്യമെങ്കിലും അനുവദിക്കുന്ന പാർട്ടികൾ എന്ന കാര്യത്തിൽ തർക്കമില്ല. അത്തരം പാർട്ടികൾ പക്ഷേ പുറംപാർട്ടി ജനാധിപത്യം (outer party democracy) അംഗീകരിക്കുന്നില്ലെന്ന കറുത്ത സത്യം മറുവശത്തുണ്ട്. പുറംപാർട്ടി ജനാധിപത്യത്തിന്റെ അഭാവംമൂലമാണ് നേരത്തെ തളിപ്പറമ്പിൽ എടയന്നൂരിൽ ഷുഹൈബും വധിക്കപ്പെട്ടത്. തങ്ങളുടെ കൊലയ്ക്കു പിന്നിൽ പ്രവർത്തിച്ച പാർട്ടിക്കാരോട് ആ ചെറുപ്പക്കാർ വല്ല അപരാധവും ചെയ്തിട്ടുണ്ടെങ്കിൽ അവർക്കെതിരെ നിയമത്തിന്റെ വഴി തേടുകയായിരുന്നു ബന്ധപ്പെട്ട പാർട്ടി നേതൃത്വം ചെയ്യേണ്ടിയിരുന്നത്. പകരം അവർ ജനാധിപത്യമൂല്യങ്ങളെ കാറ്റിൽ പറത്തി നിയമം കൈയിലെടുത്തു. 'ഞങ്ങൾ മാത്രമാണ് ശരി' എന്ന കൊടും തെറ്റിൽനിന്നാണ് നിയമം കൈയിലെടുക്കുക എന്ന കിരാതത്വം ജനിക്കുന്നത്.

ഇതൊക്കെ ഏതെങ്കിലും ഒരു പാർട്ടിയോ ഒരു മതസംഘടനയോ മാത്രം അനുവർത്തിക്കുന്ന രീതിയാണെന്ന അഭിപ്രായം ഈ ലേഖകനില്ല. വിജ്ഞാനവിനയത്തിനു പകരം വിജ്ഞാനഗർവ്വിലേക്ക് വഴുതുന്ന എല്ലാ പാർട്ടികളും സംഘങ്ങളും പുറംപാർട്ടി ജനാധിപത്യം കൈവെടിയുകയും കാൽവെട്ടിലും കൈവെട്ടിലും കഴുത്തുവെട്ടിലും അഭിരമിക്കുകയും ചെയ്തുപോന്നതിന് ചരിത്രം സാക്ഷിയാണ്. ■

തായാട്ട്: സാംസ്കാരിക ഫെഡറലിസത്തിന്റെ വക്താവ്

നിരവധി മതങ്ങളിലും ജാതികളിലുമായി പിരിഞ്ഞുനിൽക്കുന്ന ഇന്ത്യൻ ജനതയെ മതനിരപേക്ഷാടിസ്ഥാനത്തിൽ സംഘടിപ്പിക്കുകയെന്നത് അത്ര എളുപ്പമുള്ള കാര്യമല്ല. ഒരു പൊതുസംസ്കാരബോധം ജന മനസ്സിൽ ആഴത്തിൽ വേരുറപ്പിച്ചുകൊണ്ടു മാത്രമേ ഈ ലക്ഷ്യം നേടാനാവൂ. ഇന്ത്യയിലെ ഓരോ മതത്തിനും ജാതിക്കും അതിന്റേതായ ശക്തമായ കൂട്ടായ്മാബോധമുണ്ട്. കേരളത്തിലേക്ക് ചുരുങ്ങിനിന്നു പറയുകയാണെങ്കിൽ നമ്പൂതിരി, നായർ, ഈഴവ, മുസ്ലീം, ക്രിസ്ത്യൻ, ദളിത് എന്നിങ്ങനെയുള്ള സംഘബോധവും സംസ്കാരബോധവും ഇവിടെ നിലനിൽക്കുന്നു. അവ പൂർവോപരി പ്രബലമായി നിലനിർത്താനുള്ള ബോധപൂർവ്വമായ ശ്രമം തൽപരകക്ഷികൾ നടത്തുകയും ചെയ്യുന്നു. മത-ജാത്യാടിസ്ഥാനത്തിലുള്ള ഈ സംസ്കാരബോധം ഒരു പൊതുസംസ്കാരബോധത്തിന് വഴിമാറാത്തിടത്തോളം വർഗീയതയും ജാതീയതയും ഇവിടെ പ്രക്ഷീണമാകുമെന്ന് പ്രതീക്ഷിച്ചുകൂടാ.

മതനിരപേക്ഷ പ്രസ്ഥാനങ്ങൾ നേരിടുന്ന ഈ സാംസ്കാരികപ്രശ്നം യശഃശരീരനായ തായാട്ട് ശങ്കരന്റെ ചിന്തയ്ക്ക് പലപ്പോഴും വിഷയീഭവിച്ചിരിക്കുന്നു. മതത്തിന്റെയോ ജാതിയുടെയോ അടിസ്ഥാനത്തിൽ ജനങ്ങളെ സംഘടിപ്പിക്കുന്നത് ഒട്ടും വിഷമമല്ലാത്ത കാര്യമാണെന്നും എന്നാൽ മത-ജാത്യാതീതമായ കൂട്ടായ്മകൾ അടിയുറപ്പോടെ സൃഷ്ടിക്കുക താരതമ്യേന ക്ലിഷ്ടമാണെന്നും അദ്ദേഹം നിരീക്ഷിക്കുകയുണ്ടായി. വൈകാരികതയിലധിഷ്ഠിതമായ മതസ്വത്വത്തെയോ ജാതിസ്വത്വത്തെയോ ആണ് വർഗീയ-ജാതീയ സംഘടനകൾ സമർത്ഥമായി ഉപയോഗപ്പെടുത്തുന്നത്. കേരളത്തിൽ മന്നത്ത് പത്മനാഭനും ആർ. ശങ്കറും സീതിസാഹിബും പി.ടി. ചാക്കോയുമൊക്കെ താന്താങ്ങൾ ഉൾപ്പെടുന്ന സമുദായങ്ങളുടെ വിഭാഗീയ സംസ്കാരവും സ്വത്വചിന്തയും ഉയർത്തിപ്പിടിച്ചുകൊണ്ട് നേതാക്കന്മാരായവരാണ്. ഈ വിഭാഗീയതകളെ മുറിച്ചു കടക്കുന്ന ശക്തമായ ഒരു പൊതുസംസ്കാര ബോധം

ഊട്ടിയുറപ്പിക്കുകയെന്നത് മതനിരപേക്ഷ പ്രസ്ഥാനങ്ങളുടെ മുമ്പിൽ ഇന്നും ഒരു കടുത്ത വെല്ലുവിളിയായി അവശേഷിക്കുന്നു.

ഒരു വ്യാഴവട്ടം മുമ്പ്, 1993-ൽ, തിരുവനന്തപുരത്ത് നടന്ന ഒരു ചടങ്ങിൽ മുസ്ലീംലീഗുകാരനായ അന്നത്തെ വ്യവസായമന്ത്രി പി.കെ. കുഞ്ഞാലിക്കുട്ടി നിലവിളക്ക് കൊളുത്താൻ വിസമ്മതിച്ചതും ചടങ്ങിൽ അദ്ധ്യക്ഷനായിരുന്ന പ്രശസ്ത ഗായകൻ യേശുദാസ് മന്ത്രിയുടെ നിലപാടിനെ വിമർശിച്ചതും അക്കാലത്ത് വലിയ വിവാദം സൃഷ്ടിക്കുക യുണ്ടായി. നിലവിളക്ക് കൊളുത്തുന്നതിനുള്ള തന്റെ വൈമുഖ്യത്തിനു കാരണം കുഞ്ഞാലിക്കുട്ടി തൃപ്തികരമായി വിശദീകരിച്ചില്ലെങ്കിലും പ്രശ്നത്തിന്റെ അടിത്തട്ടിലുള്ളത് സംസ്കാരത്തോടുള്ള സമീപനവുമായി ബന്ധപ്പെട്ട കാര്യങ്ങളാണെന്നത് വ്യക്തമായിരുന്നു. വിളക്കു കൊളുത്തൽ ഒരു പ്രത്യേക മതവിഭാഗത്തിന്റെ വിശ്വാസവും സംസ്കാരവുമായി ബന്ധപ്പെട്ടതാണെന്നും അത് തങ്ങളുടെ സംസ്കാരത്തിന് കടകവിരുദ്ധ മാണെന്നും കുഞ്ഞാലിക്കുട്ടിയെപ്പോലുള്ളവർ ധരിച്ചുവശായിരിക്കുന്നു എന്നതാണ് കാര്യം.

ക്രിസ്തുമതത്തിന്റെയും ഇസ്ലാംമതത്തിന്റെയും ആവിർഭാവത്തിനു മുമ്പ് ഇന്ത്യയിൽ നിലനിന്ന പ്രകാശപൂജയിൽ നിന്നാവാം വെളിച്ചത്തെ പ്രകീർത്തിക്കുന്ന വിളക്ക് കൊളുത്തൽ ചടങ്ങ് ആവിർഭവിച്ചത്. പല സംസ്കാരങ്ങളിലും കണ്ടുവരുന്ന ജന്തുബലി പോലുള്ള പ്രാകൃതവും ഹിംസാത്മകവുമായ ചടങ്ങുകളുമായി താരതമ്യപ്പെടുത്തുമ്പോൾ, ഇരുട്ടിൽ നിന്ന് വെളിച്ചത്തിലേക്ക് എന്ന പ്രതീകാത്മക പ്രാധാന്യമുൾ ക്കൊള്ളുന്ന വിളക്ക് കൊളുത്തൽ, മറ്റൊന്നുമില്ലെങ്കിലും നിരുപദ്രവമാണെ ന്നെങ്കിലും സമ്മതിക്കേണ്ടിവരും. വെളിച്ചത്തെ വെറുക്കുന്നില്ലെങ്കിൽ ഈ ചടങ്ങിനെയും ആരും വെറുക്കേണ്ടതുണ്ടെന്നു തോന്നുന്നില്ല.

പിന്നെയെങ്ങനെ മുകളിൽ പരാമർശിച്ച തിരുവനന്തപുരം സംഭവ മുണ്ടായി? അതിനുശേഷവും പലരും കുഞ്ഞാലിക്കുട്ടി ശൈലിയിൽ വിളക്കു കൊളുത്തൽ വിരോധം തുടർന്നിട്ടുണ്ട്. കുഞ്ഞാലിക്കുട്ടിയെ പ്പോലുള്ളവർ പ്രകാശവിരോധികളായതുകൊണ്ടാണോ അങ്ങനെ സംഭവിക്കുന്നത്? ഒരിക്കലുമല്ല. ജനങ്ങളുടെ സംസ്കാരത്തെ മതം എന്ന ഒരേയൊരു ഘടകത്തിന്റെ അടിസ്ഥാനത്തിൽ നോക്കിക്കാണുക എന്ന രുഗ്ണവീക്ഷണത്തിന്റെ അനന്തരഫലമാണത്. കുഞ്ഞാലിക്കുട്ടിയുടെ നിലപാടിനെ ശക്തമായി ന്യായീകരിച്ചുകൊണ്ട് തിരുവനന്തപുരത്തെ പാളയം പള്ളി ഇമാം തന്റെ വെള്ളിയാഴ്ച പ്രസംഗത്തിൽ പറഞ്ഞത്, നിലവിളക്ക് കൊളുത്തൽ ഹൈന്ദവ ആരാധനയാണെന്നും അതുകൊണ്ട് അത് അനിസ്ലാമികമാണെന്നുമത്രേ. (മാധ്യമം 6-3-1993). സഹസ്രാബ്ദ ങ്ങൾ പഴക്കമുള്ള ഒരു ജനതയുടെ സാംസ്കാരിക ജീവിതത്തിന്റെ ഭാഗ മായിത്തീർന്ന ഒരാചാരത്തെ മതത്തിന്റെ പേരിൽ തള്ളിക്കളയുകയാണ്

ഇവിടെ ഇമാം ചെയ്തത്. തന്റെ യുക്തിവച്ചു പറഞ്ഞാൽ ഈശ്വരാരാധന പോലും - ഹൈന്ദവരും ആരാധിക്കുന്നുണ്ടല്ലോ ഈശ്വരനെ - അനിസ്ലാമികമാണെന്ന് വിധിയെഴുതേണ്ട ഗതികേട് വന്നുചേരുമെന്ന കാര്യം ഇമാം വിസ്മരിക്കുകയും ചെയ്തു.

ഒരു ജനവിഭാഗത്തിന്റെ സംസ്കാരത്തെ സമ്പൂർണമായും ഏതെങ്കിലും പ്രത്യേക മതവുമായി ബന്ധിപ്പിക്കുന്നത് യുക്തിസഹമാണോ? അന്യമത സംസ്കാരവുമായി ബന്ധപ്പെട്ട എല്ലാറ്റിൽനിന്നും സർവതന്ത്ര സ്വതന്ത്രനായി ആർക്കും നിൽക്കാനാവില്ലെന്നതാണ് സത്യം. ഉദാഹരണത്തിന്, മലയാളിയുടെ ഭാഷയിൽ മതങ്ങളുമായി ബന്ധപ്പെട്ട ഒട്ടേറെ പദങ്ങളും പ്രയോഗങ്ങളുമുണ്ട്. ഉർവശീശാപം ഉപകാരം, ചത്തത് കീചകനെങ്കിൽ കൊന്നത് ഭീമൻ തന്നെ, ധൃതരാഷ്ട്രാലിംഗനം, ലക്ഷ്മണരേഖ, ഭീമശപഥം, പാഞ്ചാലീശപഥം, ഭീമാബദ്ധം, അഴകിയ രാവണൻ, ശരശയ്യ, അഗ്നിപരീക്ഷ, അക്ഷയപാത്രം എന്നിങ്ങനെ പോകുന്നു അവ. വളരെ സങ്കുചിതമായി നോക്കുമ്പോൾ ഹൈന്ദവച്ചുവയുള്ളവയാണീ പ്രയോഗങ്ങൾ. എന്നുവച്ച് മലയാളി മുസ്ലീമോ മലയാളി ക്രിസ്ത്യാനിയോ ഇവയ്ക്ക് അയിത്തം കല്പിക്കാറില്ല. കറ കളഞ്ഞ മുസ്ലീം മതമൗലികവാദികൾ പോലും ഇത്തരം പദങ്ങളും പ്രയോഗങ്ങളും നിർലോഭം ഉപയോഗിക്കാറുമുണ്ട്. ഇവയൊക്കെ മലയാളിയുടെ സംസ്കാരത്തിന്റെ അവിച്ഛിന്ന ഭാഗമായി മാറിക്കഴിഞ്ഞിരിക്കുന്നു എന്നതാണ് കാര്യം. കുഞ്ഞിരാമനിലെ 'കുഞ്ഞി'യും കൃഷ്ണൻകുട്ടിയിലെ 'കുട്ടി'യും അറബിനാമമായ 'അലി'യുടെ ഇരുവശവും ചേർത്തപ്പോഴാണ് 'കുഞ്ഞാലിക്കുട്ടി' ജനിച്ചതെന്ന വസ്തുത ഓർത്തിരുന്നുവെങ്കിൽ പി.കെ. കുഞ്ഞാലിക്കുട്ടിക്കോ താദൃശമനസ്കർക്കോ 'വിളക്കു കൊളുത്തൽ അലർജി' എന്ന രോഗമേ ഉണ്ടാകുമായിരുന്നില്ല.

ജനങ്ങളുടെ സംസ്കാരത്തെ മതാടിസ്ഥാനത്തിൽ വീക്ഷിക്കുന്നത് യുക്തിക്ക് നിരക്കില്ലെന്ന് മാത്രമല്ല, ഇന്ത്യയുടേതുപോലുള്ള ബഹുസമൂഹ പശ്ചാത്തലത്തിൽ അത് ആപൽക്കരവുമാണ്. മതത്തേക്കാളും ജാതിയേക്കാളുമേറെ ഒരു ജനതയുടെ സാംസ്കാരിക പൈതൃകത്തിനടിസ്ഥാനം ഭൂമിശാസ്ത്രപരമായി നിർണയിക്കപ്പെടുന്ന ദേശീയ അതിർത്തിക്കുള്ളിൽ കാലാകാലങ്ങളിൽ മനുഷ്യർ തമ്മിൽ നടത്തിപ്പോന്നിട്ടുള്ള വേഴ്ചകളും വ്യവഹാരങ്ങളുമായിരിക്കും. മനുഷ്യബന്ധങ്ങളുടെ മൗലിക സവിശേഷത സാമൂഹികവും സാംസ്കാരികവുമായ ആദാനപ്രദാനമായതുകൊണ്ട് മതാടിസ്ഥാനത്തിലോ വംശാടിസ്ഥാനത്തിലോ ഉള്ള 'സംസ്കാര വിശുദ്ധി' എന്ന പ്രശ്നം ഉദ്ഭവിക്കുന്നേയില്ല. മതവിശ്വാസം എന്തുതന്നെയായാലും ഒരു രാജ്യത്ത് ജീവിക്കുന്ന ജനങ്ങൾ സാംസ്കാരികമായി പരസ്പരം ഇടകലരുകയും ഇഴുകിച്ചേരുകയും ചെയ്യുന്നുണ്ട് എന്നതാണ്

വസ്തുത. ഈ യാഥാർത്ഥ്യം അംഗീകരിക്കാൻ കൂട്ടാക്കാതെ ഇന്ത്യയിലെ മുസ്ലീങ്ങൾക്കും ഹിന്ദുക്കൾക്കും ഭിന്നസംസ്കാരബോധമുണ്ടെന്നും അവ പരസ്പരം ബന്ധപ്പെടാതെ സമാന്തരമായി നിലനിൽക്കുന്നുവെന്നും ശഠിക്കുന്നവർ സാംസ്കാരിക വിഘടനവാദികളാണ്. വർത്തമാന ഇന്ത്യയിൽ മുസ്ലീങ്ങൾക്കിടയിലും ഹിന്ദുക്കൾക്കിടയിലും ഇത്തരം വിഘടനവാദികളുണ്ട്. ബാബറി മസ്ജിദ് വൈദേശിക സംസ്കാരത്തിന്റെ ചിഹ്നമാണെന്ന് അധിക്ഷേപിക്കുന്നവരും നിലവിളക്ക് കൊളുത്തൽ മുസ്ലീങ്ങൾക്ക് തീർത്തും നിഷിദ്ധമായ കാര്യമാണെന്ന് വിധിയെഴുതുന്നവരും രണ്ടു നിലപാടുകളിൽനിന്നുകൊണ്ട് സാംസ്കാരിക വിഘടനവാദം മുഴക്കുകയാണ് ചെയ്യുന്നത്.

ഇന്ത്യൻ സംസ്കാരത്തെ ഇവിടത്തെ ഹിന്ദുക്കളുടെയും മുസ്ലീങ്ങളുടെയും മറ്റു മതവിഭാഗങ്ങളുടെയും പൊതുസംസ്കാരമായി കാണുന്നതിനു പകരം ഓരോ മതസമുദായത്തിനും സമാന്തരസംസ്കാരബോധമുണ്ടെന്ന് പ്രചരിപ്പിക്കുന്നവരെ നഖശിഖാന്തം എതിർത്ത ചിന്തകനായിരുന്നു തായാട്ട് ശങ്കരൻ. രാഷ്ട്രീയരംഗത്തെന്നപോലെ സാംസ്കാരിക രംഗത്തും ഫെഡറൽ സങ്കല്പമാണ് ഇന്ത്യയ്ക്കാവശ്യമെന്ന് അദ്ദേഹം അഭിപ്രായപ്പെടുകയുണ്ടായി. ഒരു അഖിലേന്ത്യാ സംസ്കാരബോധത്തിന് വിധേയമായി ഭിന്നസംസ്കാരങ്ങൾക്കു നിലനിൽക്കാനും വളരാനും സൗകര്യമുണ്ടാകണമെന്നതായിരുന്നു തായാട്ടിന്റെ കാഴ്ചപ്പാട്. ഭാരതീയ പൊതുസംസ്കാരത്തിന്റെ അംശങ്ങളായിട്ടുവേണം, അതിനു വെളിയിൽ നിൽക്കുന്ന ഘടകങ്ങളായിട്ടാവരുത് വിവിധ സംസ്കാരങ്ങൾ വർത്തിക്കേണ്ടത്.

സംസ്കാരത്തിലെ ഫെഡറലിസം എന്ന ആശയം ഹിന്ദുവർഗീയവാദികൾക്കോ മുസ്ലീം വർഗീയവാദികൾക്കോ സ്വീകാര്യമായിരുന്നില്ല. തീവ്ര ഹൈന്ദവവാദം മുറുകെ പിടിക്കുന്നവർ ഇന്ത്യൻ സംസ്കാരത്തെ ഹിന്ദു സംസ്കാരത്തിന്റെ പര്യായമായാണ് വീക്ഷിച്ചത്. മറ്റൊരു സംസ്കാരത്തിനും സ്ഥാനം നൽകാൻ അവർ തയ്യാറായിരുന്നില്ല. മറുവശത്ത് മുസ്ലീം വർഗീയവാദികൾ ഇസ്ലാമിന് പുറത്ത് നിൽക്കുന്നു എന്നു തങ്ങൾ കരുതുന്ന എല്ലാം തങ്ങൾക്കു വർജ്യമാണെന്ന കർക്കശ നിലപാട് കൈക്കൊണ്ടു. എല്ലാ സമുദായങ്ങളിലേക്കും ദൈവം പ്രവാചകന്മാരെ അയച്ചിട്ടുണ്ട് എന്ന് ഖുർ ആൻ വ്യക്തമാക്കിയിട്ടുകൂടി ശ്രീരാമൻ, ശ്രീകൃഷ്ണൻ പോലുള്ള ഹൈന്ദവജനതയുടെ ആരാധ്യപുരുഷന്മാരെയും അവരുമായി ബന്ധപ്പെട്ട സംസ്കാരത്തെയും അംഗീകരിക്കുന്നതിനു പകരം തിരസ്കരിക്കാനും തങ്ങളുടെ സംസ്കാരത്തിന്റെ മൂലവേരുകൾ ഇന്ത്യയ്ക്ക് പുറത്താണെന്ന് അഭിമാനിക്കാനുമാണ് അവർ ശ്രമിച്ചത്.

ഒരു രാജ്യത്ത് ജീവിക്കുന്ന വ്യത്യസ്ത മതവിഭാഗങ്ങളുടെ സംസ്കാരം പരസ്പരം ഒഴിച്ചുനിർത്തുന്നതാണെന്ന ധാരണയിൽ നിന്നാണ് ദ്വിരാഷ്ട്രവാദവും പാക്കിസ്താൻ വാദവും നാമ്പെടുത്തതെന്ന് തായാട്ട് നിരീക്ഷിക്കുന്നുണ്ട്. ഇന്ത്യയിൽ ജീവിക്കുന്ന ഹിന്ദുവിനും മുസ്ലീമിനും ഒരേ പൈതൃകവും സാംസ്കാരിക പശ്ചാത്തലവുമാണ് യഥാർത്ഥത്തിൽ ഉള്ളത്. വിശദാംശങ്ങളിൽ വ്യത്യാസങ്ങൾ കണ്ടേക്കാമെങ്കിലും സാരാംശത്തിൽ അവ വിഭിന്നമല്ല. ഈ പൊതുസാംസ്കാരിക പൈതൃകത്തിൽ ഊന്നുന്നതിനു പകരം സമാന്തര സംസ്കാരങ്ങളുടെ പിറകെ പോകുമ്പോഴാണ് കുഴപ്പമുണ്ടാകുന്നത്. രാമനും കൃഷ്ണനും വ്യാസനും വാല്മീകിയും കാളിദാസനും ഭാസനും ഹിന്ദുക്കളുടെ മാത്രം സാംസ്കാരിക പൈതൃകത്തിന്റെ ഭാഗമല്ലാത്തതുപോലെ കുത്ത്ബുദ്ദീനും അക്ബറും ദാരാഷിക്കോയും കബീറും റഹീമും മീർസാ ഗാലിബും മുസ്ലീങ്ങളുടെ മാത്രം സാംസ്കാരിക പൈതൃകത്തിന്റെ ഭാഗവുമല്ല. മത-ജാതി -വംശ ഭേദമെന്യേ ഇന്ത്യൻ ജനതയ്ക്കാകമാനം അവകാശപ്പെട്ടവരാണ് ഇപ്പറഞ്ഞവരെല്ലാം. അവരുടെ നേട്ടങ്ങളും കോട്ടങ്ങളും ഇന്ത്യൻ സമൂഹം ഒരുപോലെ പങ്കുവയ്ക്കേണ്ടതുമാണ്.

ഇന്ത്യയിലെ വിവിധ സാംസ്കാരിക ധാരകൾ സാരാംശത്തിൽ വ്യത്യസ്തമല്ലെന്നും വിശദാംശങ്ങളിൽ അല്പസ്വല്പം വ്യത്യാസങ്ങൾ നിലനിൽക്കുമ്പോൾതന്നെ അവ മുഖ്യധാരാ സംസ്കാരത്തിന് വിധേയമായിരിക്കുന്നു എന്നുമുള്ള വിശാലമായ ഫെഡറൽ സങ്കല്പം സാംസ്കാരികരംഗത്ത് അംഗീകരിക്കാൻ ന്യൂനപക്ഷങ്ങൾ തയ്യാറായാൽ മാത്രമേ വളർന്നുവരുന്ന ഭൂരിപക്ഷ വർഗീയ ഭീഷണിയെ ഫലപ്രദമായി പ്രതിരോധിക്കാനാവൂ. നിലവിളക്ക് കൊളുത്തൽ ഒരു ഭാരതീയ ആചാരമായി കാണുന്നതിനു പകരം മുസ്ലീങ്ങൾക്ക് വർജ്യമായ ഒരമുസ്ലീം ആചാരമായി കാണുന്നത് 'ഹിന്ദുവായ ശിവജി മുസ്ലീമായ അറംഗസീബുമായി യുദ്ധം ചെയ്ത് ഹിന്ദുക്കളുടെ അഭിമാനം കാത്തു' എന്ന ചരിത്രവിരുദ്ധ വീക്ഷണം പ്രചരിപ്പിക്കുകയും പ്രോത്സാഹിപ്പിക്കുകയും ചെയ്യുന്നവരെയാണ് സഹായിക്കുക. ഹസ്റത്ത് മഹൽ പാർക് ഊർമിളാവാടികയും അറബിക്കടൽ ഗണപതിക്കടലുമായി പുനർനാമകരണം ചെയ്യണമെന്ന് സിദ്ധാന്തിക്കുന്നവർക്ക് നീതീകരണം നേടിക്കൊടുക്കുന്നിടത്തേക്കാണ് ആ നടപടി ചെന്നെത്തുക. സംസ്കാരത്തിൽ മതനിരപേക്ഷമായ കാഴ്ചപ്പാട് ന്യൂനപക്ഷം പുലർത്തുന്നില്ലെങ്കിൽ ചരിത്രത്തിൽ മതനിരപേക്ഷമായ കാഴ്ചപ്പാട് പുലർത്തണമെന്ന് ഭൂരിപക്ഷത്തോട് ആവശ്യപ്പെടാൻ ആർക്കും കഴിയാതെ വരും.

ചരിത്രത്തിന്റെ കാര്യത്തിൽ മതനിരപേക്ഷ വീക്ഷണം അവലംബിക്കുന്നില്ലെങ്കിൽ എന്തു സംഭവിക്കുമെന്നതിന്റെ ഉദാഹരണങ്ങളാണ്

അയോധ്യാ ദുരന്തവും ഗുജറാത്തിലെ വംശഹത്യയും മാറാട് കൂട്ട ക്കൊലയും അടിക്കടി ശക്തിപ്പെടുന്ന വർഗീയ ഭ്രാന്തും. ചരിത്രത്തെയും സംസ്കാരത്തെയുമൊക്കെ മതാടിസ്ഥാനത്തിൽ സമീപിക്കുകയും വ്യാഖ്യാനിക്കുകയും ചെയ്യുമ്പോൾ ഉടലെടുക്കുക മുരത്ത വർഗീയതയും കടുത്ത മതഭ്രാന്തുമാണ്. തായാട്ടിന്റെ വാക്കുകളിൽ പറഞ്ഞാൽ, "ചരിത്ര ത്തിലെ യുദ്ധങ്ങളും ചരിത്രത്തിലെ നേട്ടങ്ങളും ഒരു ജനതയുടെ എന്ന നിലവിട്ട് ഒരു മതവിഭാഗത്തിന്റെ എന്ന നിലയ്ക്ക് വ്യാഖ്യാനിക്കുമ്പോൾ നാം വരുന്ന തലമുറയ്ക്ക് വ്യാഖ്യാനിക്കുമ്പോൾ നാം വരുന്ന തലമുറയ്ക്ക് കൊലപാതകത്തിന് കത്തിയണച്ചുകൊടുക്കുകയാണ് ചെയ്യുന്നത്." (തായാട്ട് ശങ്കരൻ, ഹിന്ദു വർണം ജാതി, പു. 59) തികച്ചും അതുപോലെ, നിരുപദ്രവകരമായ സാംസ്കാരിക കീഴ്‌വഴക്കങ്ങൾ ഒരു ദേശത്തിന്റെ എന്ന നിലവിട്ട് ഒരു മതവിഭാഗത്തിന്റെ എന്ന നിലയ്ക്ക് വ്യാഖ്യാനിക്കാൻ ശ്രമിച്ചാൽ രാജ്യത്തിന് അവശ്യം വേണ്ട ഉദ്ഗ്രഥനമാവില്ല, സാമൂഹിക ശൈഥില്യമാകും സംഭവിക്കുക.

അമ്മട്ടിലുള്ള ശൈഥില്യത്തിലേക്കു നയിക്കുന്ന പര മതദ്വേഷവും വർഗീയ ഹിംസയും ഒഴിവാക്കാനുള്ള പല വഴികളിലൊന്ന്, നിരവധി മതങ്ങളുടെ സംഗമഭൂമിയായ ഇന്ത്യയിൽ നൂറ്റാണ്ടുകളിലൂടെ ഉരുത്തിരി ഞ്ഞുവന്ന സംസ്കാരം, മത-ജാതി വ്യത്യാസമില്ലാതെ ഇന്ത്യക്കാരായ വിവിധ ജനവിഭാഗങ്ങളുടെ മൊത്തം പൈതൃകമാണെന്ന് എല്ലാവരും അംഗീകരിക്കലാണ്. മതത്തിന്റെ പേരിൽ ഭാഗം വച്ച് അതിരുകളിട്ട് വേർ തിരിക്കേണ്ടതല്ല ആ പൈതൃകം. ഓരോ ഇന്ത്യക്കാരന്റെയും പൂർവകാല സമ്പത്താണത്. തായാട്ടിനെ വീണ്ടും ഉദ്ധരിക്കുകയാണെങ്കിൽ, "ഇതിൽ (സാംസ്കാരിക പൈതൃകത്തിൽ) ലജ്ജിക്കേണ്ട അംശങ്ങൾ കാണും. അതു കാണുമ്പോൾ ലജ്ജിക്കുന്നത് ഒരു പ്രത്യേക മതക്കാരന്റെയോ ഭാഷകന്റെയോ പേരിലാവരുത്. ഭാരതീയന്റെ പേരിലാവണം. ജാതി വ്യവസ്ഥ ഹിന്ദുവിന്റെ സംസ്കാരലോപമല്ല, ഭാരതീയന്റെയാണ്; അറംഗ സേബ് ചുമത്തിയ മതനികുതി ഇസ്ലാംമതത്തിന്റെ അസഹിഷ്ണുതയല്ല, ഭാരതീയന്റെ അസഹിഷ്ണുതയാണ്. ഈ അടിസ്ഥാനത്തെ നിഷേധി ക്കുന്ന് ഭാരതീയത്വത്തെ നിഷേധിക്കലാണ്. വസ്തുതയിലല്ല, അത് നോക്കിക്കാണുന്ന മനോഭാവത്തിലാണ് ഇന്ന് മാറ്റമാവശ്യം. തന്റെയും അന്യന്റെയുമെന്ന് സംസ്കാരത്തെ വിഭജിക്കുന്നേടത്ത് മതത്തെയും ഭാഷ യെയും പ്രാദേശികത്വത്തെയും കൈകടത്താൻ അനുവദിക്കാതിരിക്കുക യാണ് ദേശീയബോധം വളർത്തുന്നതിനുള്ള ആദ്യത്തെ പടി. അവിടെ രാജ്യത്തിന്റെ പാരമ്പര്യ സംസ്കാരത്തെക്കുറിച്ചുള്ള അഭിമാനബോധം വളർത്തുക. അതല്ലാതുള്ള ഏതു സമപനവും ഒരു ഹിന്ദുരാഷ്ട്രത്തിന്റെ സ്ഥാപനത്തിലോ അല്ലെങ്കിൽ വീണ്ടുമൊരു വിഭജനത്തിലോ ഇന്ത്യയെ എത്തിക്കും." (തായാട്ട് ശങ്കരൻ, മാനസികമായ അടിമത്തം, പു. 235)

സംസ്കാരത്തെ മതാടിസ്ഥാനത്തിൽ വിഭജിക്കുകയും അപര സംസ്കാരത്തെ ശത്രുതാമനോഭാവത്തോടെ ഒഴിച്ചുനിർത്തുകയും ചെയ്യുന്ന ആപൽക്കരശൈലി തായാട്ട് ശങ്കരന്റെ നിര്യാണശേഷം കുറയുകയല്ല, കൂടുകയാണ് ചെയ്തിട്ടുള്ളത്. സാംസ്കാരിക ഫെഡറലിസത്തിലേക്കോ അതിന്റെ തുടർച്ചയെന്നോണം സംഭവിക്കേണ്ടുന്ന സാംസ്കാരിക ഉദ്ഗ്രഥനത്തിലേക്കോ രാജ്യത്തെ ഉറച്ച കാൽവയ്പോടെ നയിക്കാൻ ഇന്നും നമുക്ക് സാധിച്ചിട്ടില്ല. തന്നെയുമല്ല, സമീപകാലത്തായി വർഗീയ-മതമൗലിക ശക്തികൾ കൂടുതൽ ആക്രാമകമായി സാംസ്കാരിക വിഘടനത്വര സമൂഹത്തിൽ സൃഷ്ടിച്ചുകൊണ്ടിരിക്കുകയും ചെയ്യുന്നു. ഈ ചുറ്റുപാടുകളിൽ തായാട്ടിന്റെ ഈ വിഷയകമായ ചിന്തകളുടെ പ്രസക്തി നാൾക്കുനാൾ വർദ്ധിക്കുകയാണ്. ∎

കേരളീയ നവോത്ഥാനം: ഗാന്ധിസത്തിന്റെയും മാർക്സിസത്തിന്റെയും പങ്ക്

നിലനിൽക്കുന്ന സാമൂഹിക വ്യവസ്ഥയെയും ലോകവീക്ഷണത്തെയും മാറ്റിമറിക്കാൻ പ്രാപ്തമായ സാംസ്കാരിക ഉണർവ് എന്ന നിലയ്ക്ക് നവോത്ഥാനത്തിന്റെ ആത്മമുദ്രയാണ് ചോദ്യം ചെയ്യൽ. പതിന്നാലാം നൂറ്റാണ്ടിൽ ഇറ്റലിയിൽ ആരംഭിച്ച യൂറോപ്യൻ നവോത്ഥാനം കലാ സാഹിത്യചിന്താരംഗങ്ങളിലെ പുത്തനുണർവുകളുമായാണ് തുടങ്ങിയ തെങ്കിലും, അത് ക്രമേണ ദർശനത്തിന്റെയും ശാസ്ത്രത്തിന്റെയും മതത്തിന്റെയും രാഷ്ട്രീയത്തിന്റെയുമെല്ലാം മേഖലകളിലേക്ക് സംക്ര മിച്ചു. സമസ്തരംഗങ്ങളിലും സ്വതന്ത്രചിന്തയും യുക്തിവിചാരവും അത് പ്രോത്സാഹിപ്പിച്ചു. മധ്യകാല യൂറോപ്പിലെ ഫ്യൂഡൽ വ്യവസ്ഥയും പള്ളി മേധാവിത്വവും അവയുടെ ഉത്പന്നമായ ലോകവീക്ഷണവും നിശിത വിചാരണയ്ക്ക് വിധേയമാകുന്നതിന് നവോത്ഥാനചിന്തകൾ കള മൊരുക്കി.

യൂറോപ്യൻ നവോത്ഥാനം ആരംഭിച്ച് നാലു പതിറ്റാണ്ട് കഴിഞ്ഞാണ് ഇന്ത്യയിൽ നവോത്ഥാനം തളിരിടുന്നത്. ബംഗാളിൽ റാം മോഹൻ റോയി, ദ്വാരകനാഥ് ടാഗോർ, ദേവേന്ദ്രനാഥ് ടാഗോർ, ഈശ്വർചന്ദ്ര വിദ്യാസാഗർ തുടങ്ങിയവരും ഗുജറാത്ത് മഹാരാഷ്ട്രാ മേഖലയിൽ ഡോ. ആത്മാറാം പാണ്ഡുരംഗ്, ഗോവിന്ദ റാനഡെ, ജ്യോതി റാവു ഫുലെ, ബി.ആർ. അംബേദ്കർ എന്നിവരും പഞ്ചാബിൽ മാസ്റ്റർ താരാസിംഗും തമിഴ്നാട്ടിൽ ഇ.വി. രാമസ്വാമിനായ്ക്കരും കേരളത്തിൽ ശ്രീനാരായണഗുരു, അയ്യങ്കാളി, ചട്ടമ്പിസ്വാമികൾ, പണ്ഡിറ്റ് കറുപ്പൻ, ബ്രഹ്മാനന്ദ ശിവയോഗി, വക്കം മൗലവി, വാഗ്ഭടാനന്ദൻ തുടങ്ങിയവരും നവോത്ഥാനത്തെ മുന്നോട്ടു നയിച്ചു.

യൂറോപ്പിലായാലും ഇന്ത്യയിലായാലും ജനങ്ങളെ 'പ്രജ' എന്നതിൽ നിന്ന് 'വ്യക്തി'യിലേക്ക് പരിവർത്തിപ്പിക്കുന്ന പ്രക്രിയയ്ക്ക് തുടക്കം കുറിച്ച് നവോത്ഥാനമാണ്. രാജാവിന്റെയോ മതകേന്ദ്രത്തിന്റെയോ അസ്വതന്ത്ര പ്രജയല്ല, സ്വതന്ത്രവ്യക്തിയാണ് ഓരോരുത്തരുമെന്ന

ബോധം നവോത്ഥാനം കാഴ്ചവെച്ചു. മറ്റു പലതുമെന്നപോലെ, ആളുകളുടെ സ്വതന്ത്രവ്യക്തിത്വത്തിന്റെ തീക്ഷ്ണമായ പ്രകാശനം കൂടിയായിരുന്നു യൂറോപ്യൻ നവോത്ഥാനത്തിന്റെ തുടർച്ചയായ ഫ്രഞ്ച് വിപ്ലവം. സ്വതന്ത്രനായി ജനിക്കുന്ന മനുഷ്യൻ എല്ലായിടത്തും അസ്വതന്ത്രനാണെന്ന റുസ്സോയുടെ നിരീക്ഷണം മനുഷ്യന്റെ സ്വതന്ത്രവ്യക്തിത്വത്തിനുവേണ്ടിയുള്ള അഭിവാഞ്ഛയുടെ പ്രതിഫലനമായിരുന്നു. മധ്യകാലത്ത് മതംപോലുള്ള അധികാരസ്ഥാപനങ്ങൾ മനുഷ്യരിൽ അടിച്ചേൽപ്പിച്ചുപോന്ന സംഘവ്യക്തിത്വം നവോത്ഥാനകാലത്ത് ചോദ്യം ചെയ്യപ്പെട്ടു. ശാസ്ത്രമേഖലയിൽ കുതിച്ചുചാട്ടമുണ്ടായ പ്രബുദ്ധതാഘട്ടത്തിൽ അത്തരം ചോദ്യംചെയ്യലുകൾ കൂടുതൽ തീവ്രവും നിശിതവുമായി. മതവും ദൈവവുമല്ല, മനുഷ്യനാണ് പ്രധാനം എന്ന വീക്ഷണം ബലപ്പെട്ടു. ഭരണത്തിൽ മതവും ദൈവവും വേണ്ട, മനുഷ്യൻ മതി എന്നിടത്തേക്ക് കാര്യങ്ങൾ വളർന്നു. വിശ്വാസാധിഷ്ഠിത മതാത്മകവീക്ഷണം ശാസ്ത്രാധിഷ്ഠിത മതനിരപേക്ഷ വീക്ഷണത്തിനു വഴിമാറി.

അത്തരം വഴിമാറ്റം ഭാരതീയ നവോത്ഥാനത്തിലും അതിന്റെ ഭാഗമായ കേരളീയ നവോത്ഥാനത്തിലും ഉണ്ടായിരുന്നെങ്കിലും, ജാതീയമായ നൃശംസതകൾ കൊടികുത്തിവാണ നമ്മുടെ രാജ്യത്ത് നവോത്ഥാനനായകരുടെ ശ്രദ്ധ മതദുരാചാരങ്ങളിലെന്നപോലെ ജാതിഭ്രാന്തിലും പതിഞ്ഞു. കേരളത്തിൽ ശ്രീനാരായണഗുരുവും അയ്യങ്കാളിയും സഹോദരൻ അയ്യപ്പനുമൊക്കെ ഈശൽ ഭേദങ്ങളോടെ ജാതിരഹിതസമൂഹം എന്ന കാഴ്ചപ്പാട് മുന്നോട്ടുവെച്ചവരാണ്. പത്തൊമ്പതാം നൂറ്റാണ്ടിന്റെ അന്ത്യപാദത്തിൽ നാമ്പെടുത്ത കേരളീയ നവോത്ഥാനത്തിന്റെ പ്രഥമഘട്ടം ജാതീയഉന്മാദങ്ങൾക്കെതിരെയുള്ള പോരാട്ടത്തിന്റെ കാലമായിരുന്നു. വൈക്കം സത്യാഗ്രഹവും ഗുരുവായൂർ സത്യാഗ്രഹവും അധഃകൃതജാതിക്കാരുടെ സഞ്ചാര-ക്ഷേത്രപ്രവേശന സ്വാതന്ത്ര്യത്തിനും അവകാശത്തിനും വേണ്ടിയുള്ള സമരങ്ങളായി ചരിത്രത്തിൽ സ്ഥാനംപിടിച്ചു. ആ സമരങ്ങൾക്കുള്ള ഊർജ്ജം പകർന്ന ആശയലോകം പ്രധാനമായും ഗുരുദേവനുൾപ്പെടെയുള്ള നവോത്ഥാനസാരഥികളുടെ സംഭാവനയായിരുന്നെങ്കിലും, ദേശീയതലത്തിൽ സംഭവിച്ചുകൊണ്ടിരിക്കുന്ന താദൃശ ഉണർവുകൾകൂടി അവയ്ക്ക് വീര്യം പകർന്നു. അയിത്തത്തിനും അസ്പൃശ്യതയ്ക്കുമെതിരെ മഹാത്മാഗാന്ധി സ്വീകരിച്ച നിലപാട് ആ പോരാട്ടങ്ങളെ നിർണായകമായി സ്വാധീനിച്ചു. വൈക്കം സത്യാഗ്രഹത്തിന് അനുഗ്രഹാശിസ്സുകൾ ചൊരിഞ്ഞ ഗാന്ധിജി ആ പ്രക്ഷോഭഭൂമിയിൽ നേരിട്ട് എത്തുകവരെ ചെയ്തു. അദ്ദേഹത്തിന്റെ നിർദ്ദേശപ്രകാരമത്രെ മഹാറാണിക്ക് നിവേദനം നൽകാൻ മന്നത്ത് പത്മനാഭന്റെ നേതൃത്വത്തിൽ വൈക്കത്ത് നിന്ന് തിരുവനന്തപുരത്തേക്ക് ജാഥ സംഘടിപ്പിക്കപ്പെട്ടത്.

ജാതീയ മർദ്ദനങ്ങൾക്കെതിരെയുള്ള കേരളീയ പോരാട്ടങ്ങൾക്ക് ഗാന്ധിജിയും അദ്ദേഹത്തിന്റെ ചിന്തകളും ശ്രദ്ധേയമായ സംഭാവനകളർപ്പിച്ചു എന്ന് അംഗീകരിക്കുമ്പോൾത്തന്നെ, കേരളീയ നവോത്ഥാനം ഉൾപ്പെടെ ഭാരതീയ നവോത്ഥാനത്തെ പൊതുവിൽ പിറകോട്ടടിപ്പിക്കുന്ന ചില ചിന്തകളും പ്രയോഗങ്ങളും അദ്ദേഹത്തിന്റെ ഭാഗത്തുനിന്നുണ്ടായില്ലേ എന്ന ചോദ്യം അപ്രസക്തമല്ല. ഖിലാഫത്ത് പ്രസ്ഥാനത്തോട് ഗാന്ധിജി കൈക്കൊണ്ട സമീപനം ഇത്തരുണത്തിൽ പരിശോധനാർഹമാണ്. ലക്ഷ്യം മാത്രമല്ല, മാർഗവും നന്നായിരിക്കണം എന്ന തത്ത്വം മുറുകെ പിടിക്കുന്നതിൽ ദത്തശ്രദ്ധനായിരുന്ന മഹാത്മാവ് ഖിലാഫത്ത് പ്രക്ഷോഭത്തിന്റെ കാര്യത്തിൽ ആ തത്ത്വം കൈവെടിഞ്ഞു. ബ്രിട്ടീഷ് വിരുദ്ധ സമരത്തിലേക്കും ദേശീയ പ്രസ്ഥാനത്തിലേക്കും മുസ്ലീങ്ങളെ ആകർഷിക്കുക എന്ന ലക്ഷ്യം മുൻനിർത്തിയാണ് ഗാന്ധിജി ഖിലാഫത്ത് പ്രക്ഷോഭത്തെ നിസ്സഹകരണ പ്രസ്ഥാനവുമായി സമന്വയിപ്പിക്കാൻ ശ്രമിച്ചത്. ചരിത്രപരമായ അനിവാര്യത എന്ന നിലയ്ക്ക് ഊർദ്ധശ്വാസം വലിക്കുന്ന ഒരു മതാധികാരകേന്ദ്രത്തെ താങ്ങിനിർത്തുകയായിരുന്നു ഖിലാഫത്ത് പ്രസ്ഥാനക്കാരുടെ ഉന്നം. ഇന്ത്യയിലെ ദേശീയപ്രസ്ഥാനം സ്വയം മതനിരപേക്ഷമായ കാഴ്ചപ്പാട് പുലർത്തുമ്പോൾ അതിനെതിരായ ഒരു പ്രസ്ഥാനത്തെ കൂട്ടുപിടിക്കുക എന്ന അബദ്ധമാണ് ഗന്ധിജിയുടെ ഭാഗത്തുനിന്നുണ്ടായത്. അക്കാലത്ത് മതനിരപേക്ഷ ദേശീയതയോടൊപ്പംനിന്ന മുഹമ്മദലി ജിന്ന, ഖിലാഫത്ത് വാദികളായ മുല്ലമാരോടുള്ള ഗാന്ധിജിയുടെ സമീപനത്തെ വിമർശിച്ചിരുന്നു. മതവും രാഷ്ട്രീയവും കൂട്ടിക്കലർത്തുന്നത് വിപരീതഫലമുളവാക്കുമെന്ന ജിന്നയുടെ വാദം ഗാന്ധിജി ചെവിക്കൊണ്ടില്ല. ബ്രിട്ടീഷുകാർക്കെതിരിൽ ദേശീയതയും മതയാഥാസ്ഥിതികതയും കൈകോർക്കുന്നത് സ്വാതന്ത്ര്യസമരത്തിനു സഹായകമാകുമെന്ന് ഗാന്ധിജി വിശ്വസിച്ചു.

ദേശീയത്വവും മതയാഥാസ്ഥിതികത്വവും തമ്മിലുള്ള കൂട്ടുകെട്ട്, വാസ്തവത്തിൽ, നവോത്ഥാനത്തിൽ നിന്നുള്ള പിറകോട്ടടിയായിരുന്നു. ദേശീയതലത്തിൽ ഖിലാഫത്ത് പ്രസ്ഥാനത്തിന്റെ നേതൃനിരയിലുണ്ടായിരുന്ന മൗലാനാ മുഹമ്മദലി 1923-ൽ കോകനദ കോൺഗ്രസ്സിൽ ചെയ്ത അദ്ധ്യക്ഷപ്രസംഗം ശ്രദ്ധിച്ചാൽ ഇത് മനസ്സിലാവും. മതനിരപേക്ഷതയുടെ അടിസ്ഥാനത്തിൽ ദേശീയമായി ഏകീകരിക്കപ്പെടുന്ന ഒരിന്ത്യയായിരുന്നില്ല മൗലാനയുടെ ലക്ഷ്യം. അദ്ദേഹം ഇന്ത്യയെ കണ്ടത് 'മതങ്ങളുടെ ഫെഡറേഷ'നായാണ്. 'യുണൈറ്റഡ് സ്റ്റെയ്റ്റ്സ് ഓഫ് ഇന്ത്യ'യ്ക്കു പകരം 'യുണൈറ്റഡ് ഫെയ്ത്സ് ഓഫ് ഇന്ത്യ (United Faiths of India) എന്ന വീക്ഷണമത്രേ അദ്ദേഹം മുന്നോട്ടുവച്ചത്. 1928-ൽ കൽക്കത്തയിൽ നടന്ന ഖിലാഫത്ത് സമ്മേളനത്തെ അഭിസംബോധന ചെയ്തുകൊണ്ട് അദ്ദേഹം പറഞ്ഞു: "ലോകം വിഭജിക്കപ്പെട്ടിരിക്കുന്നത് രണ്ടായിട്ടാണ് - ഇസ്ലാമിന്റെ ലോകമായും കാഫിറുകളുടെ ലോകമായും. എല്ലാ മുസ്ലീങ്ങളും സഹോദരന്മാരാണെന്ന് അല്ലാഹുവിന്റെ പ്രവാചകൻ

വ്യക്തമാക്കിയിട്ടുണ്ട്. കാഫിറുകൾ ഒരു സമുദായവും മുസ്ലീമുകൾ മറ്റൊരു സമുദായവുമാണെന്ന് മഹാത്മാഗാന്ധിയെയും മാളവ്യയെയും ഞാൻ ബോധ്യപ്പെടുത്തേണ്ടതുണ്ടോ? ലോകം ദേശങ്ങളായി വിഭജിക്കപ്പെട്ടിരിക്കുന്നു എന്ന് അവരെന്തിനു പറയുന്നു? തെറ്റായ ധാരണകളാണ് അത്തരമൊരു സിദ്ധാന്ത (ദേശീയത)ത്തിലേക്ക് നയിക്കുന്നത്."

മതാതീതമായ മാനവസാഹോദര്യത്തിനും സങ്കുചിത മതവികാരങ്ങളെ മറികടക്കുന്ന മതനിരപേക്ഷദേശീയതയ്ക്കും പകരം, മേൽ പ്രസംഗത്തിൽനിന്നു വ്യക്തമാകുന്നതുപോലെ, ഖിലാഫത്ത് പ്രക്ഷോഭം ഉത്പാദിപ്പിച്ചത് മതാന്ധതയും വർഗീതയുമാണ്. അതിന്റെ ശക്തമായ പ്രതിഫലനം കേരളത്തിലുമുണ്ടായി. തെക്കൻ കേരളത്തിൽ നാരായണ ഗുരുവും ചട്ടമ്പിസ്വാമികളും വക്കം മൗലവിയും മറ്റും മത-ജാതി ദുർവാശിക്കെതിരെ പോരാടിക്കൊണ്ടിരിക്കെ, മലബാറിൽ 1921-ൽ ഹരിക്കപ്പെട്ട ആ പ്രക്ഷോഭത്തിന്റെ മൂലഹേതുക്കൾ സാമ്രാജ്യത്വത്തോടും ജന്മിത്വത്തോടുമുള്ള വിരോധമായിരുന്നെങ്കിലും, അത് പൊടുന്നനെ വർഗീയതയിലേക്കു വഴിമാറി. അക്കാര്യം ഇ.എം.എസ് പോലും മറച്ചുവെച്ചിട്ടില്ല. ഖിലാഫത്ത് പ്രക്ഷോഭത്തിലൂടെ മുസ്ലീങ്ങളെ ദേശീയപ്രസ്ഥാനത്തിലേക്കു നയിക്കാനുള്ള ഗാന്ധിജിയുടെ അടവ് അവിടെയും പിഴയ്ക്കുകയായിരുന്നു. ഖിലാഫത്ത് പ്രക്ഷോഭം മുസ്ലീം സമുദായത്തിലെ ഒരു വലിയ വിഭാഗത്തിൽ സൃഷ്ടിച്ചത് സ്വാതന്ത്ര്യത്തോടുള്ള അഭിവാഞ്ഛ എന്നതിലേറെ അന്ധമായ മതവികാരമായിരുന്നു. അത് മലബാർ കലാപത്തിന് ഹിന്ദുവിരുദ്ധതയുടെ നിറം നൽകി. മലബാർ കലാപത്തിലെ യഥാർത്ഥ വില്ലൻ ഖിലാഫത്ത് പ്രസ്ഥാനമായിരുന്നുവെന്ന് കേംബെൽ കേർ, സർ തിയഡോർ മോറിസൺ തുടങ്ങി പലരും രേഖപ്പെടുത്തിയിട്ടുണ്ട്.

ജനങ്ങളുടെ മതവികാരം മതനിരപേക്ഷ ലക്ഷ്യങ്ങൾക്കുപയോഗിക്കുക എന്ന ഗാന്ധിയൻ സമീപനം അഖിലേന്ത്യാതലത്തിലും കേരളത്തിലും ദോഷം ചെയ്തു. മതങ്ങളുടെ ദുഷ്പ്രഭാവവും ദുഃസ്വാധീനവും പരമാവധി കുറയ്ക്കാനാണ് നവോത്ഥാന പ്രക്രിയ ഉപകരിക്കേണ്ടതെങ്കിൽ, രാഷ്ട്രീയത്തിൽ മതവികാരത്തിന് ഇടം നൽകുന്ന ഗാന്ധിജിയുടെ സമീപനം അവ രണ്ടും വർദ്ധിപ്പിക്കുന്നതിലേക്കാണ് നയിച്ചത്. ലിബറൽ ഇസ്ലാമിനു പകരം യാഥാസ്ഥിതിക ഇസ്ലാമിനു സാധൂകരണം നൽകുന്നതിന് അത് വഴിവെച്ചു. ഖിലാഫത്ത് പോലുള്ള മതാധികാരകേന്ദ്രങ്ങൾക്കു വേണ്ടിയുള്ള പോരാട്ടമാണ് ഉത്തമ മുസ്ലീമിന്റെ കടമയെന്ന ആപത്കരബോധം അത് സൃഷ്ടിച്ചു. ആ അർത്ഥത്തിൽ ഗാന്ധിസം കേരളീയ നവോത്ഥാനത്തിനു ക്ഷീണമേൽപ്പിച്ചു എന്നു വിലയിരുത്തുന്നത് തെറ്റാവില്ല.

കേരളീയ നവോത്ഥാനത്തിൽ സ്വാധീനം ചെലുത്തിയ മറ്റൊരു ഘടകമത്രേ മാർക്സിസം. സോഷ്യലിസവും മാർക്സിസവും മലയാളക്കരയിൽ

പരിചയപ്പെടുത്തപ്പെട്ടത് പോയ നൂറ്റാണ്ടിന്റെ ആദ്യപാദത്തിലാണ്. ബാരിസ്റ്റർ എം.കെ. നാരായണപിള്ള 1907-ൽ 'സമഷ്ടിവാദ'ത്തെക്കുറിച്ച് തിരുവനന്തപുരത്ത് നടത്തിയ പ്രസംഗമാണ്, ഒരുപക്ഷേ, കേരളത്തിൽ സോഷ്യലിസ്റ്റ് ആശയങ്ങളുടെ പ്രാരംഭബിന്ദു. തുടർന്ന് 1912-ൽ സ്വദേശാഭിമാനി കെ. രാമകൃഷ്ണപിള്ള കാൾ മാർക്സിന്റെ ജീവചരിത്രം മലയാളത്തിൽ പ്രസിദ്ധപ്പെടുത്തി. പിന്നെയും രണ്ടര പതിറ്റാണ്ടു കഴിഞ്ഞാണ് മാർക്സിസത്തിന്റെ സംഘടിതരൂപത്തിന് ഇവിടെ ബീജാവാപം നടന്നത്. പി. കൃഷ്ണപിള്ള, ഇ.എം.എസ്. കെ. ദാമോദരൻ, എൻ.സി. ശേഖർ തുടങ്ങിയവർ 1937-ൽ കേരളത്തിൽ കമ്യൂണിസ്റ്റ് പാർട്ടിയുടെ ആദ്യഘടകം രൂപവത്കരിച്ചു. അപ്പോഴേക്കും കേരളീയ നവോത്ഥാനം അതിന്റെ രണ്ടാംഘട്ടത്തിലേക്ക് പ്രവേശിച്ചുകഴിഞ്ഞിരുന്നു. ജാതി-മത ഭ്രാന്തുകൾക്കെതിരെയുള്ള പോരാട്ടത്തിലെ നാഴികക്കല്ലുകളായ അരുവിപ്പുറം പ്രതിഷ്ഠയും വൈക്കം-ഗുരുവായൂർ സത്യാഗ്രഹങ്ങളും പിന്നിട്ട കേരളീയ സമൂഹത്തിൽ മതത്തിന്റെയും ജാതിയുടെയും സ്ഥാനത്ത് വർഗം എന്ന സങ്കല്പനം മാർക്സിസം മുന്നോട്ടുവെച്ചു. കോൺഗ്രസ് മതനിരപേക്ഷ ദേശീയതയിലൂന്നിയപ്പോൾ മാർക്സിസ്റ്റുകൾ ഒരുപടികൂടി കടന്നു. വർഗാധിഷ്ഠിത മതനിരപേക്ഷതയിൽ അടിവരയിട്ടു. നാരായണ ഗുരുവിനെപ്പോലുള്ളവർ തുടങ്ങിവെച്ച ചോദ്യംചെയ്യൽ കൂടുതൽ ശക്തമായ ഒരു ദർശനത്തിന്റെ പിൻബലത്തിൽ അവർ തുടർന്നു. നിലവിലുള്ള സാമൂഹികവ്യവസ്ഥയെയും ആശയലോകത്തെയും അവർ തകിടം മറിക്കുന്നു എന്ന ആശങ്ക നാല്പതുകളിലും അമ്പതുകളിലും കേരളത്തിൽ ശക്തമായിരുന്നു. പ്രസ്തുത ആശങ്കയുടെ രാഷ്ട്രീയ പ്രതിഫലനമായിരുന്നു മത-ജാതി ശക്തികളുടെ പൂർണപിന്തുണയോടെ 1959-ൽ അരങ്ങേറിയ 'വിമോചനസമരം.'

കേരളീയ സമൂഹത്തിലെ 'സ്റ്റാറ്റസ് കോ' അമ്പതുകളിൽ കമ്മ്യൂണിസ്റ്റ് പ്രസ്ഥാനം അട്ടിമറിച്ചു എന്നത് അവിതർക്കിതമാണ്. ജാതിവിവേചനത്തിന്റെ ദൂരീകരണത്തിന് മർദ്ദിതജാതികളുടെ സാമ്പത്തികസ്ഥിതിയിൽ മാറ്റം വേണമെന്ന മാർക്സിസ്റ്റ് വീക്ഷണം കേരളീയ നവോത്ഥാനത്തെ കൂടുതൽ ഊർജ്ജസ്വലമാക്കി. ക്ഷേത്രപ്രവേശന സ്വാതന്ത്ര്യവും സഞ്ചാര സ്വാതന്ത്ര്യവും പീഡിതജാതിക്കാരെ പൊതുമണ്ഡലത്തിലേക്ക് ഒരതിരുവരെ എത്തിക്കുമെങ്കിലും അവരുടെ പൊതുജീവിതപ്രവേശം കൂടുതൽ സ്വാർത്ഥമാകാൻ സാമ്പത്തികമേഖലാപ്രവേശംകൂടി അനുപേക്ഷണീയമാണെന്ന തിരിച്ചറിവ് പ്രദാനം ചെയ്യാൻ മാർക്സിസത്തിനു കഴിഞ്ഞു.

നവോത്ഥാനത്തിന്റെ ഭാഗമായ മതപരിഷ്കരണം ഭൂരിപക്ഷ സമുദായത്തിൽമാത്രം ഒതുങ്ങിപ്പോവാതിരിക്കാൻ മാർക്സിസ്റ്റുകാർ ശ്രദ്ധിച്ചു എന്നതും സ്മരണീയമാണ്. എൺപതുകളുടെ മധ്യത്തിൽ ഉയർന്നുവന്ന 'ശരീ-അത്ത്' വിവാദത്തിൽ അവർ സ്വീകരിച്ച നിലപാട് അതിന്റെ തെളിവത്രേ. സ്ത്രീവിരുദ്ധതയുടെ അംശങ്ങൾ സമൃദ്ധമായി കലർന്ന മുസ്ലീം വ്യക്തിനിയമത്തെ വിമർശനാത്മകമായി സമീപിച്ച സുപ്രീം

കോടതിവിധി (ഷാബാനുബീഗം കേസ്, 1985)ക്കെതിരെ മുസ്ലീം മതയാഥാസ്ഥിതികത്വം നടത്തിയ പടപ്പുറപ്പാടിനെ ശക്തമായി നേരിടാൻ മാർക്സിസ്റ്റ് പ്രസ്ഥാനം രംഗത്തിറങ്ങി. വ്യക്തിനിയമങ്ങളിൽ ദൈവികത ആരോപിച്ച് ലിംഗവിവേചനത്തെ ന്യായവത്കരിക്കുന്ന മതപൗരോഹിത്യത്തെ അവർ നിർദ്ദയം ചോദ്യംചെയ്തു. ആ ധീരമായ ഇടപെടൽ ധനാത്മകഫലം ഉളവാക്കി. തങ്ങൾ 'ദൈവികത്വ'ത്തിന്റെ പേരിൽ ന്യായീകരിച്ച സ്ത്രീവിരുദ്ധ മുസ്ലീം വ്യക്തിനിയമങ്ങളിൽ 'ചില അപാകങ്ങൾ' ഉണ്ടെന്നു സമ്മതിക്കാൻ പിൽക്കാലത്ത് മതമൗലിക-യാഥാസ്ഥിതിക ഗ്രൂപ്പുകൾ നിർബന്ധിതരായി.

ലിംഗനീതിനിഷേധപരമായ വ്യക്തിനിയമങ്ങളുടെ കാര്യത്തിൽ മാത്രമല്ല, മതവർഗീയ ശക്തികൾ ഉയർത്തിയ ആവിഷ്കാരസ്വാതന്ത്ര്യനിഷേധത്തിനെതിരെയും എൺപതുകളിൽ മാർക്സിസ്റ്റുകാർ ആഞ്ഞടിച്ചു. ജനങ്ങളെ മതച്ചങ്ങലകളിൽ തളയ്ക്കാൻ ആരെയും അനുവദിക്കില്ലെന്ന സന്ദേശം സംസ്ഥാനത്ത് ശക്തമായി മാറ്റൊലികൊണ്ട കാലയളവായിരുന്നു അത്. ഭൂരിപക്ഷ-ന്യൂനപക്ഷ വ്യത്യാസമില്ലാതെ എല്ലാ സമുദായങ്ങളിലുംപെട്ട പിന്തിരിപ്പൻ ആശയഗതിക്കാർക്കെതിരിൽ മുഖ്യധാരാ മാർക്സിസ്റ്റ് സംഘടന അന്ന് ഉറച്ച നിലപാടു കൈക്കൊണ്ടു.

പക്ഷേ ആ ദിശയിൽ ഏറെ മുന്നോട്ടുപോകാൻ മാർക്സിസ്റ്റ് പ്രസ്ഥാനം കൂട്ടാക്കിയില്ല. തെരഞ്ഞെടുപ്പ് രാഷ്ട്രീയത്തിന്റെ സങ്കുചിതത്വങ്ങൾക്കും സമ്മർദ്ദങ്ങൾക്കും അവരും കീഴടങ്ങുന്ന ദുരന്തദൃശ്യങ്ങൾക്കാണ് തൊണ്ണൂറുതൊട്ട് കേരളം സാക്ഷ്യം വഹിച്ചത്. മതമൗലികവാദപരവും മതതീവ്രവാദപരവുമായ പ്രവണതകളെയും പ്രസ്ഥാനങ്ങളെയും ശക്തമായി പ്രതിരോധിക്കാൻ ബാധ്യസ്ഥരായ അവർ പാർലമെന്ററി വ്യാമോഹങ്ങൾക്കു വശംവദരായി മത-വർഗീയ ദുശ്ശക്തികളുമായി സന്ധിചെയ്യുകയെന്ന പതനത്തിലെത്തി. ഭൂരിപക്ഷസമുദായത്തിലെ മതവലതുപക്ഷത്തെ വിമർശിക്കുമ്പോഴും ന്യൂനപക്ഷ സമുദായത്തിലെ മതവലതുപക്ഷത്തെ നഗ്നമായി പ്രീണിപ്പിക്കാൻ അവർ മടിച്ചില്ല. നവോത്ഥാനമൂല്യങ്ങൾക്ക് കടകവിരുദ്ധമായി ഈ പ്രീണനനയമത്രേ അരവ്യാഴവട്ടക്കാലമെങ്കിലുമായി അവർ പിന്തുടരുന്നത്.

കേരളത്തിൽ മാർക്സിസത്തിന്റെ പ്രഥമ ദശകങ്ങളിൽ ആ പ്രസ്ഥാനവുമായി ബന്ധപ്പെട്ടവർ സ്വീകരിച്ച നവോത്ഥാനാനുകൂല സമീപനത്തെ തകിടം മറിക്കുന്ന ഈ പിഴച്ച നയത്തെ സാമ്രാജ്യത്വവിരുദ്ധതയുടെ പേരിലാണ് മാർക്സിസ്റ്റ്പക്ഷം ന്യായീകരിക്കുന്നത്. ന്യൂനപക്ഷ മതമൗലികസംഘങ്ങൾ സാമ്രാജ്യത്വവിരുദ്ധമാണെന്നും സാമ്രാജ്യത്വത്തിനും നവ അധിനിവേശത്തിനുമെതിരെ അവയോട് സഹകരിക്കുന്നത് തെറ്റല്ലെന്നും അവർ വാദിക്കുന്നു. 1920-കളിൽ മഹാത്മാഗാന്ധിക്കു പറ്റിയ അബദ്ധം മറ്റൊരു രീതിയിൽ ഇരുപത്തിയൊന്നാം നൂറ്റാണ്ടിന്റെ ആദ്യദശകത്തിൽ മാർക്സിസ്റ്റുകാർ ആവർത്തിക്കുകയാണ്. ഗാന്ധിജിക്കു

വേണ്ടിയിരുന്നത് ദേശീയപ്രക്ഷോഭത്തിൽ ന്യൂനപക്ഷത്തിന്റെ പങ്കാളിത്തമായിരുന്നെങ്കിൽ, മാർക്സിസ്റ്റുകാർക്കു വേണ്ടത് തെരഞ്ഞെടുപ്പുകളിൽ ന്യൂനപക്ഷമതമൗലികവിഭാഗങ്ങളുടെ സമ്മതിദാനവും തദ്വാരാ അധികാരാരോഹണവുമാണെന്ന വ്യത്യാസമേയുള്ളൂ.

അധികാരത്തോടുള്ള മാർക്സിസ്റ്റ് സംഘടനയുടെ അത്യാർത്തിയിൽ ബലിയാടാവുന്നത് കേരളീയ നവോത്ഥാനമാണ്. ന്യൂനപക്ഷ സമുദായത്തിലെ മതവലതുപക്ഷത്തോട് അനുവർത്തിക്കുന്ന പ്രീണനനയം ഭൂരിപക്ഷ സമുദായത്തിലെ മതവലതുപക്ഷത്തിന് സാധൂകരണമായി ഭവിക്കുന്നു. ന്യൂനപക്ഷസമുദായത്തിലെ പ്രതിലോമകാരികളുടെ രോഷത്തിനും കടന്നാക്രമണത്തിനും സമീപകാലത്ത് ഇരയായ തസ്ലീമാനസ്റിനുവേണ്ടി രണ്ടുവാക്ക് ഉരിയാടാൻപോലും കേരളത്തിലെ മുഖ്യധാരാ മാർക്സിസത്തിനു സാധിക്കുന്നില്ല. അതേസമയം ഭൂരിപക്ഷ സമുദായത്തിലെ മതവലതുപക്ഷത്തിന്റെ ചെയ്തികൾക്കെതിരെ അവർ വാചാലരാവുകയും ചെയ്യും. തെരഞ്ഞെടുപ്പ് സമവാക്യങ്ങളുടെ അടിസ്ഥാനത്തിൽ നവോത്ഥാനവിരുദ്ധ ശക്തികളെ തലോടുകയോ താഡിക്കുകയോ ചെയ്യുന്ന മാർക്സിസ്റ്റ് അവസരവാദം കേരളത്തെ മുക്കാൽ നൂറ്റാണ്ട് പിറകിലേക്ക് തള്ളുന്നു.

അധികാരദുരയുടെ പേരിൽ മതമൗലികസ്വരൂപങ്ങളോട് മാർക്സിസ്റ്റ് പ്രസ്ഥാനം നടത്തുന്ന ഒത്തുതീർപ്പ് നവോത്ഥാനത്തിന്റെ നേർവിപരീതമായ പുനരുദ്ധാന (റിവൈവലിസം)ത്തെ ബലപ്പെടുത്തുന്നു എന്നതാണ് ശ്രദ്ധിക്കപ്പെടേണ്ടത്. ബ്രിട്ടീഷുകാർക്കെതിരായ ദേശീയ സമരത്തിലൂടെ ഇന്ത്യയും അതിന്റെ ഭാഗമായ കേരളവും ആർജ്ജിച്ച വിശാലമായ മതനിരപേക്ഷസ്വത്വം തകരുന്നതിനും പ്രതിലോമകരമായ മതസ്വത്വം വളരുന്നതിനും അത് വഴിവെക്കുന്നു. ജനങ്ങളുടെ സ്വത്വബോധത്തെ മതങ്ങളുടെയും ജാതികളുടെയും ഇടുങ്ങിയ ഭിത്തികളിൽനിന്ന് വിമോചിപ്പിക്കാനാണ് നവോത്ഥാന കേരളം ശ്രമിച്ചത്. അതിനെ വീണ്ടും മത-ജാതി സങ്കുചിതത്ത്വങ്ങളിലേക്ക് തള്ളിവിടുന്ന ശക്തികൾക്കെതിരിൽ, അതായത് പുനരുത്ഥാനവാദികൾക്കെതിരിൽ പ്രത്യയശാസ്ത്രതലത്തിലും പ്രയോഗതലത്തിലും വീറുറ്റ പോരാട്ടം ഉയന്നുവരേണ്ടതുണ്ട്. സങ്കുചിത രാഷ്ട്രീയനേട്ടങ്ങൾക്കും അധികാരപ്രവേശനത്തിനുംവേണ്ടി പുനരുത്ഥാനവാദികളെ പ്രോത്സാഹിപ്പിക്കുന്ന മാർക്സിസ്റ്റ് പ്രസ്ഥാനമുൾപ്പെടെയുള്ള എല്ലാ രാഷ്ട്രീയ സ്വരൂപങ്ങൾക്കെതിരിലും കേരളത്തിന്റെ നവോത്ഥാനമനസ്സ് ജാഗ്രത പാലിക്കേണ്ടിയിരിക്കുന്നു. എവ്വിധമെങ്കിലും അധികാരം എന്നതാവരുത്, നവോത്ഥാനമൂല്യങ്ങൾക്കു വിധേയമായി അധികാരം എന്നതാവണം രാഷ്ട്രീയപാർട്ടികളുടെ മുദ്രാവാക്യം. ■

മതേതര ഭാരതം നിലനിൽക്കണമെങ്കിൽ

മതവും രാഷ്ട്രീയവും തമ്മിലുള്ള കൂട്ടുകെട്ട് ആപൽക്കരമാണെന്നു സ്വാതന്ത്ര്യത്തിനു മുൻപേ അനുഭവിച്ചറിഞ്ഞവരാണ് നാം, ഭാരതീയർ. രാഷ്ട്രീയത്തിലേക്ക് മതത്തിന്റെ രാഗദ്വേഷങ്ങളെ സംക്രമിപ്പിക്കുമ്പോൾ അത് ഹീനമായ വർഗീയവാദമായി മാറുമെന്ന ഇരുപതാം നൂറ്റാണ്ടിന്റെ പ്രഥമാർദ്ധം നമ്മെ പഠിപ്പിച്ചു. ഈ പാഠത്തിന്റെ ഉഗ്രതാപം രാഷ്ട്ര മനസ്സിൽ കത്തിനിൽക്കുന്ന സാഹചര്യത്തിലാണ് സ്വാതന്ത്ര്യാനന്തരം നാം നമ്മുടെ രാഷ്ട്രീയരഥ്യയായി മതനിരപേക്ഷ ജനാധിപത്യം വരിച്ചത്. ജനാധിപത്യം അതിന്റെ ശരിയായ അർത്ഥത്തിൽ നിലനിൽക്കണമെങ്കിൽ മതവും രാഷ്ട്രീയവും തമ്മിലുള്ള വേറിട്ടുനിൽപ് അനിവാര്യമാണെന്നും വർഗ്ഗീയവാദത്തിന്റെ ഉന്മൂലനം അനുപേക്ഷ്യമാണെന്നും നമ്മുടെ രാഷ്ട്രശില്പികൾ മനസ്സിലാക്കിയിരുന്നു. മതവികാരങ്ങളെ രാഷ്ട്രീയത്തിൽ വിളക്കിച്ചേർക്കുന്നത് തടയുന്നതിനാവശ്യമായ നിയമ-ഭരണ നടപടികൾ സ്വീകരിക്കേണ്ടതിന്റെ ആവശ്യകതയിലേക്ക് അവരിൽ ചിലരെങ്കിലും വിരൽ ചൂണ്ടുകയും ചെയ്തിരുന്നു.

1948 എപ്രിൽ 3ന് ഭരണഘടനാ നിർമ്മാണസഭയിൽ അനന്തശയനം അയ്യങ്കാർ അവതരിപ്പിച്ചതും സഭ പാസ്സാക്കിയതുമായ പ്രമേയം ഇതിന് ഉദാഹരണമാണ്. പ്രമേയം പറയുന്നു: ജനാധിപത്യത്തിന്റെ ശരിയായ പ്രവർത്തനത്തിനും നടത്തിപ്പിനും രാഷ്ട്രത്തിന്റെ ഐക്യവും അഖണ്ഡതയും വളരുന്നതിനും ഇന്ത്യൻ ജീവിതത്തിൽനിന്നു വർഗീയത ഉന്മൂലനം ചെയ്യേണ്ടത് അനുപേക്ഷണീയമാകുന്നു. അതിനാൽ, ഭരണഘടന പ്രകാരമോ, ഭാരവാഹികളിലോ ഘടകങ്ങളിലോ നിക്ഷിപ്തമായ വിവേചനാധികാരത്തിന്റെ പ്രയോഗത്തിലൂടെയോ മതത്തിന്റെയും വംശത്തിന്റെയും ജാതിയുടെയും അടിസ്ഥാനത്തിൽ വ്യക്തികളെ അംഗങ്ങളായി ചേർക്കുകയോ ചേർക്കാതിരിക്കുകയോ ചെയ്യുന്ന സാമുദായിക സംഘടനകളെ, സമൂഹത്തിന്റെ മതപരവും സാംസ്കാരികവും സാമൂഹ്യവുമായ യഥാർത്ഥ ആവശ്യങ്ങൾക്കു വേണ്ടിയുള്ളവയല്ലാത്ത യാതൊരു

പ്രവർത്തനങ്ങളിലും ഏർപ്പെടുവാൻ അനുവദിച്ചുകൂടെന്ന് ഈ സഭ അഭിപ്രായപ്പെടുന്നു. ഇത്തരം സംഘടനകളുടെ ആ മാതിരി പ്രവർത്തനങ്ങൾ തടയുന്നതിന് നിയമനിർമ്മാണപരവും ഭരണപരവുമായി എല്ലാ നടപടികളും കൈക്കൊള്ളേണ്ടതാണ്.

പ്രമേയത്തെ പിന്താങ്ങി സംസാരിച്ച ജവഹർലാൽ നെഹ്രുവിന്റെ വാക്കുകൾകൂടി ശ്രദ്ധിക്കുക: സാമുദായികവാദത്തിന്റെ രൂപത്തിലുള്ള മത-രാഷ്ട്രീയ കൂട്ടുകെട്ട് ഏറ്റവും ആപത്ക്കരമായ കൂട്ടുകെട്ടായിരിക്കും. മതത്തിന്റെയും രാഷ്ട്രീയത്തിന്റെയും കൂട്ടുകെട്ടിൽനിന്നു പിറക്കുക അതിബീഭത്സമായ ഒരു തന്തയില്ലാപ്പടപ്പ് ആയിരിക്കും. നെഹ്റുവിന്റെ നിരീക്ഷണം പ്രവചനാത്മകമായിരുന്നു എന്നു സാക്ഷ്യപ്പെടുത്തുന്ന സംഭവങ്ങളാണ് പില്ക്കാല ഇന്ത്യയിൽ നാം കണ്ടത്. മതവും രാഷ്ട്രീയവും തമ്മിലുള്ള ബാന്ധവം നമ്മുടെ രാഷ്ട്രീയ ജീവിതത്തെ വർഗ്ഗീകരിച്ചു. ഭൂരിപക്ഷ-ന്യൂനപക്ഷ വ്യത്യാസമില്ലാതെ വിവിധ സമുദായങ്ങൾക്കിടയിൽ വർഗീയ സംഘടനകൾ ശക്തിപ്രാപിച്ചു. രാജ്യത്തിന്റെ വ്യത്യസ്തഭാഗങ്ങളിൽ ഒട്ടേറെ വർഗ്ഗീയ സംഘട്ടനങ്ങൾ അരങ്ങേറി. വർഗ്ഗീയ രാഷ്ട്രീയ പാർട്ടികൾ ജനസമ്മതി നേടുകയും അധികാരം കൈയാളുകയും ചെയ്യുന്നത് അസ്വഭാവികമല്ല എന്ന സ്ഥിതിവന്നു. അയ്യങ്കാർ, നെഹ്റു തുടങ്ങിയവരുടെ മുന്നറിയിപ്പുകൾ സ്വാതന്ത്ര്യലബ്ധിയുടെ പ്രഥമ ദശകത്തിൽത്തന്നെ വിസ്മരിക്കപ്പെട്ടു എന്നതാണ് യാഥാർത്ഥ്യം.

സ്വതന്ത്രഭാരതം നിലവിൽ വന്നപ്പോൾ നാം എന്തുകൊണ്ട് മതനിരപേക്ഷ ജനാധിപത്യം നമ്മുടെ രാഷ്ട്രത്തിന്റെ അടിസ്ഥാനതത്ത്വമായി അംഗീകരിച്ചു എന്ന ചോദ്യത്തിന് ഇവിടെ പ്രസക്തിയുണ്ട്. പ്രധാനമായി രണ്ടു കാരണങ്ങൾ ഇതിനുണ്ടായിരുന്നു. ഏറ്റവും ആധുനികവും മാനവികവും പുരോഗമനപരവുമായ രാഷ്ട്രസങ്കല്പമായിരുന്നു മതനിരപേക്ഷ ജനാധിപത്യം എന്നതായിരുന്നു ഒരു കാരണം. രണ്ടാമത്തേതാവട്ടെ, ഇന്ത്യ ഒരു ബഹുമതരാഷ്ട്രമാണ് എന്ന വസ്തുതയും. വിവിധ മതക്കാർ നിവസിക്കുന്ന ഇന്ത്യയെപ്പോലെയുള്ള ഒരു രാഷ്ട്രത്തിന് മതാധിഷ്ഠിത ഭരണമോ മതാധിഷ്ഠിത രാഷ്ട്രീയമോ ഒരു നിലയ്ക്കും ആശാസ്യമല്ല. ഏതെങ്കിലും പ്രത്യേക മതത്തെ ആസ്പദമാക്കിയുള്ള ഭരണസംവിധാനത്തിൽ അപരമതക്കാർ രണ്ടാംകിട പൗരന്മാരായിരിക്കും. ഉദാഹരണത്തിന്, ഇന്ത്യയിൽ ഹിന്ദു മതാധിഷ്ഠിത ഭരണം വന്നാൽ അഹിന്ദുക്കൾ രണ്ടാംകിട പൗരന്മാരായിത്തീരും. ഭരണം ഇസ്ലാമതാധിഷ്ഠിതമായാലും ഇതേ വിപത്തുണ്ട്. അത്തരം സംവിധാനത്തിൽ അമുസ്ലീങ്ങൾ രണ്ടാംകിട പൗരന്മാരായിരിക്കും. ചുരുക്കിപ്പറഞ്ഞാൽ, മതാധിഷ്ഠിതമോ പ്രത്യേക മതത്തിനു മുൻതൂക്കമുള്ളതോ ആയ ഭരണസംവിധാനം അതിന്റെ സഹജദൗർബല്യം നിമിത്തം ജനാധിപത്യപരമാവുക സാധ്യമല്ല.

ഈ തിരിച്ചറിവിന്റെ യുക്തിസഹമായ പരിണാമം എന്ന നിലയ്ക്കാണ് സ്വതന്ത്ര ഭാരതം മതനിരപേക്ഷ ജനാധിപത്യത്തിന്റെ പാത സ്വീകരിച്ചത്. പൗരൻ ഹിന്ദുവോ മുസ്ലീമോ ക്രിസ്ത്യാനിയോ ശിഖനോ ബൗദ്ധനോ പാർസിയോ ആവട്ടെ, അയാൾ രാഷ്ട്രത്തിനു മുൻപിൽ ആദ്യമായും അവസാനമായും ഇന്ത്യൻ പൗരനാണ് എന്നതായിരുന്നു മതനിരപേക്ഷ ജനാധിപത്യത്തിന്റെ കാതൽ. വേറെ വാക്കുകളിൽ പറഞ്ഞാൽ, മതാസ്പദമല്ലാത്ത പൗരത്വം എന്ന വിശാല രാഷ്ട്രീയവീക്ഷണം നാം ഉൾക്കൊണ്ടു. മത-ജാതി-വംശ-ലിംഗ വ്യത്യാസം കൂടാതെയുള്ള പൗര സമത്വം ഭരണഘടനാപരമായിത്തന്നെ നാം അംഗീകരിച്ചു. രാഷ്ട്രത്തിന് (ഭരണകൂടത്തിന്) ഔദ്യോഗിക മതമുണ്ടാവില്ലെന്ന് നാം തീരുമാനിക്കുകയും ചെയ്തു. നമ്മുടെ മതനിരപേക്ഷ ജനാധിപത്യത്തിന്റെ പ്രഥമ വിജയമായിരുന്നു ഇതെന്ന് സമ്മതിച്ചേ മതിയാവൂ.

ഔദ്യോഗിക മതമില്ലാത്ത രാഷ്ട്രം, മതാസ്പദമല്ലാത്ത പൗരത്വം എന്നീ പരികല്പനകളിൽ നിന്ന് ഒരു സെക്യുലർ സ്റ്റേറ്റ് ഒരു മതനിരപേക്ഷ ലോകവീക്ഷണത്തിലേക്ക് വളരേണ്ടതുണ്ട്. എന്നുവെച്ചാൽ, ജനങ്ങളുടെ ചിന്താവികാരങ്ങളുടെ സ്രോതസ്സായി മതനിരപേക്ഷത വർത്തിക്കേണ്ടതുണ്ട്. ഇന്ത്യയിൽ സംഭവിക്കാതെ പോയത് അതാണ്. ജവഹർലാൽ നെഹ്‌റു ചൂണ്ടിക്കാണിച്ചത്പോലെ, ഒരു മതാത്മക സമൂഹത്തിൽ ഒരു മതനിരപേക്ഷ രാഷ്ട്രം സൃഷ്ടിക്കുകയായിരുന്നു നാം. ഫ്യൂഡലിസത്തെ തകർത്ത് മുതലാളിത്തത്തിലേക്ക് കുതിച്ചു കയറിയ പാശ്ചാത്യ രാഷ്ട്രങ്ങളെപ്പോലെ മതാതീത ദേശീയ വീക്ഷണത്തിലേക്ക് പൂർണമായി ഇന്ത്യൻ ജനത വളർന്നിരുന്നില്ല. അതുകാരണം മതങ്ങളും ജാതികളും പ്രതിനിധാനം ചെയ്യുന്ന സങ്കുചിത ലോകവീക്ഷണങ്ങളിൽത്തന്നെ ജനങ്ങൾ തടഞ്ഞുനിന്നു. ഭരണഘടനയിലെ മതനിരപേക്ഷത സാമൂഹിക-രാഷ്ട്രീയ ജീവിതത്തിലേക്ക് സം(ക്രമിപ്പിക്കുന്നതിന് ഇതി തടസ്സമായി ഭവിച്ചു എന്നു പറയേണ്ടതില്ല. സെക്കുലർ ലോകവീക്ഷണത്തിലേക്ക് ജനങ്ങളെ ഉണർത്താനും ഉയർത്താനും ബാധ്യതപ്പെട്ട മതനിരപേക്ഷ രാഷ്ട്രീയ പാർട്ടികളാവട്ടെ, ആ കടമ നിറവേറ്റാൻ ശ്രമിച്ചതുമില്ല.

മതനിരപേക്ഷ രാഷ്ട്രീയപാർട്ടികളുടെ ഈ പരാങ്‌മുഖത്വത്തിന്റെ കാരണം അന്വേഷിക്കുന്നതിനു മുമ്പ്, ഇന്ത്യൻ സമൂഹത്തിന്റെ മതാത്മകത എവ്വിധം മുതലെടുക്കപ്പെട്ടു എന്നു കാണേണ്ടതുണ്ട്. സ്വാതന്ത്ര്യ സമരത്തിന്റെ നാളുകളിൽത്തന്നെ മതങ്ങൾ ഇവിടെ രാഷ്ട്രീയവത്കരിക്കപ്പെട്ടു. മുസ്ലീംലീഗിന്റെ സാരഥി മുഹമ്മദലി ജിന്നയും ഹിന്ദുത്വ പ്രത്യയശാസ്ത്രത്തിന്റെ ഉപജ്ഞാതാവ് വി.ഡി. സവർക്കറും രണ്ടു ധ്രുവങ്ങളിൽനിന്നുകൊണ്ട് ഒരേ ആശയം മുന്നോട്ടുവെച്ചു - ദ്വിരാഷ്ട്രവാദം. ഹിന്ദുക്കളും മുസ്ലീങ്ങളും ഇന്ത്യക്കാരാണെന്നതിനു പകരം രണ്ട്

വ്യത്യസ്ത ജനതകളാണെന്ന ആശയമാണ് ഇരുവരുടെയും നിരീക്ഷണ ങ്ങൾ വിനിമയം ചെയ്തത്. സാമൂഹിക-സാമ്പത്തിക-രാഷ്ട്രീയ താത്പര്യ ങ്ങൾക്ക് മതത്തെ (മതവികാരത്തെ) ഉപയോഗപ്പെടുത്തുകയായിരുന്നു ഇരുവരും. അതിന്റെ തിക്തഫലമായിരുന്നു വിഭജിത ഇന്ത്യ. ആ ദുരന്ത ത്തിനു ശേഷവും മതവികാരത്തെ രാഷ്ട്രീയനേട്ടങ്ങൾക്ക് ദുരുപയോഗം ചെയ്യുന്ന ശക്തികൾ നിലനിന്നു; അത്തരം ശക്തികൾ വിവിധ സമുദായ ങ്ങളിൽ ഉയർന്നുവന്നു. സ്വതന്ത്ര ഇന്ത്യയിൽ ഹിന്ദു-മുസ്ലീം വർഗ്ഗീയത കൾക്കു പുറമെ സിഖ്, ക്രൈസ്തവ വർഗ്ഗീയതകൾ കൂടി ശക്തിപ്രാപിച്ചു.

മതേതരമായ ആവശ്യങ്ങൾ നേടിയെടുക്കാൻ മതത്തെ ഉപയോഗ പ്പെടുത്തലാണ് വർഗ്ഗീയത. അത്തരം ശക്തികളുടെ വളർച്ച തടയുന്ന തിന് ഫലപ്രദമായ നിയമ-ഭരണ നടപടികൾ ആവശ്യമാണെന്ന് ഭരണ ഘടനാ നിർമ്മാണസഭയുടെ ചർച്ചകളിൽ പങ്കെടുത്തുകൊണ്ട് അനന്ത ശയനം അയ്യങ്കാരെപ്പോലെ ജയപ്രകാശ് നാരായണനും അഭിപ്രായപ്പെട്ടി രുന്നു. സാമൂഹികവും സാമ്പത്തികവും രാഷ്ട്രീയവുമായ താത്പര്യങ്ങൾ സംരക്ഷിക്കുന്നതിന് മതത്തെ ഉപകരണമാക്കുമ്പോഴാണ് വർഗ്ഗീയ ഹിംസയുണ്ടാകുന്നത് എന്ന വസ്തുതയിലേക്ക് ജെ.പി. കൈചൂണ്ടി. ഈ സാഹചര്യത്തിൽ, രാഷ്ട്രീയ കാര്യങ്ങൾക്ക് മതസ്ഥാപനങ്ങളെ ഉപയോഗ പ്പെടുത്തുകയോ മതാടിസ്ഥാനത്തിൽ രാഷ്ട്രീയ സംഘടനകളുണ്ടാ ക്കുകയോ ചെയ്യുന്നത് തടയുന്നതിനാവശ്യമായ വകുപ്പ് ഭരണഘടനയിൽ ഉൾച്ചേർക്കേണ്ടത് മതനിരപേക്ഷതയുടെ പരിരക്ഷയ്ക്ക് ആവശ്യമാണെന്ന് അദ്ദേഹം നിർദ്ദേശിക്കുകയുണ്ടായി. നിർഭാഗ്യവശാൽ, വിവേകത്തിന്റെ ഈ പാത നാം പിന്തുടരുകയുണ്ടായില്ല. ഫലമോ, മതത്തെയും മത സ്ഥാപനങ്ങളെയും വർഗ്ഗീയ-മതമൗലിക പ്രസ്ഥാനങ്ങൾക്ക് സമർത്ഥ മായി ചൂഷണം ചെയ്യാനുള്ള സുവർണാവസരങ്ങൾ ലഭ്യമായി.

ഇനി, ജനങ്ങളിൽ മതനിരപേക്ഷ ലോകവീക്ഷണം വളർത്തിയെടു ക്കാൻ ബാധ്യസ്ഥമായ സെക്കുലർ രാഷ്ട്രീയപാർട്ടികൾ ആ കർത്തവ്യം നിർവ്വഹിക്കുന്നതിൽ എന്തുകൊണ്ട് അനാഭിമുഖ്യം കാണിച്ചു എന്ന പ്രശ്നത്തിലേക്ക് കടന്നുനോക്കാം. പാർലമെന്ററി ജനാധിപത്യത്തിൽ രാഷ്ട്രീയകക്ഷികൾ സർവപ്രധാനമായി കാണുന്നത് വോട്ടാണ്. അധി കാരാരോഹണവും അവരോഹണവും അന്തിമവിശകലനത്തിൽ, വോട്ടിനെ ആശ്രയിച്ചിരിക്കുന്നു. മത-ജാതി വികാരങ്ങളെ ഉപജീവിച്ചുള്ള വോട്ട് ബാങ്കുകൾ ഇവിടെ തത്പരകക്ഷികൾ നിർമ്മിച്ചെടുത്തിട്ടുണ്ട്. ആ ബാങ്കുകളുടെ പിന്തുണ നേടാനാണ് മതേതര രാഷ്ട്രീയ പാർട്ടികൾ മത്സരിച്ചുപോന്നിട്ടുള്ളത്. ഓരോരോ സംസ്ഥാനങ്ങളിലും ജില്ലകളിലും നിയോജകമണ്ഡലങ്ങളിലും ഏതേത് മത-ജാതി ഗ്രൂപ്പുകളെ പ്രീണിപ്പി ച്ചാൽ രാഷ്ട്രീയ നേട്ടമുണ്ടാക്കാം എന്ന ഒരേയൊരു ചിന്തയാണ് പല പ്പോഴും രാഷ്ട്രീയപാർട്ടികളെ നയിച്ചുപോന്നത്. അങ്ങനെ വരുമ്പോൾ

ബന്ധപ്പെട്ട മത-ജാതി വിഭാഗങ്ങളെ വഴിവിട്ട് തൃപ്തിപ്പെടുത്താൻ അവ നിർബന്ധിക്കപ്പെടുന്നു. എൺപതുകളുടെ മധ്യത്തിൽ കോൺഗ്രസ് ഹിന്ദുക്കളെയും മുസ്ലീങ്ങളെയും മാറിമാറി പ്രീണിപ്പിച്ച് ഇരുവിഭാഗങ്ങളുടെയും വോട്ട് തങ്ങൾക്കനുകൂലമാക്കാൻ ശ്രമിച്ചതിന്റെ ഫലമായിരുന്നു, പൂട്ടിക്കിടന്നിരുന്ന ബാബറി മസ്ജിദിന്റെ കവാടം രാമഭക്തർക്കുവേണ്ടി തുറക്കപ്പെട്ടതും മുസ്ലീം പൗരോഹിത്യത്തിനു കീഴടങ്ങി മുസ്ലീം വനിതാ നിയമം പാസ്സാക്കപ്പെട്ടതും.

മത-ജാതി പ്രീണനം എന്ന തെറ്റ് വലതുപക്ഷ മതേതര കക്ഷികൾ മാത്രമല്ല, ഇടതുപക്ഷ മതേതര കക്ഷികളും ചെയ്തിട്ടുണ്ട്. കേരളത്തിൽ മുസ്ലീം-ക്രൈസ്തവ വോട്ടുകൾ ഉറപ്പിക്കുന്നതിന് മുസ്ലീം-ക്രൈസ്തവ വർഗ്ഗീയ പ്രസ്ഥാനങ്ങളുമായി കോൺഗ്രസ്സിനെപ്പോലെ കമ്മ്യൂണിസ്റ്റ് പാർട്ടികളും പലപ്പോഴും കൂട്ടുകെട്ടുകളുണ്ടാക്കി. 1988-ൽ എൻ.വി. കൃഷ്ണവാരിയർ അഭിപ്രായപ്പെട്ടതുപോലെ, ജാതി-മത-ന്യൂനപക്ഷങ്ങളുടെ വോട്ട് മൊത്തമായി നേടുന്നതിനുള്ള വെപ്രാളം ചെന്നെത്തുന്നത് ജാതിചിന്തയെയും മതഭ്രാന്തിനെയും പ്രോത്സാഹിപ്പിക്കുന്നതിലും ജാതികളെയും മതങ്ങളെയും ഇവയുടെ അവാന്തര വിഭാഗങ്ങളെയും തമ്മിലടിപ്പിക്കുന്നതിലും വെള്ളം ചോർന്നു കടക്കാത്ത മുറികളിൽ ജാതികളെയും മതങ്ങളെയും ഇവയ്ക്കിടയിലെ ഉൾപ്പിരിവുകളെയും തളച്ചിടുന്നതിലും ആയിരിക്കുമെന്ന് അനുഭവം നമ്മെ പഠിപ്പിക്കുന്നു. ഇന്ത്യൻ ജനാധിപത്യത്തിൽ രാഷ്ട്രീയകക്ഷികൾ ഇതുവരെ ചെയ്തുവന്നത് ഇതാണ്. തെറ്റാണ് ചെയ്യുന്നതെന്ന ബോധം ഉണ്ടെങ്കിലും തൽക്കാലത്തെ കാര്യസാധ്യത്തിനുവേണ്ടി എല്ലാ രാഷ്ട്രീയകക്ഷികളും ഇപ്പോഴും ഇതു തന്നെ ചെയ്യുന്നു."

മതേതര രാഷ്ട്രീയപാർട്ടികളുടെ താൽക്കാലിക കാര്യസാധ്യം എന്ന നിലപാട് (ദീർഘകാല വീക്ഷണരാഹിത്യം) ജനങ്ങളെ മത-ജാതി ലോക വീക്ഷണങ്ങളുടെ തടവറകളിൽ തളച്ചിടുന്നതിലാണ് കലാശിച്ചത്. ഒഴുക്കിനൊത്ത് നീന്താൻ ശ്രമിച്ച രാഷ്ട്രീയകക്ഷികൾ ജനങ്ങളെ മാറിച്ചിന്തിക്കാൻ പ്രേരിപ്പിച്ചതേയില്ല. നിലവിലുള്ള മത-ജാതി കൂട്ടായ്മകളെ അനുനയിപ്പിച്ചും പ്രലോഭിപ്പിച്ചും രാഷ്ട്രീയ നേട്ടങ്ങളുണ്ടാക്കാനാണ്, അല്ലാതെ ദേശീയ മതേതര കൂട്ടായ്മയിലേക്ക് ജനങ്ങളെ അനുക്രമം പരിവർത്തിപ്പിക്കുകയും വികസിപ്പിക്കുകയും ചെയ്യാനല്ല അവ ശ്രമിച്ചത്. സ്വതന്ത്ര ഇന്ത്യയുടെ ഏറ്റവും വലിയ ദൗർഭാഗ്യമാണ് നമ്മുടെ സെക്കുലർ പാർട്ടികളുടെ ഈ ദൗർബല്യം.

പ്രസ്തുത ദൗർബല്യത്തിന് നാം കൊടുക്കേണ്ടിവരുന്ന വില, ബഹുമത രാഷ്ട്രമായ ഇന്ത്യയെ സംബന്ധിച്ചിടത്തോളം അഭിലഷണീയമായ ഒരേയൊരു രാഷ്ട്രീയ സംവിധാനമായ മതനിരപേക്ഷതയുടെ ആശങ്കാ

ജനകമായ ശോഷണമാണ്. മതനിരപേക്ഷതയുടെ അഭാവത്തിൽ ഇന്ത്യയിൽ ജനാധിപത്യം നിലനിൽക്കില്ല. ഭൂരിപക്ഷത്തിന്റെ ആധിപത്യമാണ് ജനാധിപത്യമെന്നും അതിനാൽ ഭൂരിപക്ഷമതത്തിന്റെ ആധിപത്യം ജനാധിപത്യം തന്നെയാണെന്നും വാദിക്കുന്നവർ ഇന്നു നമുക്കിടയിലുണ്ട്. അത്തരക്കാർ മനസ്സിലാക്കേണ്ടത് മതഭൂരിപക്ഷത്തിന്റെയല്ല, മതേതര ഭൂരിപക്ഷത്തിന്റെ ആധിപത്യമാണ് ജനാധിപത്യം എന്നാണ്. മതേതര ഭൂരിപക്ഷത്തിനു മാത്രമേ പൗരന്മാരെ സമന്മാരായി കാണാൻ കഴിയൂ. ഹിന്ദു വലതുപക്ഷം വിഭാവനം ചെയ്യുന്ന ഹൈന്ദവ ഭൂരിപക്ഷത്തിന് അഹിന്ദു പൗരന്മാരെയോ മുസ്ലീം വലതുപക്ഷം വിഭാവനം ചെയ്യുന്ന ഇസ്ലാമിക ഭൂരിപക്ഷത്തിന് അമുസ്ലീം പൗരന്മാരെയോ സമന്മാരായി കാണാൻ സാധിക്കില്ല. മതാസ്പദമല്ലാത്ത പൗരത്വം എന്ന് വിശാലതയിൽ നിന്ന് മതാസ്പദപൗരത്വം എന്ന സങ്കുചിതത്വത്തിലേക്ക് അവ ചുരുങ്ങും. ജനാധിപത്യ ഭാരതത്തിൽ ഭാരതീയ പൗരന്മാർ മാത്രമേയുള്ളൂവെങ്കിൽ, മതാധിപത്യ ഭാരതത്തിൽ ഇല്ലാതിരിക്കുക ഭാരതീയ പൗരന്മാരാണ്. അവിടെ പൗരന്മാർ മതങ്ങളുടെ അടിസ്ഥാനത്തിൽ വിഭജിക്കപ്പെടും; അവകാശങ്ങളുടെ കാര്യത്തിൽ അവർ തമ്മിൽ പ്രകടമായ വിവേചനം നിലനിൽക്കുകയും ചെയ്യും.

ഇതിൽനിന്നു സിദ്ധിക്കുന്ന കാര്യം ഇതാണ്: ജനാധിപത്യം നിലനിൽക്കണമോ, എങ്കിൽ മതനിരപേക്ഷത നിലനിൽക്കണം. ജനാധിപത്യം എന്ന പരികൽപ്പനയിൽ അന്തർലീനമത്രേ മതനിരപേക്ഷത. വാക്കുകൾ മാറ്റിപ്പറഞ്ഞാൽ, ജനാധിപത്യത്തിന്റെ അവിച്ഛിന്നഭാഗമാണ് മതനിരപേക്ഷത. അതിന്റെ ആരോഗ്യകരമായ നിലനിൽപ്പാവട്ടെ, രാഷ്ട്രീയവും മതവും തമ്മിലുള്ള വേറിട്ടു നിൽപ്പിനെ ആശ്രയിച്ചിരിക്കുന്നു. ജനങ്ങളിൽ മഹാഭുരിപക്ഷം മതവിശ്വാസികളായതുകൊണ്ട് ഇത്തരം വേറിട്ടുനില്പ് പ്രായോഗികമല്ല എന്ന വാദത്തിൽ കഴമ്പില്ല. ഭക്ഷണം, പാർപ്പിടം, ആരോഗ്യം, വിദ്യാഭ്യാസം, തൊഴിൽ തുടങ്ങിയ മതേതര ആവശ്യങ്ങൾ മത-ജാതി ഭേദമെന്യേ സർവജനങ്ങളുടെയും ആവശ്യമാണെന്നതും ഇത്തരം മതേതര ആവശ്യങ്ങൾ നേടിയെടുക്കാൻ മതേതര കൂട്ടായ്മയാണ് വേണ്ടതെന്നതും ആർക്കും എളുപ്പത്തിൽ ബോധ്യപ്പെടാവുന്ന വസ്തുതയാണ്. അവ നേടിയെടുക്കാൻ ഹിന്ദുക്കൾ, ഹിന്ദുക്കൾ എന്ന നിലയ്ക്കും മുസ്ലീങ്ങൾ, മുസ്ലീങ്ങൾ എന്ന നിലയ്ക്കുമല്ല സംഘടിക്കേണ്ടത്. അതുപോലെ, നവകൊളോണിയലിസം അന്താരാഷ്ട്ര ധന-വ്യാപാര സ്ഥാപനങ്ങൾ വഴി നമ്മുടെ സാമ്പത്തിക പരമാധികാരം കവരുമ്പോൾ, സമസ്ത ഭാരതീയരേയും ബാധിക്കുന്ന പ്രശ്നം എന്ന നിലയ്ക്ക്, മത-ജാതി ഭിന്നതകൾക്കതീതമായി വേണം ആ ഭീഷണിയെ നാം നേരിടാൻ. ഈ മേഖലകളിലൊന്നും ജനങ്ങളുടെ മതവിശ്വാസത്തിന്

അശേഷം പ്രസക്തിയില്ല. അതിനാൽതന്നെ ഇത്തരം രാഷ്ട്രീയകാര്യങ്ങളിലേക്ക് മതത്തെ വലിച്ചിഴയ്ക്കേണ്ടതില്ല.

മതത്തെ രാഷ്ട്രീയവുമായി കൂട്ടിക്കെട്ടുന്നവർക്ക് മതത്തോടല്ല കൂറ് എന്നതും ശ്രദ്ധയർഹിക്കുന്നു. വർഗീയ-മതമൗലിക പ്രസ്ഥാനങ്ങളെ നയിക്കുന്നവർക്ക് മതങ്ങൾ മുന്നോട്ടുവെക്കുന്ന മൂല്യങ്ങളിലല്ല, അർത്ഥത്തിലും അധികാരത്തിലുമാണ് താത്പര്യം. അർത്ഥാധികാരങ്ങൾ കൈവശപ്പെടുത്തുന്നതിന് സാമാന്യജനങ്ങളുടെ മതാത്മക രാഗദ്വേഷങ്ങളെ അവർ സമർത്ഥമായി ചൂഷണം ചെയ്യുന്നു. ഒരു മതവിഭാഗത്തിന്റെ ശത്രു അപര മതവിഭാഗമാണെന്ന അബദ്ധജടിലവും ആപത്കരവുമായ ധാരണയാണ് ഇതുമൂലം സൃഷ്ടിക്കപ്പെടുന്നത്. ഹിന്ദുവിന് മുസ്ലീമും മുസ്ലീമിന് ഹിന്ദുവും ശത്രുവായി മാറുന്നു. ഈ വികാരം പൗരമനസ്സുകളിൽ ഊർന്നിറങ്ങി, വളർന്നു വികസിച്ച് സ്ഫോടകമായിത്തീരുമ്പോഴാണ് വർഗ്ഗീയ സംഘട്ടനങ്ങളും ചാവേർ ആക്രമണങ്ങളും സംഭവിക്കുന്നത്. മതത്തിന്റെയും രാഷ്ട്രീയത്തിന്റെയും സങ്കലനത്തിൽ നിന്നു ജനിച്ചു വീഴുക അതിബീഭത്സമായ ഒരു തന്തയില്ലാപ്പടപ്പ് ആയിരിക്കുമെന്നു ദശകങ്ങൾക്കു മുൻപ് നെഹ്റു പറഞ്ഞത് എത്ര ശരിയാണ്! ■

www.ingramcontent.com/pod-product-compliance
Lightning Source LLC
LaVergne TN
LVHW041615070526
838199LV00052B/3151
9789387357303